மெக்கன்சி சுவடிகளில் தமிழகப் பழங்குடி மக்கள்

விரிவாக்கப்பட்ட புதிய பதிப்பு

ம. இராசேந்திரன்
மேனாள் துணைவேந்தர்
தமிழ்ப் பல்கலைக்கழகம், தஞ்சாவூர்

அடையாளம்

விரிவாக்கப்பட்ட புதிய பதிப்பு 2016
© மய்திலி ராசேந்திரன்
வெளியீடு: அடையாளம், 1205/1 கருப்பூர் சாலை, புத்தாநத்தம் 621310, திருச்சி மாவட்டம், தமிழ்நாடு, இந்தியா, தொலைபேசி: (+91) 04332 273444
நூல்வடிவம்: த பாபிரஸ், அச்சாக்கம்: அடையாளம் பிரஸ், இந்தியா
ISBN 978 81 7720 178 9
விலை: ₹ 180

Meckenzie cuvadikalil thamizhakap palankudi makkal, Mackenzie Manuscripts on Tribes in Tamilnadu in Tamil by M. Rajendran, Published by Adaiyaalam, 1205/1 Karupur Road, Puthanatham 621310, Thiruchi Dist., Tamilnadu, India, email: info@adaiyaalam.net

பொருளடக்கம்

பதிப்புரை	v
நன்றி	vii
பகுதி ஒன்று: காலின் மெக்கன்சி வரலாறும் சுவடிகளும்	1
1 காலின் மெக்கன்சி: வரலாறும் தொகுப்பும்	3
2 மெக்கன்சியின் தமிழ்ச்சுவடிகள்: வகைதொகை ஆய்வு	41
பகுதி இரண்டு: மெக்கன்சி சுவடிகளில் தமிழகப் பழங்குடி மக்கள்	79
1 பழங்குடி மக்கள் ஆய்வும் வரலாறும்	81
2 தமிழகத்தில் பழங்குடி மக்கள்	104
3 மெக்கன்சி சுவடிகளில் தமிழகப் பழங்குடி மக்கள்	117
4 சுவடிகளின் சுருக்கம்	190
பின்னிணைப்பு: சுவடிப் பகுதிகள்	208

பதிப்புரை

வேர்களைத் தேடும் பயணத்தில் கையில் அகப்பட்டவர் காலின் மெக்கன்சி.

தமிழக, இந்திய அரசுகள் மேற்கொள்ளும் நெறிமுறைகளை இருநூறு ஆண்டுகளுக்கு முன்னர் இயல்பாக மேற்கொண்டுள்ளார் காலின் மெக்கன்சி.

தொல்பொருளியல், நாணயவியல், வரைபடவியல், மானுடவியல், நாட்டுப்புறவியல், மதம், தத்துவம் சார்ந்த அறிவியல் போன்ற பல்வேறு துறைகளின் ஆய்விற்கும் முன்னோடியாகவும் வழிகாட்டியாகவும் விளங்குகின்றன மெக்கன்சி சுவடிகள்.

சங்க இலக்கியத் தொகுத்தோன் தொகுப்பித்தோன் எனும் மரபின் தொடர்ச்சியாகத் திருமுறைகளைத்தொகுத்தலுக்குப் பின் உ.வே.சா., சி.வை.தா. ஆகியோர் காலத்திற்கும் முன்னதாக மெக்கன்சியின் தொகுப்புப் பணி நடந்துள்ளது.

ஊர் ஊராகச் சென்று உ.வே.சா. தொகுத்ததைப் போலவே அவருக்கும் முன்னோடியாகக் காலின் மெக்கன்சி சுவடிகளைத் தொகுத்துள்ளார். தமிழகம் மட்டுமின்றி, இந்தியாவின் பிற பகுதிகளுக்கும் இலங்கை, ஜாவா தீவுகளுக்கும் சென்று சுவடிகளைத் தொகுத்துள்ளார்.

கைப்பணத்தைச் செலவழித்து உதவியாளர்களை வைத்துக் கொண்டு அவர் தொகுத்த சுவடிகள் சில கல்வெட்டுகளுக்கும் இப்போது மூல ஆதாரமாக விளங்குகின்றன.

தஞ்சைப் பெரிய கோயிலில் உள்ள மராட்டிய வம்சாவளி பற்றிய கல்வெட்டுகளில் காணப்படும் பிழைகளை நீக்கிக்கொள்ள உதவுகிற வகையில் அந்தக் கல்வெட்டுக்கும் முந்தைய காலத்தைச் சேர்ந்த போன்சுலே வம்ச சரித்திரம் எனும் தமிழ்ச்சுவடி மெக்கன்சி தொகுப்பில் உள்ளது.

இருநூறு ஆண்டுகளுக்கும் முன்னர் மெக்கன்சி பார்க்கக் கிடைத்த கல்வெட்டுகள் இப்போது இருந்த இடம் தெரியாமல் சிதைந்து போயுள்ளன. இந்நிலையில் கல்வெட்டுகளைப் பார்த்துப் படியெடுத்துச்

சேர்க்கப்பட்டுள்ள மெக்கன்சியின் தொகுப்பில் உள்ள அக்கல்வெட்டுப் படிகளே, பல கல்வெட்டுகளுக்கு இன்றைக்கு மூலமாக உள்ளன.

இவ்வாறு தமிழகத்தின் பன்முகப் பாங்கினையும் வெளிப்படுத்தும் அரிய பல செய்திகளைத் தன்னகத்தே கொண்டு விளங்கும் மெக்கன்சியின் தொகுப்புப் பற்றியும் அவருடைய வரலாறு பற்றியும் அறிவது, வேர்களைத் தேடும் விருப்புடையோர்க்கு மகிழ்வைத் தரும்.

மண்ணைப் பற்றிக் கொள்ளாத மாற்றம் நிலைக்காது என்பதால் வேர்களைக் காக்கவும் பார்க்கவும் விழுதுகளாய் இருக்கவும் இறங்கவுமான முயற்சியில் இப்போது அடையாளம் வழி வெளிவருகிறது.

நன்றி

பழங்குடி மக்கள் பற்றிய ஆய்வு இன்று உலக அளவில் கவனம் செலுத்தும் துறையாக மாறிவருகிறது. இந்தியாவில் 1816ஆம் ஆண்டிலேயே தமிழகத்தில் வாழ்ந்த பழங்குடி மக்களைப் பற்றிய ஆய்வை ஐரோப்பாவி லிருந்து வந்திருந்த மெக்கன்சி தொடங்கி வைத்திருக்கிறார்.

பழங்குடி மக்களை நேரடியாக உதவியாளர்கள் துணையுடன் சந்தித்தும், பிறர்வழி பழங்குடி மக்கள் பற்றி அறிந்தும் பெற்ற செய்திகள் சுவடிகளில் தொகுக்கப்பட்டுள்ளன.

கள ஆய்வுப்பணியின்போது, தமது சொந்த வேலைகளை விட்டு விட்டு என் உடன்வந்து செய்தியறிய உதவிய புழல் ஊராட்சிமன்றத் தலைவராக இருந்த விக்டர் துரைராசு, திருவாளர்கள் ஆர்.எம். சாமி, கே.என். கண்ணப்பன், ஆர். சபியூதீன், சமணக்கோயில் சி. பாபுஜி ஆகியோருக்கும் நெடுமரம் ஊராட்சி மன்றத் தலைவராக இருந்த திரு.நந்தகோபால் ரெட்டியார், திருவாளர்கள் அர்ச்சுனன், வெங்கட கிருட்டிண ரெட்டியார், ஆதிகேசவப் பெருமாள்கோயில் சீனிவாசப் பட்டாச்சாரியார் ஆகியோருக்கும், பட்டிப்புலம் திருவாளர்கள் செல்வராசு முதலியார், கிருட்டிணமூர்த்தி கிராமணி, சேகர், தனசேகரன் ஆகியோருக்கும் நெரும்பூர் திருமதி மைதிலி இராசகோபாலாச்சாரியார்; மண்விளக்கு போன்ற புதையுண்ட பொருட்களைக் காட்டி உதவிய திருவாளர்கள் இராஜன், கன்னியப்பன், பொன்னன், பூசாரி பாபு, நெரும்பூருக்குச் சென்றது முதல் அவ்வூரைவிட்டுப் புறப்படும் வரை செய்திகளைத் தொகுத்திட உடன் வந்து பல்வகையானும் உதவிய கிராம அலுவலர் அரங்கநாதன், திருமதி. அரங்கநாதன் ஆகியோருக்கும் செம்பூர், திருவாளர் பார்த்தசாரதி பிள்ளை அவர்களுக்கும் படுவூரில் உடன் வந்திருந்து செய்தித் தொகுக்க உதவிய ஊராட்சி மன்றத் தலைவர் சின்னகுட்டி, கே. கசபதி ஆகியோருக்கும் பழவேற்காடு

திருவாளர்கள் துரை, தாஸ் ஆகியோருக்கும் அரசினர் கீழ்த் திசைச் சுவடிகள் ஆய்வு நூலகத்தில் நான் பணியில் சேர்ந்த நாள் தொடங்கி என்னுடைய பணிகள் சிறக்க உதவிய பேராசிரியர் முனைவர் பூ. சுப்பிரமணியம், அடையாளம் பதிப்புக்குழு ஆகியோருக்கும் நன்றி.

ம. இராசேந்திரன்

பகுதி ஒன்று

காலின் மெக்கன்சி

வரலாறும் சுவடிகளும்

காலின் மெக்கன்சி: வரலாறும் தொகுப்பும்

தேவைகளை நிறைவேற்றிக்கொள்ள மக்கள் இடைவிடாது போராடி வருகிறார்கள். இப்போராட்டங்கள் மக்களைப் பாதிக்கும் நிலைக் கேற்ப உணர்த்துவதும் உணர்ந்துகொள்வதும் வாழ்க்கையின் தேவை களாகின்றன. வாழ்க்கைமுறை நவீனம் அடைவதற்கேற்ப மக்களின் தொடர்பு முறைகளிலும் மாற்றங்கள் ஏற்படுகின்றன.

ஒலியெழுப்புதல், தீயம்புகளை ஆகாயத்தில் எய்தல், சூரிய ஒளியைக் கண்ணாடியில் பிரதிபலிக்கச் செய்தல் போன்ற குறியீடுகளால் எண்ணங் களை மற்றவர்களுக்கு அறிவித்தலும், குதிரை, பறவை ஆகியவற்றின் வழியாகச் செய்திகளை அனுப்புதலும், வரும் தலைமுறையினர்க்கும் பயன்பட வேண்டி மரப்பட்டை, தோல், கல், நாணல், ஓலை, புல் ஆகியவற்றில் கருத்துகளைப் பதிவுசெய்தலும் மக்களின் தொடர்பு முறைகளில் ஏற்பட்ட மாற்றங்களை வெளிப்படுத்துகின்றன.

மொழி இவ்வாறு பயன்படும் நிலையடைந்த பொழுது எகிப்தி யருக்குக் கோரையும், பாபிலோனியருக்குக் களிமண் பலகையும், சீனருக்கு மூங்கில் பத்தைகளும் இந்தியா, இலங்கை, பர்மா நாடு களுக்குப் பனை ஓலையும் கருத்துகளைப் பதிவு செய்திடப் பெரிதும் பயன்பட்டிருக்கின்றன.

அதிக முயற்சியின்றியே தேவைக்கான அளவு பெறமுடிதலும், எளிதாகப் பயன்படுத்திக்கொள்ள ஏதுவாக இருத்தலும், எடுத்துச் செல்வதற்கு எளிதாக இருத்தலும், தோல், மரப்பட்டை, செப்பு, தாமிரம், களிமண்பலகை, புல், கோரை, ஆகியவற்றை விட பனை ஓலையையே இந்தியர்கள் பெரிதும் பயன்படுத்தியதற்கான காரணங் களாகும்.

இந்திய நாட்டின் தொல்பொருட்களுள் ஓலைச்சுவடியும் அடங்கு கிறது. தொன்மையான வரலாற்றுப் பின்புலம் உடைய நாடுகள் தங்கள் தொல்பொருட் கலைச்செல்வங்களைத் தேடிப் பாதுகாத்துக்கொள்ள விரும்புதற்கேற்ப, இந்தியாவும் தொகுத்து வந்திருக்கிறது. பிறநாட்டுத் தொல்பொருள் கருவூலங்களையும் சிறப்பு கருதியும் அரசியல்,

பொருளாதார ஆதிக்கம் கருதியும் சில நாட்டினர் தொகுத்திருக்கின்றனர். அவர்களுள் கர்னல் காலின் மெக்கன்சி குறிப்பிடத்தக்கவராவார்.

தமிழர்கள் வெகு காலத்திற்கு முன்பிருந்தே தொகுப்பில் நாட்டம் கொண்டிருந்தனர் என்பதை நெடுந்தொகை, குறுந்தொகை தொகுத்தோன் தொகுப்பித்தோன் குறிப்புகள் நிறுவுகின்றன. மேலும் சமயச் செல்வாக்கு மிக்க பேரரசு காலத்திலும் திருமுறைகள் தொகுக்கப்பட்டுள்ளன. இவ்வாறு வழிவழியாய் வந்தவர்களுள், 18ஆம் 19ஆம் நூற்றாண்டு களில் ஈழத்தில் ஆறுமுக நாவலர், சி.வை.தாமோதரம் ஆகியோரும் தமிழகத்தில் உ.வே.சா., வ.உ.சி. ஆகியோரும் தொகுப்பிலும் பதிப்பிலும் ஈடுபட்டவர்களில் முன்னோடிகளாவார்கள்.

ஆனால் இவர்களுக்கு முன்பும் பக்தி இலக்கியக் காலத்திற்குப் பின்பும் ஆங்கிலக் காலனி ஆதிக்கத்தில் ஆட்பட்டுக்கிடந்த இந்தியாவில் தொகுப்புப் பணியைத் தொடங்கிவைத்த முதல் ஐரோப்பியர் கர்னல் காலின் மெக்கன்சியாவார். அவருடைய தொகுப்புகள், அரசியல், வரலாறு, பண்பாட்டு இலக்கியத்துறைகளைச் சேர்ந்த அருங்கருவூல மாக விளங்குகின்றன. அத்தொகுப்புகளில் குறிப்பாகத் தமிழ்ச்சுவடிகள் இதுவரை முழுமையான ஆய்வுக்கு எடுத்துக்கொள்ளப்படவில்லை. சில கட்டுரைகளும், சில நூல்களும், சில மொழிபெயர்ப்புகளும் வெளிவந்துள்ளனவே தவிர, தமிழக வரலாற்றின் பன்முகப் பாங்கினை வெளிப்படுத்தும் வகையில் அவை பயன்படுத்திக்கொள்ளப்பட வில்லை.

வரலாற்றுப் பேராசியர்கள் டி.வி.மகாலிங்கம், டி.என்.சுப்பிரமணிம் ஆகியோர் மெக்கன்சி தொகுப்பில் சில பகுதிகளை மட்டும் ஆய்வு செய்து வெளியிட்டிருக்கிறார்கள். எனினும் மெக்கன்சியின் தமிழ்ச் சுவடிகள் பற்றிய முழு ஆய்வுகளாக அவை அமையவில்லை.

சுவடிப் பதிப்பாசிரியர்கள் நேர்கொண்ட அனைத்துச் சிக்கல்களும் சுவடி ஆராய்ச்சியில் ஈடுபடும் அனைவருக்கும் பொதுவாக நேர்கின்றன. இருநூறு ஆண்டுகளில் மெக்கன்சியின் தொகுப்பு அடைந்துள்ள மாற்றங்களும் அவற்றைக் கண்டறிய எடுத்துக்கொண்ட முயற்சிகளும் அளப்பரியன. கொம்பு எது, சுழி எது என்று தெரியாமல் திகைக்க வைக்கின்ற சுவடி எழுத்துகளைப் போன்றே மெக்கன்சி தொகுப்பு எது, பிரௌன் தொகுப்பு எது, லெய்டன் தொகுப்பு எது என்று பிரித்தறிய இயலா வகையில் எல்லாம் கலந்து கிடந்தன. மெக்கன்சி சுவடிகளின் அகரவரிசைப் பட்டியலில் இடம்பெறாத பல சுவடிகள் மெக்கன்சியின் கையெழுத்துடன் இடம்பெற்றுள்ளன. மெக்கன்சியின் தொகுப்பிலிருந்து மட்டும் அவருடைய வரலாற்றை அறிந்துகொள்ள முடிவதில்லை.

அக்குறையைப் போக்கும் வகையில் அவருடைய வம்சாவளியைச் சேர்ந்தவர் எழுதிய கர்னல் காலின் மெக்கன்சி எனும் நூல் பெரிதும் பயன்பட்டது.

காட்டு மூலிகைகளைப்போல் கண்டெடுக்க முடியாமல் அழிந்து போயிருக்க வேண்டியவற்றைத் தமது அரிய உழைப்பால் மெக்கன்சி தொகுத்திருக்கிறார். ஆனால் இரு நூற்றாண்டுக் காலத்திற்குப் பிறகும் கூட அவை இன்னமும் முழுமையாக ஆய்வாளர்களால் பயன்படுத்திக் கொள்ளப்படாமல் இருக்கின்றன என்பதே உண்மைநிலையாக உள்ளது.

மெக்கன்சியின் வரலாறு

கி.பி. 18ஆம் 19ஆம் நூற்றாண்டுகளில் இந்தியாவில் கிழக்கிந்தியக் கம்பெனியை நிலைநிறுத்துவதற்கும் கிறிஸ்துவ மதத்தைப் பரப்பு வதற்கும் பலர் வந்து சேர்ந்தனர். அவர்களுள் சிலர் இந்திய மக்களின் வாழ்க்கை, வரலாறு, மதம், பண்பாடு, சடங்கு, நம்பிக்கை போன்றவை பற்றிய ஆய்வை மேற்கொண்டனர். அதன் வாயிலாக மக்களின் மனநிலையைக் கண்டறிந்து அவற்றிற்கேற்ப ஆட்சியையும் மதத்தையும் பரப்புவதற்குரிய வழிமுறைகளைக் கம்பெனி மேற்கொண்டது.

அத்தகைய ஆய்வாளர்களுள் சிலர், அலுவலகப் பணிகளுக்காக மட்டுமின்றி, அறிவார்ந்த ஈடுபாட்டுடனும் ஆய்வில் ஈடுபட்டனர். வேறு சிலர் தாம் சார்ந்திருந்த துறை அலுவல்களோடு பிறதுறை ஆய்வுகளிலும் நாட்டம் கொண்டனர். அவர்களுள் தொல்பொருள் தொகுப்புப் பணியில் ஈடுபட்ட காலின் மெக்கன்சி குறிப்பிடத்தக்க வராவார். தமிழக வரலாற்றில் குறிப்பிட்ட காலப்பகுதியைத் தெளிவு படுத்தப் பயன்படும் பல்வேறு சான்றுகளுள் மெக்கன்சியின் தொகுப்பு தலைசிறந்து விளங்குகிறது என்று கே.கே.பிள்ளை தமது *தமிழக வரலாறு மக்களும் பண்பாடும்* (ப.10) என்ற நூலில் குறிப்பிடுகிறார்.

காலின் மெக்கன்சி (1754-1821)

இந்தியாவில் முதன் முதலில் கள ஆய்வைத் தொடங்கி வைத்தவரும், நம் நாட்டின் பண்டைய வரலாறு, வாழ்க்கைமுறை, இலக்கியம், பண்பாடு முதலிய பல்வேறு துறைகளையும் சார்ந்த சுவடிகளையும் கல்வெட்டுகளையும் பிற தொல்பொருள்களையும் தொகுப்பதில் முன்னோடியாக விளங்கியவருமாகிய காலின் மெக்கன்சி ஸ்காட்லாந்து நாட்டில் லூவித்தீவில் ஸ்டோர்னோ நகரில் 1754இல் பிறந்தார். ஆறடி இரண்டங்குல உயரமும் அயராத உழைப்பும் உற்சாகமும் கொண்டவராக வாழ்ந்தவர் மெக்கன்சி. இவருடைய பெற்றோர் ஸ்டோர்னோ நகரின் நடுத்தரக் குடும்பத்தினர்.

மெக்கன்சி பெற்றோர்கள்

மெக்கன்சியின் தந்தை மார்டாக் மெக்கன்சி லூவித் தீவின் முதல் அஞ்சலகத் தலைவராக இருந்திருக்கிறார். முதல் அஞ்சலகத் தலைவரின் மகனாகிய மெக்கன்சி இந்தியாவின் முதல் நில அளவையாளராக, தலைமை நில ஆய்வாளராகப் பதவி வகித்தார் என்பது குறிப்பிடத்தக்க தாகும். மெக்கன்சியின் தாயார் பார்பரா மெக்கன்சி. மெக்கன்சி என்பது அவர்களின் குடும்பப் பெயர். அக்குடும்பத்தில் வழிவழியாகப் பலர் வந்திருந்தாலும், காலின் மெக்கன்சியுடன் இன்னும் பல குழந்தைகள் பிறந்திருந்தாலும் குடும்பப் பெயர் காலின் மெக்கன்சி யினாலேயே புகழடைந்திருக்கிறது. அதனால் காலின் மெக்கன்சியை மெக்கன்சி என்றே குறிப்பிட்டு வருகின்றனர்.

மெக்கன்சியின் உடன்பிறப்பினர்

அலெக்ஸ்சாண்டர் என்ற அண்ணனும் கென்னத் என்ற தம்பியும் மேரி என்ற தமக்கையும் காலின் மெக்கன்சியின் உடன்பிறந்தவர்கள். அவர் களுள் அலெக்ஸ்சாண்டர் **1746**இல் பிறந்து **1816**இல் இறந்தார். அவர் இளம் வயதிலேயே வணிகத்துறையில் ஈடுபட்டுழைத்தார் என்பது **6.6.1778**ஆம் நாளிட்ட மெக்கன்சிக்கு எழுதிய கடிதத்திலிருந்து அறிய முடிகிறது. அலெக்ஸ்சாண்டர், திருமணத்திற்குப் பிறகு வெளியேறி விட்டார். எனினும் அவரின் இறப்புக்குப் பிறகு மெக்கன்சிக்கும் அலெக்ஸ்சாண்டர் சொத்தில் பங்கு கிடைத்திருக்கிறது.

உடன்பிறந்த இன்னொருவராகிய கென்னத் பற்றி மெக்கன்சிக்கு எழுதிய கடிதத்தில் குறிப்பிட்டிருக்கிறார். அக்குறிப்புகளிலிருந்து கென்னத் கனடா நாட்டுக்குக் குடிபெயர்ந்தவர் என்பதும், வாழ்க்கையில் பலவிதத் தோல்விகளைச் சந்தித்தவர் என்பதும், மீண்டும் சொந்த நாட்டுக்கே திரும்பிவிட நினைத்தவர் என்பதும் தெரிய வருகின்றன. இவை தவிர வேறுசெய்திகள் கென்னத்தைப் பற்றி கிடைக்கவில்லை.

மெக்கன்சியின் தமக்கையாகிய மேரி, ஸ்டோர்னோவில் **1829**இல் தமது **80**ஆவது வயதில் இறந்திருக்கிறார். அவருடைய இறுதிச் சடங்கில் 'இரண்டாம் இலார்டு தெய்ன்மௌத்' கலந்து கொண்டிருக்கின்றார். மெக்கன்சி இறந்து எட்டாண்டுகளுக்குப் பிறகு மேரி இறந்திருக்கிறார் என்பது தவிர பிற செய்திகள் தெரியச் சான்றுகள் ஏதும் கிடைக்கவில்லை.

மெக்கன்சியின் இளமைக்காலம்

மெக்கன்சி, இளமைக்காலத்திலிருந்தே வேறுபட்ட குணங்களைக் கொண்டிருந்திருக்கிறார். மேக் ஐவன் எனும் ஒருவனின் விருப்பத்திற

கேற்ப மெக்கன்சி நடக்க மறுத்திருக்கிறார். அதனால் மெக்கன்சியின் குடும்பத்தினர் ஈடுபட்டிருந்த வணிகப் பொருள்களுக்கு அதிகக் கட்டணம் விதித்து, குறிப்பிட்ட காலத்தில் அப்பொருள்களைக் கனடா நாட்டுக்கு அனுப்ப முடியாமல் செய்து மேக் ஐவன் அவர்களுக்குத் தொல்லைகள் தந்திருக்கிறான். எனினும் மெக்கன்சி தமது நிலையில் உறுதியாயிருந்திருக்கிறார்.

மெக்கன்சியின் தொடக்கக் கல்வி

மெக்கன்சி பிறந்த காலத்தில் லூவித் தீவின் மொத்த மக்கள் தொகையே ஆறாயிரம்தான். அதில் மெக்கன்சி பிறந்த ஊரான ஸ்டோர்னோவேயின் மக்கள் தொகை சில நூறுதான். எனினும் கீபோர்த் என்பவரின் முயற்சியால் அங்கு ஒரு பள்ளி நடந்து வந்திருக்கிறது. அப்பள்ளியே பிறகு வடக்கு ஸ்காட்லாந்து பகுதியில் சிறப்பானதொரு கல்விக் கூடமாக மாறியிருக்கிறது.

அந்தச் சிறு பள்ளிக்கூடத்தில்தான் மற்றவர்களைப் போல மெக்கன்சியும் படிக்க நேர்ந்தது. ஆனால் பின்னாளில் பொறியாள ராகவும், இலாகிருதக் கணித ஆராய்ச்சியாளராகவும் மெக்கன்சி விளங்க அக்கல்விக்கூடம் பெரிதும் உதவியாய் அவருக்கு இருந்திருக்க வில்லை.

அக்கல்விக்கூடத்தில் பயின்ற அலெக்ஸ்சாண்டர் மெக்கன்சியும் காலின் மெக்கன்சியும் பிற்காலத்தில் அனைவராலும் பாராட்டப் படுகின்றனர். அலெக்சாண்டர் மேற்றிசை நாடுகளிலும் மெக்கன்சி கிழக்கியல் நாடுகளிலும் பணியாற்றிப் புகழடைந்தனர். இவர்கள் இருவரையும் உருவாக்கியது ஒரே பள்ளி; ஒரே ஆசிரியர். இருவரும் சொந்த நாட்டை விட்டுப் பணி காரணமாகப் பிரிந்தபிறகு சந்தித்துக் கொள்ளவே இல்லை. இருவரும் செயல்திறன் மிக்கவர்களாகவும் மற்றவர்களுக்கு வழிகாட்டியாகவும் விளங்கியுள்ளனர்.

மெக்கன்சியின் உயர்கல்வி

அபெர்தீன் பல்கலைக்கழகத்தின் பதிவேடுகளில் காலின் மெக்கன்சி யின் பெயர் இடம் பெறுகிறது. எனினும் அவர் மர்டாக் மெக்கன்சியின் மகனாகிய காலின் மெக்கன்சிதானா என்று உறுதிப்படுத்திக் கொள்ள சான்றுகள் கிடைக்கவில்லை. பள்ளிக் கல்வி முடிந்ததும் மெக்கன்சி பல்கலைக்கழகக் கல்விக்குச் சென்றிருக்கிறார் என்று எண்ணிடும் வகையில் குறிப்பு இருக்கிறதே தவிர பட்டம் பெற்றார் என்று சொல்லுவதற்குக் குறிப்பு இல்லை.

மெக்கன்சியின் தொடக்காலப் பணிகள்

மெக்கன்சி இந்தியா வருவதற்கு முன் ஏற்றிருந்த பணிகள் குறித்து குறைவான குறிப்புகளே கிடைக்கின்றன. அவற்றுள் ஒன்று மெக்கன்சி சுங்கத்துறை ஆய்வாளராகப் பணியாற்றியிருக்கிறார் என்பதாகும். 'சர்ஜான் ஷோர்' என்பவரின் மகனாகிய, இரண்டாம் இலார்டு தெய்ன்மௌத் என்பவரின் (மெக்கன்சியின் தமக்கை மேரியின் இறுதிச்சடங்கின் போது கலந்து கொண்டவர்) குறிப்பிலிருந்து அச்செய்தி தெரியவருகிறது. ஆனால் சுங்கத்துறைப் பதிவேடுகள் 1779ஆம் ஆண்டில் மெக்கன்சி, ஸ்டோர்னோ நகரில் தணிக்கை அதிகாரியாகப் பணியாற்றியிருக்கிறார் என்றும் தமது சொந்த வேலைகள் குறித்து நான்கு மாதங்களுக்குக் குறையாமல் விடுப்பு எடுத்திருக்கிறார் என்றும் குறிப்பிடுகின்றன. 1782இல் ஜனவரிக்கும் ஏப்ரலுக்கும் இடைப்பட்ட காலத்தில் இரண்டு மாதங்களும், மே மாதம் முழுவதும் மெக்கன்சி விடுப்பில் இருந்திருக்கிறார். உடல்நலம் கருதி மேலும் ஆறுமாதங்கள் விடுப்பு எடுத்திருக்கிறார். இறுதியாக 16.12.1782இல் மேலும் மூன்று மாதங்கள் உடல்நலம் கருதி விடுப்பு எடுத்திருக்கிறார்.

மெக்கன்சியின் அக்காலப்பணி, பொதுக் கணக்குகளைச் சரிபார்த்துச் சான்றளிக்கும் பணியாக அமைந்திருக்கிறது. அவ்வாறு மெக்கன்சி அளித்த சான்றிதழில் 13.2.1781ஆம் நாளிட்ட கையொப்பத்திற்குப் பிறகு வேறொன்றும் கிடைக்கவில்லை. அதன் பிறகு 1784இல் ஜேம்ஸ் இராபர்ட்சன் என்பவர் மெக்கன்சியின் பணியில் அமர்த்தப் பட்டிருக்கிறார்.

மெக்கன்சிக்குக் கிடைத்த பணிகள், மகிழ்ச்சியைத் தரவில்லை என்பதால் அடிக்கடி விடுப்பு எடுத்திருக்கிறார். ஆனால் அப்பணி பெறுதல் என்பது அப்பொழுதே மிகவும் அருமையானதாக இருந்திருக் கிறது. பரிந்துரை இல்லாமல் பெறமுடியாத நிலையிலும் மெக்கன்சிக்கு அப்பணியில் தொடர விருப்பம் இல்லை.

இந்நிலையில் 1781க்குப் பிறகு சுங்கத்துறைப் பணிகளில் மெக்கன்சி குறைவாகவே ஈடுபட்டிருக்கிறார். ஆனால் 1781க்குப் பிறகு இந்தியா வரும்வரை மெக்கன்சியின் பணி என்பது இலார்டு நேப்பியருடன் ஆற்றிய பணியேயாகும்.

இலார்டு நேப்பியரோடு

ஆங்கில இலாகிருதக் கணிதமுறையைக் கண்டு அறிவித்த ஜான் நேப்பியரின் வாழ்க்கை வரலாற்றை எழுதும் முயற்சியில் இலார்டு நேப்பியர் ஈடுபட்டிருந்தார். இந்தியர்களின் புராதன கணிதமுறை

பற்றிய பொதுப்பண்புகளும் இலாகிருதக் கணிதமுறை பற்றிய சிறப்புப் பண்புகளும் குறித்த கருத்துகளைத் தொகுத்திடும் பணியில் இலார்டு நேப்பியருக்கு உதவியாகக் காலின் மெக்கன்சி ஈடுபட்டார். பிற்காலத்தில் கிழக்கியல் நாடுகளின் தொல்கலைப் பொருள்கள் பற்றிய ஆய்வில் மெக்கன்சி ஈடுபட இப்பணி வித்திட்டது. இலாகிருதக் கணிதமுறை பற்றிய குறிப்புகள் திரட்டும் பணிக்கே வேறு சிலரைப் போல் இந்தியா வரவிருந்த மெக்கன்சிக்கு இலார்டு நேப்பியரின் எதிர்பாராத மறைவு அதிர்ச்சியைத் தந்தது.

கிழக்கிந்தியக் கம்பெனியில் மெக்கன்சி

மெக்கன்சி, இலார்டு சீபோர்த்தின் பரிந்துரையில் கிழக்கிந்தியக் கம்பெனியின் பணியில் சேர்ந்தார். வழக்கமாகக் கிழக்கிந்தியக் கம்பெனியில் தமது பதினாறு அல்லது அதற்குச் சற்று மேற்பட்ட வயதினிலேதான் பெரும்பாலோர் பணியில் சேர்ந்து வந்தார்கள். ஆனால் தமது வாழ்நாள் முழுவதும் கிழக்கிந்தியக் கம்பெனிக்காகவே பணியாற்றியவர்களுள் ஒருவராகிய மெக்கன்சி, திப்பு சுல்தானுக்கும் கம்பெனிக்கும் நடைபெற்றுவந்த போரின் இறுதிக்காலத்தில், செப்டம்பர் 1783இல், தமது முப்பதாவது வயதில்தான் கிழக்கிந்தியக் கம்பெனியில் சேர்ந்திருக்கிறார்.

எந்த வேலையானாலும் செய்வதற்கு மெக்கன்சி அணியமாயிருந்தார்; என்றாலும் இந்தியா வருவதற்கே விரும்பினார். ஆனால் கம்பெனி மெக்கன்சிக்கு எந்த வேலையும் தராமல் ஊதியம் மட்டும் கொடுத்துக் கொண்டிருந்தது. எனவே கிழக்கு நாடுகளின் கலைகள் பற்றிய ஆய்வில் தாம் ஈடுபட விரும்புவதை வெளியிட்டு, கம்பெனி மேலாளர்களிடம் அனுமதி வேண்டினார். அனுமதி முதலில் மறுக்கப் பட்டுப் பிறகு தரப்பட்டது.

இந்தியாவில் மெக்கன்சி

ஆங்கிலக் கிழக்கிந்தியக் கம்பெனி இந்தியாவில் காலூன்ற டச்சு, போர்த்துகீசியர், பிரெஞ்சு போன்ற, இந்தியாவிலிருந்த வெளிநாட்டாருடன் பலவகையான போர்களில் ஈடுபட்டுக் கொண்டிருந்த காலத்தில் வாரன்ஹேஸ்டிங்ஸ் கவர்னர் ஜெனரலாக இருந்தார். வெளிநாட்டினர் மட்டுமின்றி உள்நாட்டிலும் கம்பெனிக்கு எதிரானவர்களுடன் போர் நடந்துகொண்டிருந்த காலச்சூழலில் செயிண்ட் ஜார்ஜ் கோட்டையின் கவர்னரான இலார்டு மெக்கட்னிக்கு அறிமுகக் கடிதம் வாங்கிக் கொண்டு 1783இல் இந்தியாவிற்கு மெக்கன்சி ஒரு பொறியாளராக வந்து சேர்ந்தார்.

தமிழகத்தில்

அப்போது சென்னை செயிண்ட் ஜார்ஜ் கோட்டை பேட்ரிக்ரோசு எனும் தலைமைப் பொறியாளரின் மேற்பார்வையில் புதுப்பிக்கப்பட்டு வந்தது. அப்பணியில் காலின் மெக்கன்சி ஈடுபடுத்தப்பட்டார்.

மெக்கன்சி, இந்தியா வரும்பொழுதே மதுரையில் தங்கியிருந்த திருமதி ஹேஸ்டர் ஜான்சன், அவருடைய கணவர் சாமுவேல் ஜான்சன் ஆகியோருக்கு அறிமுகக் கடிதங்கள் வாங்கி வந்திருந்தார். சென்னையில் பணி கிடைத்ததும் மதுரை சென்று அவர்களை அறிமுகம் செய்து கொண்டார்.

ஜான் நேப்பியரின் வாழ்க்கை வரலாற்றை எழுதும் பணியில் இலார்டு நேப்பியருக்குப் பிறகு அவருடைய மகள் திருமதி ஜான்சன் ஈடுபட்டிருந்தார். அப்பணிக்குத் தந்தையிடம் பணியாற்றியிருந்த மெக்கன்சி மிகவும் பயன்படுவார் என்று கருதித் திருமதி ஜான்சன் மெக்கன்சிக்கு மகிழ்ச்சியோடு ஆதரவளித்தார். எனினும் மெக்கன்சி அப்பணிகளில் ஈடுபட இயலாமல் படையெடுப்பில் பங்கேற்க நேர்ந்தது.

போர்வீரராக மெக்கன்சி

1783 முதல் 1796 வரை மெக்கன்சி கிழக்கிந்தியக் கம்பெனியின் போர் நடவடிக்கைகளிலேயே ஈடுபடுத்தப்பட்டார். இந்நாட்கள் கம்பெனிக்குத் தொல்லைகள் நிறைந்த நாட்களாகும். 1783ஆம் ஆண்டிலும் பிறகும் கோயம்புத்தூர், திண்டுக்கல் ஆகிய இடங்களில் நடந்த போர்களில் மெக்கன்சி, படையின் முன்னணியில் நின்று பணியாற்றியிருக்கிறார். பிறகு பொறியாளர் பணியில் சென்னை, நெல்லூர், குண்டூர் போன்ற போர் நிகழும் ஊர்கள் தோறும் சென்றிருக்கிறார். 1790 முதல் 1792 வரை மைசூரிலும் பிறகு இலங்கையிலுமாகப் பணியாற்றியிருக்கிறார்.

திருவரங்கப் பட்டினத்தில் நிகழ்ந்த போரில் ஒரு படைப்பிரிவின் தலைவராக நின்று பணியாற்றியிருக்கிறார். போரில் திப்புவை எதிர்த்து, கிழக்கிந்தியக் கம்பெனி பெற்ற வெற்றியில் மெக்கன்சிக்குப் பெரும் பங்குண்டு. 1796க்குப் பிறகு நில அளவையாளராகவே மெக்கன்சி பணியாற்றிக் கொண்டிருந்தார். எனினும் 1799இல் திப்பு இறுதியாகத் தோற்கடிக்கப்பட்ட பிறகே அவர் முழுநேரப் பணியாக நில அளவை யாளர் பணியில் ஈடுபட முடிந்தது.

சென்னைத் தலைமை நில ஆய்வாளராக மெக்கன்சி

நில அளவையாளராக மெக்கன்சி கடுமையாக உழைத்தார்.

தக்காணத்தின் நிலவியலை ஆய்ந்து படம் எழுதும் வேலையில் 1806ஆம் ஆண்டு வரையிலும் ஈடுபடுத்தப்பட்டார். கிழக்கிந்தியக் கம்பனி, நிலவரியை முறைப்படுத்தவும், ஆட்சியைப் பரவலாக்கி அதிகாரம் செலுத்தவும் முதலில் நில அளவும், நிலவியல் தன்மையும் கணித்தறியப் பட வேண்டுமென்தற்காக, மெக்கன்சியை 1810இல் சென்னைத் தலைமை நில ஆய்வாளராகப் பணியில் அமர்த்தியது.

சென்னைத் தலைமை நில ஆய்வாளராகப் பொறுப்பேற்று, மெக்கன்சி ஆற்றிய பணி அடுத்த அரை நூற்றாண்டுக் காலத்திற்கும் மேலாக வழிகாட்டியாகவும் முன்னோடியாகவும் விளங்கியது. இவ்வாறு சிறப்பாகப் பணியாற்றிக் கொண்டிருந்த அவரைக் கிழக்கிந்தியக் கம்பெனி மீண்டும் படையெடுப்பில் பங்குகொள்ள ஆணையிட்டது.

ஜாவாவில் மெக்கன்சி

1811இல் கிழக்கிந்தியக் கம்பெனி இந்தியக் கடற்பகுதியிலிருந்த ஜாவாத் தீவிற்கு இந்தியாவிலிருந்து படையெடுத்துச் சென்றது. அப்படையெடுப்பில் மெக்கன்சி தலைமைப் பொறியாளராக அனுப்பப்பட்டார். கம்பெனி, ஜாவாவை வெற்றிகொண்ட பிறகும் இரண்டாண்டுக் காலம் நிலவரித் திட்டத்தை ஒழுங்கு செய்யும் பணியில் மெக்கன்சியை ஈடுபடுத்தியது.

கம்பெனியின் ஆளுகையில் ஜாவாவைக் கொண்டு வந்ததற்காகப் பாராட்டும் பதக்கமும் மெக்கன்சிக்குக் கிடைத்தன. ஆனால் இப்பெருமை களையெல்லாம் மெக்கன்சி பெறும் முன்பே, 1807ஆம் ஆண்டிலேயே இந்தியாவுக்கு வெளியிலிருந்தும் மெக்கன்சியைப் பலர் அறிந்திருந் தனர். அதனால் ஜாவா சென்று தங்கியிருந்த காலத்தில், அங்கிருந்த படேவியன் சங்கத்தில் சேர்ந்து பணியாற்றிப் பிராம்பனம் சென்று நேரில் கண்ட செய்திகளையும் மெக்கன்சி எழுதியிருக்கிறார். இவ்வாறு கிழக்கிந்தியக் கம்பெனிக்காக அயராது உழைத்து வந்த மெக்கன்சியைக் கம்பெனி மேலும் முழுமையாகப் பயன்படுத்திக்கொள்ள நினைத்தது.

இந்தியத் தலைமை நில ஆய்வாளராக மெக்கன்சி

இந்தியாவுக்கு 1813இல் மெக்கன்சி திரும்பினார். நில அளவைப் பணியில் மீண்டும் ஈடுபட்டார். கிழக்கிந்தியக் கம்பெனி, சென்னைப் பகுதியிலும் ஜாவாவிலும் மெக்கன்சியின் பணியால் ஒழுங்குப்படுத்தப் பட்ட நில அளவையைக் கருத்தில் கொண்டு இந்தியா முழுவதையும் முறைப்படுத்த எண்ணியது. அப்பணிக்குரியவராக மெக்கன்சியை நியமித்தது. அதன்படி இந்தியாவின் தலைமை நில ஆய்வாளராக மெக்கன்சி 1818இல் பதவி ஏற்றார். கிழக்கிந்தியக் கம்பெனி வரலாற்றிலும்

இந்திய வலாற்றிலும் முதல் இந்தியத் தலைமை நில ஆய்வாளர் எனும் பெருமையை இதன்மூலம் மெக்கன்சி பெற்றார். முதல் இந்தியத் தலைமை நில ஆய்வாளர் என்பதோடன்றி முதன்மை நில ஆய்வாளர் என்பதையும் மெக்கன்சி தம் உழைப்பின் மூலம் வெளிப்படுத்தினார்.

மெக்கன்சியின் இறுதி நாட்கள்

முதல் இந்தியத் தலைமை நில ஆய்வாளராகப் பொறுப்பேற்றுக் கொல்கத்தா சென்றடைந்த மெக்கன்சி புதிய சூழலும் தட்பவெப்ப நிலையும் ஒத்துக்கொள்ளாமல் தொல்லையடைந்தார். எனவே விடுப்பு எடுத்துக் கொண்டு இங்கிலாந்து செல்லத் திட்டமிட்டிருந்தார். ஆனால் எதிர்பாராத வகையில் மெக்கன்சி இறந்து போனார். 1819 முதல் 1821 வரையிலுமே மெக்கன்சியின் கொல்கத்தா அலுவலக வாழ்க்கை சிறக்க வில்லை. அடிக்கடி உடல் நலம் குன்றியிருக்கிறது. எனினும் 1819இல் இராயல் சொசைட்டி உறுப்பினர் தேர்தலில் வெற்றிபெற்றுள்ளார்.

மெக்கன்சி, தமது இறுதி நாட்களைத் தமது சொந்த நாட்டில் தாம் தொகுத்து வைத்திருந்த தொல்பொருள்களை ஆய்வு செய்வதில் செலவிட விரும்பியுள்ளார். அதற்கேற்ப மூன்றாண்டுகாலம் ஊதியத் தோடு கூடிய விடுப்புக்கு விண்ணப்பித்துள்ளார். மெக்கன்சியின் நண்பர் ஜான்சனும் அதற்குப் பரிந்துரைத்துள்ளார். ஆனாலும் மெக்கன்சிக்கு விடுப்பு கிடைக்கவில்லை. ஒரு கட்டத்தில் கிழக்கிந்தியக் கம்பெனியின் பணியிலிருந்தே மெக்கன்சி விலகிவிட முடிவு செய்துள்ளார். 1818ஆம் ஆண்டிலேயே இந்தியாவின் வரலாறு எனும் நூலை மெக்கன்சி எழுதக் குறிப்புகள் திரட்டி வந்தார். எனினும் நூல் வந்தபாடில்லை. ஆனால் மெக்கன்சி இறப்பதற்குச் சில மாதங்கள் முன் வரை நாடு முழுவதிலு மிருந்த அவரின் உதவியாளர்களிடமிருந்து பல குறிப்புகளும் தொல்பொருள்களும் அவருக்கு வந்தவண்ணமிருந் திருக்கின்றன.

இறுதியில் மெக்கன்சி தமது சொந்த ஊருக்குச் செல்லப் போவதாக ஜேம்ஸ் ராபர்ட்சனுக்கும் அறிவித்துவிட்டார். ஜேம்ஸ், மெக்கன்சிக்காக ஹூவித் தீவில் மூன்று மாதம் காத்திருந்து, பிறகு வந்த கப்பலைச் சென்று பார்க்கும் போது மெக்கன்சி இறந்துவிட்ட செய்தியைக் கேட்டு அதிர்ச்சி அடைந்திருக்கிறார்.

உடல்நலம் சீரடைவதற்காக, ஆற்றுப் பகுதிகளுக்கும் கடற்பகுதி களுக்குமாகச் சென்றுவந்த மெக்கன்சி மே மாதம் 8ஆம் நாள் 1821ஆம் ஆண்டு தமது 68ஆவது வயதில் கொல்கத்தா ஹூக்ளி நதிக்கரையில் இயற்கை அடைந்தார். அவருடைய உழைப்பைப் போலவே உடலையும் இந்தியா ஏற்றுக்கொண்டது.

மெக்கன்சியின் மனைவி

மெக்கன்சியின் திருமணம் காலம் கடந்து நடந்திருக்கிறது. மெக்கன்சியை விட அவர் மனைவி மிகவும் இளையவராக இருந்திருக்கிறார். மெக்கன்சி, தமது மனைவிக்கு அளவுக்கு மீறிய வசதிகளைச் செய்து கொடுத்தார். எதிலும் வேறுபட்டுச் சிறந்து நிற்கும் மெக்கன்சி அவரின் திருமணத்திலும் மற்றவர்களைவிடவும் வேறுபட்டிருந்தார்.

மெக்கன்சி ஜாவாவில் தங்கியிருந்த பொழுது டச்சுக் குடும்பத்தினர் பலருடன் பழகும் வாய்ப்பைப் பெற்றார். அவ்வாய்ப்பு அவருக்கு ஒரு மனைவியைத் தேடித் தந்தது. தமது ஐம்பத்தெட்டாவது வயதில் மெக்கன்சி முதன்முறையாகத் திருமணம் செய்துகொண்டிருக்கிறார்.

1812 நவம்பர் *18*ஆம் நாள் லுத்ரன் சர்ச்சில் பெட்ரோனெல்லா ஜாகோயினா பார்டேல்ஸ் எனும் பெயருடைய பெண்ணைத் திருமணம் செய்துகொண்டார். மணமகள் ஈழத்தில் திரிகோணமலையில் பிறந்த டச்சுக் குடும்பத்தைச் சேர்ந்தவர். மெக்கன்சி அப்பெண்ணை, ஒரு வேளை ஈழம் சென்றபோது சந்தித்திருந்திருக்கலாம் என்று சிலர் எண்ணுகிறார்கள்.

திருமணத்திற்குப் பிறகு அவர்களின் தேனிலவு வாழ்க்கைகூட ஆராய்ச்சிப் பணிகளிலும் தொல்பொருள் தொகுப்புப் பணிகளிலும் கழிந்திருக்கிறது. திருமதி மெக்கன்சியும் தேனிலவு காலத்திலும் கணவரின் தொகுப்புப் பணிக்கும் ஆய்வுப் பணிக்கும் உதவும் முறையில் டச்சு மொழிபெயர்ப்பாளராகப் பணியாற்றியிருக்கிறார். ஆனால் அவரின் பெற்றோர்களைப் பற்றி அறிந்துகொள்ளும் வகையில் எந்தக் குறிப்பு களும் கிடைக்கவில்லை.

மெக்கன்சி தமது மனைவியை அன்புடன் நேசித்திருக்கிறார். தமது வாழ்க்கையின் அனைத்துப் பணிகளிலும், பயன்களிலும் தமது சொத்து களிலும் மனைவிக்குப் பங்கு கொடுத்திருந்தார். தமது ஊதியப் பகுதி யைத் தமக்கைக்கும் மனைவிக்குமாகச் செலவு செய்துள்ளார்.

மெக்கன்சி இறந்தபிறகு அவரின் தொல்பொருள் தொகுப்புகளைக் கிழக்கிந்தியக் கம்பெனி, திருமதி மெக்கன்சியிடமிருந்து விலைக்குப் பெற்றுக்கொண்டது.

எதிர்பாராத வகையில் மெக்கன்சி இறந்த பிறகு, திருமதி மெக்கன்சி, மெக்கன்சியின் சகோதரியைக் காண ஸ்டோர்னோவேயிக்குக் கப்பலில் பயணமானார். ஆனால் மெக்கன்சியின் தமக்கையைக் காண்பதற்கு முன்பு கப்பலில் உடன் வந்த பயணியாகிய லெப்டினன்ட் ராபர்ட் எனும் போர் வீரனை இரண்டாம் கணவனாக மணந்து கொண்டார்.

இரண்டாவது கணவனும் 1884, ஏப்ரல் 19ஆம் நாள் இறந்து போனார். ஆனால் அப்பெண்மணி இறந்து போனது எப்போது என்று அறிந்திட உதவும் குறிப்பேதும் இல்லை.

மெக்கன்சியின் அரிய பண்பு நலன்கள்

மெக்கன்சி, தொடக்ககாலம் முதற்கொண்டு சில கொள்கைகளில் வழுவாமல் வாழ்ந்தார். ஏற்றுக்கொண்ட பணியில் இடையறாது உழைத்து வந்தார். தமது இறுதி நாட்களில்கூட நேரம் தவறாமையில் கருத்தாக இருந்தார். அலுவலக முறைகளையும் ஆணைகளையும் எந்த வித முணுமுணுப்புமின்றி ஏற்றுவந்தார். சுங்கத்துறை ஆய்வாளராகவும் தணிக்கையாளராகவும் இருந்தபோது அடிக்கடி விடுப்பு எடுத்த மெக்கன்சி, தமது 38 ஆண்டுக்கால இந்தியப்பணியில் ஒருநாள்கூட விடுப்பு எடுத்தாரில்லை. தம்மைப்போலவே மெக்கன்சி, தம்மிடம் பணியாற்றியவர்களிடமும் நல்ல ஒழுக்கம், பண்பாடு, விருப்புடன் கூடிய கடின உழைப்பு, கட்டுப்பாடு ஏற்படச் செய்தார். கூர்த்த மதியும் நுட்பமாகச் செய்திகளை அறிந்துகொள்ளும் ஆற்றலும் பெற்றிருந்தார். செயல்திறன் மிக்கவராக விளங்கினார். நில அளவைப் பணியில் ஈடுபட்டுக் காடு மேடுகளில் மெக்கன்சி அலைந்தபோது ஊதிய உயர்வுக் காகக்கூட, பணியை இடையே விட்டுவிட்டு அலுவலகம் சென்றாரில்லை. பலமுறை மெக்கன்சியைத் தேடி மலைப்பகுதிகளுக்குச் சென்று அவருக்குரிய ஊதியத்தைக் கொடுத்திருக்கின்றனர். சில நேரங்களில் இரண்டாண்டுக் காலம்கூட அலுவலகத்திற்குத் திரும்பாமல் காடுமேடு களில் அலைந்து பணியாற்றியிருக்கிறார். நண்பர்களும் மற்றவர்களும் பாராட்டிக் கட்டுரைகள் எழுதும் வகையில் வாழ்ந்திருக்கிறார். நாற்பது ஆண்டுகளாக உடன்பிறந்த தமக்கையைப் பார்த்துவரவும் நேரமில்லாத மெக்கன்சி, தமக்குக் கிடைத்த ஓய்வு நேரங்களையும் தொல்பொருள் தொகுப்புப் பணிக்காகவே செலவிட்டிருக்கிறார்.

சாதாரணமாகப் பிறந்து, தம் கடமையில் கண்ணும் கருத்துமாகத் திகழ்ந்து கிழக்கிந்தியக் கம்பெனியிடம் படை வீரராக, விஞ்ஞானியாக, ஆய்வாளராக வளர்ந்து மிகப்பெரும் பதவியாகிய முதல் இந்தியத் தலைமை நில ஆய்வாளர் பணியைப் பெற்ற மெக்கன்சியின் வாழ்க்கை, வரலாறாகி இருக்கிறது.

இந்தியாவில் நிறைந்திருந்த கொசுக்களின் தொல்லையால் அடிக்கடி உடல்நலம் கெட்டுக் காய்ச்சலில் கிடந்து மெக்கன்சி அல்லல்பட்டா ரெனினும் அதைப் பொருட்படுத்தாமல் அலைந்து திரிந்து அலுவலகப் பணி ஆற்றியிருக்கிறார். இது ஒருபுறமிருக்க அனைவராலும் காலம் முழுவதும் பாராட்டப்படும் வகையில் தொல்பொருள் தொகுப்புப்

பணியில் ஈடுபட்டிருக்கிறார் என்பது எல்லாவற்றிலும் மேலாக அவரை நினைக்க வைத்திருக்கிறது.

மெக்கன்சியின் தொகுப்புப் பணிமுறை

மெக்கன்சியின் பணி என்பது அவருடைய அலுவலகப் பணி மட்டு மன்று. மெக்கன்சிக்கு அலுவலகப் பணி போன்றே தொகுப்புப் பணியும் அமைந்திருந்தது. அலுவலகப்பணி, தொகுப்புப் பணிக்கு உதவியாக, பின்னணியாக விளங்கிவந்தது. அதைப் பயன்படுத்திக்கொண்டு, அலுவலகப் பணிக்காக மெக்கன்சி சென்ற பல இடங்களில் எல்லாம் தொகுப்புப் பணியும் செய்து வந்தார். மெக்கன்சியின் தொல்பொருள் தொகுப்புப் பணியை மதுரையில் தொகுப்புப்பணி, 1783 முதல் 1795முடிய தொகுப்புப்பணி, 1796முதல் 1810வரை தொகுப்புப் பணி, 1811 முதல் 1813 முடிய தொகுப்புப்பணி என்று வகைப் படுத்திக்கொள்ளலாம். மெக்கன்சி மதுரைக்குச் சென்றநாள் முதற் கொண்டு தொகுப்புப்பணி என்பது அவருடைய இறப்பு வரையிலும் தொடர்ந்திருக்கிறது.

மதுரையில் தொகுப்புப்பணி

பல்வேறு வரலாற்றுச் சிறப்பு வாய்ந்த மதுரை, மெக்கன்சியின் தொகுப்புப் பணியிலும் முதலிடம் வகிக்கிறது. மதுரையில்தான் மெக்கன்சியின் ஆய்வுப்பணியும் தொகுப்புப் பணியும் கால்கொண்டன.

ஈழத்துத் தலைமை நீதிபதியாகவும், இராயல் ஏசியாடிக் சொசைட்டி யைத் தொடங்கியவர்களுள் ஒருவராகவும் விளங்கிய, ஜான்ஸ்டன் அழைப்பை ஏற்று மதுரையில் மெக்கன்சி தங்கியிருந்த பொழுது தமிழறிஞர்களுடனும் பொதுமக்களுடனும் பழகும் வாய்ப்பைப் பெற்றார். அப்போதுதான் இலக்கியம், வரலாறு குறித்து இந்தியாவில் தொகுக்க வேண்டிய செய்திகள் ஏராளம் இருப்பதை மெக்கன்சி உணர்ந்தார். அதன் தொடர்ச்சியாகத் திருமதி ஜான்சன் தொகுத்து வைத்திருந்த குறிப்புகளை வகைப்படுத்தும் பணியில் மெக்கன்சி ஈடுபட்டார். திருமதி ஜான்சனின் உதவியாளர்களுடன் பழகி, அவர் களைத் தமது தொகுப்புப் பணிகளுக்கும் பின்னாளில் மெக்கன்சி பயன்படுத்திக் கொண்டார்.

1783 முதல் 1795 முடிய தொகுப்புப்பணி

மெக்கன்சியின் இந்திய வாழ்க்கையில் இக்காலப் பகுதியில் போர் மேகங்கள் சூழ்ந்திருந்தன. அவருக்குக் கிடைத்த ஓய்வு மிகவும் குறைவு. எனினும் இந்திய மக்களின் பழக்கவழக்கங்கள், வரலாறு, நிலவியல்

பற்றிக் கண்டும் கேட்டும் மெக்கன்சி அறிந்து வந்தார். அக்கால வாழ்க்கை நிலை பற்றி மெக்கன்சி தமது நண்பருக்கு எழுதிய கடிதத்தில், தொகுப்புப் பணியில் தமக்குள்ள விருப்பத்தை வெளிப்படுத்தியிருக்கிறார்.

1796 முதல் 1810 வரை தொகுப்புப் பணி

1796ஆம் ஆண்டு ஈழம் சென்ற மெக்கன்சி, ஈழம்பற்றிய செய்திகளையும் தொல்பொருள்களையும் தொகுத்தார். ஈழத்தில், 'மகிழ்ச்சியின் உருவெடுத்த மேதாவி' என்று மெக்கன்சியால் அழைக்கப் பெற்ற காவெல்லி வேங்கட போரியா என்பவரைச் சந்தித்தார். அவரளித்த அறிவுரையும் உற்சாகமும் மெக்கன்சியின் தொகுப்புப் பணிக்கு ஊக்கம் தந்தன. இந்தியாவுக்குத் திரும்பியதும் மெக்கன்சி, தொகுப்புப் பணிகளில் தீவிரமாக ஈடுபட்டு ஓலைச்சுவடி, கையெழுத்துப்படி ஆகியவற்றைத் தேடித் தொகுத்தார். 1810இல் சென்னைத் தலைமை நில ஆய்வாளராகப் பொறுப்பேற்றுக் கொண்டது மெக்கன்சியின் தொகுப்புப் பணிக்கு மிகவும் உதவியது. தென்னிந்தியப் பகுதிகள் அனைத்திலிருந்தும் பல தொகுப்புகளைச் சேகரித்தார்.

1811 முதல் 1813 முடிய தொகுப்புப்பணி

1811இல் மெக்கன்சி, படைப்பிரிவின் தலைமைப் பொறியாளராக ஜாவாவுக்குச் சென்றபோது அங்கும் தமது அலுவலகப் பணிகளோடு தொகுப்புப் பணியிலும் ஈடுபட்டார். அங்கிருந்த பட்டேவியன் சங்கத்தின் வழியே தொகுப்புப் பணியில் ஈடுபட்டதோடு தாமே நேரிடையாகவும் தொகுத்திருக்கிறார். 13.10.1811ஆம் நாளிட்டு மெக்கன்சி, ஆளுநர் இலார்டு மிண்டோ என்பவருக்கு, ஜாவாவைப் பற்றிய செய்திகளைத் தொகுத்திட வேண்டிக் கடிதம் எழுதி, அனுமதி பெற்றுத் தொகுத்திருக்கிறார்.

1814க்குப் பிறகு தொகுப்புப் பணி

மீண்டும் மெக்கன்சி இந்தியா வந்ததற்குப் பிறகு 1818இல் இந்தியாவின் முதல் தலைமை நில ஆய்வாளராகப் பதவி ஏற்றபின்பும்கூட மெக்கன்சி தமது தொகுப்புப் பணியில் தடையின்றி ஈடுபட்டு வந்திருக்கிறார். குறிப்பாக 1821இல் அவர் இறப்பதற்குச் சில மாதங்கள் முன்பு வரையிலும் தொகுத்திருக்கிறார். அலுவலகப் பணிக்காக அடிக்கடி குமரி முதல் கிருட்டினா வரையிலும் சென்று வரும் போதெல்லாம் தொகுப்புப் பணியில் ஈடுபட்டார். ஒரு நிறுவனம்கூட, தனிப்பட்ட முறையில் தொகுத்திட முடியாத அளவிலான தொகுப்புகளைத் திட்டமிட்டு மெக்கன்சி தொகுத்திருக்கிறார்.

மெக்கன்சியின் தொகுப்புத் திட்டங்கள்

இந்திய வரலாற்றை வெளிப்படுத்தும் வகையில் நூல் ஒன்று எழுதத் திட்டமிட்டு மெக்கன்சி தொகுத்து வந்தார். தொகுத்தவற்றுள் தேவையானவற்றை மொழிபெயர்த்து வெளியிடவும் அவர் திட்ட மிட்டிருந்தார். மெக்கன்சியின் திட்டமிடுதலும் தொல்பொருள் தொகுக்க மேற்கொண்ட முறைகளும் பாராட்டப்பட்டிருக்கின்றன.

தொகுப்புப் முறைகள்

தொல்பொருள் தொகுப்பிற்காக மெக்கன்சி மேற்கொண்ட முயற்சி களைப் போலவே முறைகளும் வியந்து போற்றுதற்கு உரியனவாகும். அவை பின்வருமாறு:

1. தமிழ், தெலுங்கு, மலையாளம், கன்னடம், மராத்தி, வட மொழி போன்ற பல மொழிகளுக்குமாக இலட்சுமய்யா போன்ற அறிஞர்கள் பலரை உதவியாளர்களாக அமர்த்திக்கொண்டு அவர் களுக்கு ஊதியம் கொடுத்துத் தொகுப்புப் பணியில் அவர்களை ஈடுபடுத்தியிருக்கிறார்.

2. உதவியாளர்களைக் கிராமங்கள், ஊர்கள் தோறும் அனுப்பி வைத்து மெக்கன்சி தொகுக்கச் செய்திருக்கிறார்.

3. செல்வாக்குள்ள மக்களிடம் அணுகி, அவர்களின் முன்னோர் வரலாறு பற்றி எழுதி வாங்கியிருக்கிறார். அதன் இறுதியில் எழுதிக் கொடுத்தவர்களிடம் கையொப்பமும் பெற்றிருக்கிறார்.

4. பல்வேறு வகையான சாதிகள் பற்றியும் மலைவாழ் மக்கள் பற்றியும் அங்கிருந்தவர்களைக்கொண்டு கூறச் செய்து எழுதி, தொகுக்கச் செய்திருக்கிறார்.

5. கோவில்களிலும் மற்ற இடங்களிலும் வட்டெழுத்திலும் பிற எழுத்துகளிலுமிருந்த படித்தறிய முடியாத கல்வெட்டுகளை, அப்படியே படம் எழுதுவது போல் பார்த்து எழுதச் செய்து உதவியாளர்கள் மூலம் தொகுத்திருக்கிறார்.

6. ஓலைச் சுவடிகளாகவோ அவற்றிலிருந்து படியெடுக்கப்பட்ட சுவடிகளாகவோ பெற்றவற்றை உதவியாளர்களைக் கொண்டு தாளில் எழுதச் சொல்லிப் பெரும் தொகுதிகளாகத் தொகுத்திருக் கிறார். அதனால் சில கல்வெட்டுகளுக்கு ஒன்றுக்கு மேற்பட்ட படிகளும் உள்ளன. வேறு சிலவற்றிக்குத் திருத்தி எழுதியபடி மட்டுமே காணப்படுகிறது. சிலவற்றிற்கு எந்தப் படிகளும் கிடைக்காமல் மெக்கன்சியின் காலத்திற்குப் பிறகு டெய்லர், பிரௌன் ஆகியோர் எடுத்தப் படிகளே கிடைக்கின்றன.

படியெடுக்கப்பட்டபோது பல பிழைகளுடன் படியெடுக்கப் பட்டிருக்கின்றன.

7. ஒரு வினாப்பட்டி தயாரித்துப் பலருக்கும் அனுப்பி மறுமொழி பெற்றுத் தொகுத்திருக்கிறார். அவ்வினாப் பட்டியில் வரலாறு, மதம் தொடர்பான வினாக்கள் அடங்கியிருக்கின்றன. ஆய்வில் வினாப் பட்டி முறையை இந்தியாவில் முதன் முதலில் பயன்படுத்தி யுள்ளவர் மெக்கன்சி. அவ்வினாப்பட்டி தமிழில் உள்ளது. மெக்கன்சியின் வழிகாட்டலில் உதவியாளர்களால் தயாரிக்கப் பட்டுள்ளது. அவ்வினாப் பட்டி மொழிநடை திருந்திய நடையாக அமையாமல் உதவியாளர்களின் மொழிநடையில் அமைந்துள்ளது. அரசினர் கிழக்கியல் சுவடிகள் நூலகத்தில் டி.3290ஆம் எண்ணில் இடம்பெற்றுள்ள அவ்வினாப்பட்டி வருமாறு:

மெக்கன்சி துரையின் கேள்விகள்

யிடுமாறண்டம் யாதா ஸகியா பாகம் அரிய வேண்டியது.

ஸ்ரீரங்கம் திருச்சனாப்பள்ளியில் புத்திவந்தாளாயிருக்கப்பட்ட

பிறான வித்துவாங்கிஷானனாலே விசாரிக்க வேண்டியது.

தற்ம வறும்மா என்னப்பட்டவர் யார்.

அவர்தான் தற்மறாசா, அவானாலே தான் ஆதியில் ஸ்ரீரங்கம் கோவில் கட்டப்பட்டதா?

வற்மா எனப்பட்டத்துக்கு அற்த்தம் யென்ன?

சகம்யெப்படி உண்டாச்சுதோ அதனுடைய வயனமும் ஒரையும் யென்னப்பட்ட பழைய பட்டணம் உண்டாய் எத்தினை நாளாச்சுது?

சோளறாசாக்களுடைய றாசதானி யெது?

மேல்படி சோளராசா பட்டணம் மணல் மேடுயிட்டு போனது எப்போது? அதனுடைய வயனமும் அந்த சோளறாசாக்களுடைய கதைகள் சரித்திரங்கள் என்ன?

தெற்கே, சோள சமுத்திரம் முதல்கொண்டு கங்கறான சங்கர் வரைக்கும் யிருவது றாசாக்கள் 1179 வறுஷம் றாச்சியம் பரிபாலனம் பண்ணினார்களாம். அவர்களுடைய பேரும் அவர்களுடைய றாசதானி யெது, அவர்களுடைய கதைகள் சரித்திரங்கள் எவடத்துலே யாகிலு மிருக்கிறதா?

சாலிவாகனன் போரின் முதல் கொண்டு அவர்களுக்குப் பிறகாலம் யிருந்த றாசாக்களுடைய சரித்திரம் கதைகள் அவர்களுடைய

வறுஷம் தேதி, அவர்களுக்குள்ளே கடைசியில் றாச்சியம் பண்ணினவர் யார்?

புறதனமாயிருக்கப்பட்ட சோளறாசா, சேரராசா அவர்கள் றாச்சியம் யாண்ட வருஷம் தேதியும்.

அவர்களிலே பிறபுத்துமாயிருக்கப்பட்ட ஆறு றாசாக்கள்.

கிறமிகண்ட சோளன் கரிகால சோளன் என்னு சொல்லப்பட்டவர் றாச்சியம் பண்ணினார்களே, அவர்களுடைய சரித்திரங்களும் அவர்கள் னாளையில் நடந்த வித்திர சங்கதிகளும் அவர்களிருந்த றாசதானியும் அவர்க்கையினாலே எழிதியிருக்குரத்துக்கு வருஷமும் தேதியும்.

அவர்களிலே ஆர்னாலே காவேரிக்கி அணை கட்டுமுதலானது கட்டி வச்சதும் தெரியயெழுத வேண்டியது.

றாமானுசாசாரியர் என்ன பட்ட மஹாபுருஷர் திருனாமம் பிறாமணன் வயிஷ்ணவமதத்தைப் புனர் உத்தாரம் பண்ணினவர். மறுபடியும் ஸ்ரீரங்கம் மேலே கோட்டை திருப்பதி யிந்தஸ்தளத்தை உண்டு பண்ணின வயனமும் அவர் யிருந்த காலத்தினுடைய வறுஷமும் சகமும்.

அவர் னாளையில் றாச்சியாதிபதி யார்?

ரங்கத்திலே புனாவிலத்தில் வயிஷணவ மதத்தை உத்தாறனம் பண்ணுகிற காலத்தில் அன்னிய மதஸ்தாறாலே சிறுது கறுஷ்ணை நடந்த சங்கதிகளும் அதை யெல்லாமடக்கி வறும்படியும் ஸ்ரீறங்கத்தில் உத்தாரம் பண்ணின வயனமும்

அவர் என்ன கிறந்தம் பொஸ்தகம் பண்ணினாரோ அதுகளுடைய பேரும் தெரிஞ்சு எழுத வேண்டியது.

சங்கறாசாரியர் மானுபாவர் மேல் சொல்லப்பட்ட சமானமானவர் ஸர்மாற்க மதத்தையும் உத்தாரமும் பண்ணினவர். அவருடைய சங்கதிகளுடைய பேரும் எழுத வேண்டியது.

பண்டாரங்களுடைய பீட்ட உத்தாரங்களும் தெற்கு தேசத்திலிருக்கப் பட்ட தேவஸ்தானங்களும் அவர்களுக்கு நடத்தை மரயாதிகளும் தெரிய யெழுத வேண்டியது.

சேர றாசாக்களுடைய கதைகள் சரித்திரங்கள் அனேக கதைகளிலே சொல்லி வருகுறது. ஆனால் யிருட்டு போலே காண்பிக்குறதே அன்னியில் நன்றாய் தெரியவில்லை யென்று நிச்சியமாய் தெரிய வில்லை. ஆனால் ெ...ம் பத்தூர் யென்று தோணப்படுகிறது.

அப்படியே கொங்கு ராசாக்களுடைய சரித்திரங்களும் தோணப் படுகிறது.

மதுரையிலே யிருந்து ராச்சியம் பண்ணின பாண்டிய ராசாக் களுடைய கதை சரித்திரங்களும்

அவர்கள் ஆயிரத்து முன்னூறு வருஷத்துக்குள்ளிருந்ததும் அவர் களுடைய கதைகள் அனேகமாயி சம்பாதிச்சு யிருக்குறோம். யின்னம் சம்பாதிக்க வேண்டியது.

சோள ராசா மலயாள ராசாக்களுடைய கதைகள் கைபீத்துக்கள் கலந்து யிருக்கப்பட்டதும் சொன்ன பாண்டிய ராசாக்களினாலே ஆர் ராச்சியாதிப்பத்தியம் பெத்திருக்குறதும் அதனுடைய விபரங் களை தெற்கே யிருக்கப்பட்ட சங்கதிகளிலே யெங்கேயாகிலும் சொல்லப் படுகுதா அதினுடைய வயனமும்.

பிறாமணாள் குடித்தினம் பண்ணப்பட்ட வெள்ளாளர்க் குமரன் தச்சன் முதலாகியிருந்தது யெப்போ அதிகமாயி தெற்கே வந்து பயிர் யில்லாதவிடத்தைப் பயிர் செய்தார்கள்.

இவ்வினாப்பட்டிவழி வரலாற்றுச் செய்திகளிலும் நாட்டுப்புறக் கதைகளிலும் மெக்கன்சிக்கு இருந்த நாட்டம் வெளிப்படுகிறது.

கிறித்துவப் பாதிரிமார்களை மெக்கன்சி, தொகுப்புப் பணிகளுக்குப் பயன்படுத்திக் கொண்டிருக்கிறார். அவ்வகையில் தஞ்சை வேதநாயகம், தஞ்சை மராட்டியர்களின் வமிசாவளிப் போன்ற சுவடிகளைத் தொகுத்துத் தருவதில் உதவியிருக்கிறார். அச்சுவடியின் முதற்பக்கத்தில் மெக்கன்சி தம் கைப்பட வேதநாயகத்தின் தொகுப்பு என்பதைக் குறித்து வைத்திருக்கிறார்.

மெக்கன்சியின் தொகுப்புப் பணியின் நோக்கம்

பல்வேறு துறைகளைச் சேர்ந்த தொல்பொருள்களைத் தொகுக்கும் பணியில் மெக்கன்சி ஈடுபட்டிருந்தாலும் அவற்றினூடே கிழக்கிந்தியக் கம்பெனியை நிலைப்படுத்துதல் என்பதும் கிறித்துவ மதத்தைப் பரப்புதல் என்பதும் நோக்கங்களாக இருந்திருக்கின்றன. சில இடங்களில் நேரடி யாகவும் பல இடங்களில் மறைமுகமாகவும் அந்நோக்கங்கள் வெளிப் பட்டிருக்கின்றன.

சான்றாக, மெக்கன்சி ஜாவாவில் தங்கியிருந்தபொழுது தமது தொகுப்புப் பணிக்கு அனுமதி கேட்டு, அங்கிருந்த ஆளுநருக்கு எழுதிய கடிதத்தில், அத்தொகுப்பு இந்திய அரசினர்க்கு (கிழக்கிந்தியக் கம்பெனி அரசுக்கு) மிகவும் பயன்படும் என்றும், கம்பெனிப் படையினர்க்கு

வழிகாட்டியாகவும் உதவியாகவும் பயன்படும் என்றும் இந்த நாட்டின் வரலாற்றிற்கும் பயன்படும் என்றும் குறிப்பிட்டு, அத்தொகுப்புக்கான செலவுகளைத் தமது ஊதியத்திலிருந்து தந்துவிடுவதாகவும் குறிப் பிட்டுள்ளார். ஆளுநர் மகிழ்ச்சியுடன் மெக்கன்சியின் வேண்டுகோளை ஏற்றுக்கொண்டு உதவி புரிந்ததுடன் செலவுகளையும் ஏற்றுக் கொண்டிருக்கிறார்.

மேலும் கிழக்கிந்தியக் கம்பெனியே ஜான் லெய்டன் போன்றவர் களை மெக்கன்சியின் மேற் பார்வையில் பணியாற்ற நியமித்திருக்கிறது. இவைதவிர மெக்கன்சிக்குப் பிறகு கிழக்கிந்தியக் கம்பனி அத்தொகுப்பு களைப் பெற்றுக்கொண்டு தக்கவர்களைக் கொண்டு ஆய்வு நடத்தியதும் பிறகு வந்தவர்கள் பலர் அப்பணியில் தொடர்ந்ததும் அவர்களின் தொகுப்புப்பணியின் நோக்கங்களை வெளிப்படுத்துவதாக அமைந்திருக் கின்றன.

மெக்கன்சியின் தொகுப்புப் பணிக்கான செலவு

கிழக்கிந்தியக் கம்பெனியின் உதவியுடன் தொகுப்புப் பணியில் மெக்கன்சி ஈடுபட்டிருந்தாலும் அதற்கான செலவுத் தொகையாக மெக்கன்சி, தமது ஊதியத்தில் பெரும்பகுதியைச் செலவிட்டிருக்கிறார். தமது தொகுப்புப் பணிக்காக அமர்த்தப்பட்ட உதவியாளர்களுக்கும், பிற தொகுப்புப் பணிகளுக்குமாக 15,000 பவுன்களுக்கு மேல் செலவு செய்திருக்கிறார் என்று ஏ.ஜான்சன் என்பவர் சான்றளித்திருக்கிறார்.

மெக்கன்சியின் உதவியாளர்கள்

மெக்கன்சியின் தொகுப்புப்பணி உதவியாளர்கள் அனைவரும் அந்தந்த ஊர்ப்பகுதியைச் சேர்ந்தவர்களாக இருந்துள்ளனர். நாட்டின் பல்வேறு பகுதிகளையும் சேர்ந்தவர்கள். அவர்களில் பெரும்பாலோர் கொஞ்சமேனும் ஆங்கிலம் அறிந்திருந்தனர். அவர்கள் கூறுவதை மட்டும் எடுத்துக்கொள்ளாமல் அவற்றிற்கான சான்றாதாரங்களை மெக்கன்சி தேடித் தொகுத்ததால் உதவியாளர்களும் மனம்போன போக்கில் எதையும் சொல்லமுடியாதவாறு தடுக்கப்பட்டனர்.

அவர்களுள் வெங்கடலச்சுமய்யாவும் தஞ்சை மராட்டிய அரசரிடத்தில் பணியாற்றிவந்த பாபுராவும் குறிப்பிடத்தக்கவர்கள். மெக்கன்சிக்காக பாவுராவ் நடத்திய பயணமும் தொகுத்த பொருள்களும் பற்றிய செய்திகளைப் பாபுராவின் அறிக்கை விவரிக்கிறது.

மெக்கன்சியின் தொகுப்புப் பணிமுறை என்பது, அவருடைய மற்றைய சிறப்புகளைப் போலவே போற்றுதற்குரியதாக விளங்குகிறது. கள

ஆய்விலும் கல்வெட்டுப்படி எடுத்தலிலும் இந்தியாவுக்கு வழிகாட்டும் மெக்கன்சி, தொகுப்புப்பணி முறையிலும்கூட வரலாற்றறிஞர்களுக்கு வழிகாட்டியாக விளங்குகிறார். நிலக்கிடப்பியல் அறிஞர்களில் முதன்மையானவராகவும், நிலவியல் அறிஞர்களுள் தன்னேரில்லாத வராகவும் விளங்கியதால் மெக்கன்சியால் தொல்பொருள் தொகுப்புப் பணியில் நெறிமுறைகளோடு ஈடுபட்டுத் தொகுத்திட முடிந்திருக்கிறது, அதனால் அத்தொகுப்புகள் சிறந்து விளங்குகின்றன.

பொழுதுபோக்காகத் தொடங்கிய தொல்பொருள் தொகுப்புப் பணியைப் பின்னர் கிழக்கிந்தியக் கம்பெனியின் தேவைகளில் ஒன்றாக மாற்றியமைத்தவர் மெக்கன்சி. அவ்வாறு மெக்கன்சிக்கு இரண்டாம் நிலை வேலையாக அமைந்திருந்த தொகுப்புப் பணியால் உருவானது மெக்கன்சி தொகுப்பு என்ற சிறப்புடன் வழங்கப்பட்டு வரலாற்றில் அவரை முதலிடத்திற்கு கொண்டு வந்துவிட்டது.

மெக்கன்சியின் தொகுப்பு-சிறப்பும் வரலாறும்

தொகுப்புப்பணியிலும், முறையிலும் முன்னோடியாக விளங்கும் மெக்கன்சியினுடைய தொகுப்பின் சிறப்பைப்பற்றி அறிஞர்கள் கூறிய செய்திகளும், மெக்கன்சிக்குப் பிறகு இன்றுவரை மெக்கன்சி தொகுப்பின் நிலை பற்றிய வரலாறும் மெக்கன்சி தொகுப்பைப் பற்றி அறிய உதவுகின்றன.

மெக்கன்சி தொகுப்பு பெயர்க்காரணம்

இந்தியத் தலைமை நில ஆய்வாளர்களாகவும் பொறியாளர்களாகவும் கிழக்கிந்தியக் கம்பெனியில் மெக்கன்சிக்குப் பிறகும் பலர் பணியாற்றி யிருக்கின்றனர். எனினும் அவர்கள் யாரும் ‘மெக்கன்சியின் தொகுப்பு’ என்பதைப் போன்ற சிறப்புடைய தொகுப்புகளை உருவாக்க இயல வில்லை என்பதே மெக்கன்சி தொகுப்பின் மேன்மையை வெளிப் படுத்துகிறது.

மெக்கன்சி *38* ஆண்டுகள் இந்தியாவிலும் ஜாவாவிலும் இலங்கை யிலும் அலைந்து திரிந்து உழைத்துத் தொகுத்தவை அவருடைய பெயரால் மெக்கன்சி தொகுப்பு என்று அழைக்கப்பட்டு வருகிறது.

மெக்கன்சி தொகுப்பின் சிறப்புகள்

மெக்கன்சி தொகுப்பின் சிறப்புகளைப் பாராட்டி, பல்வேறு துறை களைச் சேர்ந்த அறிஞர்கள் கருத்துகளைக் கூறியிருக்கின்றனர். ‘கிழக்கத்திய நாடுகளின் மொழி, மக்கள் வாழ்க்கை, வரலாறு

ஆகியவற்றைப் பற்றி அறிந்துகொள்ள விரும்பும் ஐரோப்பியருக்கு மெக்கன்சியின் தொகுப்பு ஒரு கலங்கரை விளக்கமாக விளங்குகிறது' என்று அவர் இறந்து ஐந்து மாதங்கள் கழித்து அவரைப் பத்திரிகைகள் பாராட்டியுள்ளன.

'மெக்கன்சியின் தொகுப்பு, கடின உழைப்பால் உருவாகிய அரிய செய்திகளைக் கொண்டுள்ளது' (*The Dictionary of national biography*, pp.582-585) என்று ஓர் அகராதி குறிப்பிட்டுள்ளது.

சர் கிளிமெண்ட் மார்க்கம் என்பவர், 'தென்னிந்தியா பற்றிய இலக்கியம் மற்றும் வரலாறு குறித்த நமது அறிவு என்பது முழுவதும் மெக்கன்சியின் சுவடிகளிலிருந்தே பெற்றவையாகும்' என்று குறிப்பிட்டிருக்கிறார்.

'மெக்கன்சி தொகுப்பில் உள்ள செய்திகள் பெரிதும் நம்புதற்குரியவை என்பதற்கு மைசூர் வரலாறு பற்றிய தொகுப்பே சான்றாகும்' என்று வில்சனும் சர் அலெக்ஸ் ஜான்சனும் (Catalogue Raisonnee of oriental manuscripts, p.1) அவரைப் பாராட்டி எழுதியுள்ளனர். வரலாற்றறிஞர். வி.ஆர்.ஆர். தீட்சிதர், 'அவர் (மெக்கன்சி) தம் உழைப்பின் பயனாகக் கிடைத்தவைதாம் இப்போதுள்ள வரலாற்றுக் கையெழுத்துப் பிரதிகளும், பிறவுமாய் இருக்கின்றன. இந்தத் தொகுப்பைப் போல ஐரோப்பாவிலும் இந்தியாவிலும் இதுவரைக்கும் யாரும் செய்ததில்லை' என்றும்,

'எப்படி யார் சொன்னாலும் மெக்கன்சி செய்த வேலையை மாத்திரம் உயர்வு நவிற்சிக்குள் அகப்படுத்த முடியாது. உண்மையான வேலையென்றும் ஓயா உழைப்பென்றும் எவரும் கூறுவர்' (*கர்நாடக ராஜாக்கள் சவிஸ்தார சரித்திரம் பக் VII*) என்றும் குறிப்பிட்டுப் பாராட்டுகிறார்.

டாக்டர் கே.கே.பிள்ளை 'பத்தொன்பதாம் நூற்றாண்டில் தமிழகத்தின் அரசியல் சமுதாய நிலைகளை அறிந்துகொள்ள மெக்கன்சியின் சுவடிகள் பெரிதும் பயன்படுகின்றன' என்று பாராட்டியிருக்கிறார். (*தமிழக வரலாறு மக்களும் பண்பாடும் ப.10*) மேலும் சி.எஸ். சீனிவாசாச்சாரியார் போன்றவர்களும் பாராட்டியிருக்கின்றனர். (*History of Gingee and its Rulers*, p.410)

இவ்வாறு பாராட்டுகளைப் பெறும் மெக்கன்சி, தாம் தொகுத்தவற்றைக் கிடைத்த ஓய்வு நேரங்களில் ஆய்வு செய்து சிறப்பான செய்திகள் குறித்துச் சில கட்டுரைகள் எழுதியிருக்கிறார். அக்கட்டுரைகள் மெக்கன்சி தொகுப்பின் பெருமையை வெளிப்படுத்தியிருக்கின்றன.

கிழக்கிந்தியக் கம்பெனியரால் வெளியிடப் பெற்ற நூலில், நெல்லூரிலிருந்த ஓங்கேல் சாலைபற்றிய கட்டுரையை மெக்கன்சி எழுதியிருக்கிறார். அவ்வாய்வை மெக்கன்சி 1788இல் நடத்தியுள்ளார்.

மற்றொரு தொகுதியில் 'கம்மகுளம் வரலாறு' எனும் தலைப்பில் நாட்டுப்புறக் கதை ஒன்று பற்றி மெக்கன்சி எழுதியுள்ளார்.

ஐதர் அலியின் வாழ்க்கை பற்றி, ஆசியாட்டிக் ஆண்டுவெளியீட்டில் மெக்கன்சி எழுதியிருக்கிறார். அச்செய்திகள் அதற்கு முன்பு யாரும் அறிந்திராவை. அவ்வரலாற்றுக் குறிப்புகள் 1787இல் நெல்லூரிலிருந்து தொகுக்கப்பட்டனவாகும். (The Dictionary of National Biography, Vol.XII, p.583)

அதே தொகுதியில், அதுவரை அச்சாகாத செய்திகள் அடங்கிய விசயநகர வரலாறு பற்றிய கட்டுரை ஒன்றும் மெக்கன்சியால் எழுதப்பட்டுள்ளது. அக்கட்டுரையில் ஆனைக்குந்தி அரசர்கள் பற்றியும் அவர்களின் வாழ்க்கைமுறை பற்றியும் விளக்கப்பட்டுள்ளன.

மெக்கன்சி 1801இல் 'குரிகூரில்' இருந்தபொழுது தொகுத்தவை, 'மர்தா குரு' எனும் தலைப்பில் மேற்குறிப்பிட்ட தொகுதியில் அவராலே கட்டுரையாக எழுதப்பட்டுள்ளது. அதற்கு முன்புவரை அச்செய்திகள் யாரும் அறிந்திராதவை என்பதும் குறிப்பிடத்தக்கதாகும்.

'பட்ட அரசர்கள்' எனும் தலைப்பில் 'நிடிகுல்' எனும் ஊரிலிருந்து தொகுத்தவற்றை அடிப்படையாகக் கொண்டு ஆசியாட்டிக் சங்கத்தில் உறுப்பினராக இருந்துகொண்டே மெக்கன்சி கட்டுரை எழுதியிருக்கிறார். அக்கட்டுரையில் அவர்கள் புலால் உண்பவர்கள் என்றும் பாடல்கள் இயற்றுவது அவர்கள் தொழில் என்றும், சாத்திரங்களைப் படித்தறிந்து மற்றவர்களுக்கு வழிகாட்டியாக விளங்குவது அவர்கள் கடமை என்றும் கூறப்பட்டிருக்கின்றன. மேலும் அவர்கள் வேதங்களைப் படிப்பதில்லை என்றும் கூறப்பட்டுள்ளது. மெக்கன்சியாலேயே இச்செய்திகள் வெளி உலகுக்குத் தெரிய வந்தன.

மெக்கன்சி தமது தொகுப்பிலிருந்து இதழ்களுக்கு எழுதிய கட்டுரைகளினால் மெக்கன்சி தொகுப்பின் பெருமைகளை வெளிநாட்டார் உணரத் தொடங்கினர். அக்கட்டுரைகளிலிருந்து நாட்டுப்புற இயல் தொடர்பான செய்திகளைத் தொகுப்பதில் அவர் காட்டிய நாட்டமும் வெளிப்படுகிறது.

மேலும் சமண மதம், தத்துவம் பற்றிய மெக்கன்சி தொகுப்பில் உள்ள சுவடிகள் பெரிதும் சிறப்புடையவை. சமணர்களைப் பற்றியும் சமணமதத் தத்துவம் பற்றியும் ஆராய்ந்தறிந்து கண்டவர்களுள் முதலிடத்தைப் பெற்றுள்ளவர் மெக்கன்சி என்பதை அவருடைய தொகுப்பு வெளிப்படுத்துகிறது.

கர்னல் மார்க்வில்க்ஸ் என்பவர் தமது வரலாற்று நூலில் தமக்கு மெக்கன்சி தொகுப்புப் பயன்பட்ட முறையைப் பாராட்டி

எழுதியிருக்கிறார். திப்பு சுல்தானுடன் நடத்திய போர் குறித்து மெக்கன்சி எழுதிய நூலைப்பற்றியும் சிறப்பித்துக் கூறியிருக்கிறார். இரண்டு தொகுதி களடங்கியது அந்நூல் என்ற குறிப்பு உள்ளது.

ஜாவா இனமக்கள் இந்திய இனத்தினருடன் பல வகைகளில் ஒத்துள்ளனர் என்று கண்டறிவித்த பெருமை மெக்கன்சி தொகுப்புக்கு உரியதாகும் என்று டெய்லர் பாராட்டியிருக்கிறார்.

மெக்கன்சி தொகுப்பிலுள்ள ஒரு மலையாளச் சுவடியில் அரசனின் கடமையும் நால்வருணப் பாகுபாடும் பார்ப்பனர்களுக்கு எதிராகப் பேசுவோரின் நாக்கினை வெட்டிவிடும் நடைமுறையும், பார்ப்பனர்கள் மட்டும் மற்ற வகுப்புப் பெண்களைத் திருமணம் செய்துகொள்ளலாம் மற்ற வகுப்பினர் அவர்களைவிடத் தாழ்ந்த வகுப்பிலுள்ள பெண்களை மட்டுமே திருமணம் செய்துகொள்ளலாம் என்ற விதிமுறைகளும் கூறப்பட்டிருக்கின்றன.

தஞ்சாவூர் வரலாறு பற்றிய மெக்கன்சி தொகுப்பிலுள்ள ஒரு தெலுங்குச் சுவடி வரலாற்றுச் சிறப்பு வாய்ந்ததாகும். 15ஆம் நூற்றாண்டின் தஞ்சை வரலாறுபற்றி அறிய இச்சுவடியைப்போல வேறு சான்றுகள் எவையும் இல்லை என்று டெய்லர் பாராட்டியிருக் கிறார். அத்தொகுப்பு முழுவதும் ஆங்கிலத்தில் மொழிபெயர்க்கப்பட வேண்டும் என்று கம்பெனிக்கு அவர் பரிந்துரைத்திருக்கிறார். அந்தத் தெலுங்குச் சுவடியைப் போன்று சிறப்புடைய ஒரு மராத்திய சுவடியையும் மொழிபெயர்க்க வேண்டுமென்று டெய்லர் பரிந்துரை செய்திருக்கிறார்.

கர்னல் வெல்லீஸ்லி, ‘மெக்கன்சியின் பெருமையைப் பற்றி நாம் ஒன்றும் சொல்ல வேண்டாம், அவருடைய தொகுப்பே அப்பெருமை களுக்குச் சான்றாக விளங்குகிறது’ என்று குறிப்பிட்டிருக்கிறார். (T.V.Mahalingam, Mackenzie, Vol. I p.IX)

கிழக்கிந்தியக் கம்பெனியின் போர் நடவடிக்கைகளுக்கும் நிதி நிலைக்கும் மெக்கன்சி தொகுத்த புள்ளிவிவரங்களும் வரலாற்றுச் செய்திகளும் பெரிதும் உதவியிருக்கின்றன. மெக்கன்சி எழுதிய கட்டுரைகளுக்கு மட்டுமின்றி, அவருடைய நண்பர்களாகிய இராபில்ஸ் எழுதிய ‘ஜாவாவின் வரலாறு’ எலிபின்ஸ்டன் எழுதிய ‘இந்திய வரலாறு’ எனும் சிறப்புமிக்க நூல்களுக்கும் மெக்கன்சியின் தொகுப்பே அடிப்படையான செய்திகளை வழங்கியிருக்கிறது.

எகிப்தியப் பிரமிடுகளை விடவும் பெருமையுடைய புத்த கோயிலை மெக்கன்சி ஜாவாவில் கண்டறிவித்தார். அதுபற்றி அவருடைய குறிப்பு களும் செய்திகளும் ஆண்டுக் கணக்கில் புதர் மூடிக்கிடந்த கோயிலை

வெளிப்படுத்திய முறை பற்றித் தெரிவிக்கின்றன. புத்தமதம் ஜாவாவில் இருந்ததற்குரிய முதல் சான்றே அக்கோயில்தான். அதை ஆராய்ச்சி யாளர்களுக்கு அறிவித்த பெருமை மெக்கன்சி தொகுப்பையே சேரும்.

மெக்கன்சியும் பேக்கர் என்பவரும் ஜாவாவில் போரோ பேதூரி லிருந்து மூன்றுகல் தொலைவிலிருந்த 'த்ஜாந்திமெண்டுட்' எனும் பல ஆண்டுகளாக மண்முடிக் கிடந்த அழகிய கோயிலையும் த்ஜாந்தி கலசன் எனும் மற்றுமொரு இந்துக்கோயிலையும் கண்டுணர்த்தினர். அவர்கள் கண்டறிவித்த இந்துக் கோயிலை, வெறும் வரவேற்புக்கூடம் என்று கூறிக்கொண்டிருந்த பலரின் கருத்துகளை மறுத்து அது இந்துக் கோயில்தான் என்பதை மெக்கன்சி உறுதிப்படுத்தியிருக்கிறார்.

இவ்வாறு பல்வேறு சிறப்புகளையும் தன்னகத்தே உடைய மெக்கன்சி தொகுப்பு குறித்து எழுதப்பட்ட பல கட்டுரைகள் மெக்கன்சிக்குப் பிறகும் ஆசியாட்டிக் சொசைட்டி இதழ்களிலும் ஆளுநர் எல்லீசும் மெக்கன்சியும் இணைந்து 1812இல் தோற்றுவித்த, சென்னைக் கல்விச் சங்கத்து இதழ்களிலும் பிறவற்றிலும் வெளிவந்துள்ளன. ஆனால் இத்தொகுப்பில்அடங்கியுள்ளவற்றிற்கு மெக்கன்சி, அட்டவணை தயாரிக்கத் திட்டமிட்டு நிறைவேறாமல் போய்விடவே அவருக்குப் பின்வந்தவர்கள் பலர் அம்முயற்சியை மேற்கொண்டனர்.

மெக்கன்சி தொகுப்பின் விவரம்

மெக்கன்சி தொகுப்புக்கு அட்டவணை தயாரிப்பதில் ஈடுபட்டவர் களுள் சர்கிளிமெண்ட் மார்கம், வில்சன், வில்லியம் டெய்லர் ஆகியோர் குறிப்பிடத்தக்கவராவார். அவர்கள் அறிக்கையிலும் நூலிலும், மெக்கன்சி தொகுப்பின் அருமையும் பெருமையும் கூறப்படுவதோடு, அதில் உள்ளவை பற்றிய சுருக்கப்பட்டியலும் விளக்கமும் சேர்த்துத் தரப்பட்டிருக்கின்றன.

சர் கிளிமெண்ட் மார்கம் புள்ளிவிவரம்

வில்லியம் டெய்லர் அறிக்கைக்கு முன்பாக சர்கிளிமெண்ட் மார்கம் என்பார் மெக்கன்சி தொகுப்புக்கு ஒரு புள்ளிவிவரம் மட்டும் கொடுத்துள்ளார். அதன்படி கல்லிலும் செம்பிலும் உள்ள சாசனங்கள் 3000 என்றும் பல்வேறு மொழிகளைச் சேர்ந்த சுவடிகள் 1568 என்றும், கல்வெட்டுகள் 8076 என்றும் ஓவியங்கள் 2630 என்றும் வரைபடங்கள் 78 என்றும் நாணயங்கள் 6218 என்றும் படிமங்கள் 106 என்றும் மெக்கன்சி தொகுப்பு குறித்த பட்டியல் மட்டும் தெரியவருகிறது. மேலும் அமராவதி கற்சிற்பங்கள் பல மெக்கன்சியால் தொகுக்கப் பெற்று இங்கிலாந்துக்கு அனுப்பி வைக்கப்பட்டன என்றும் மெக்கன்சியின்

தொகுப்பில் 15 மொழிகளில் 21 எழுத்து வடிவங்களைக் கொண்டவை இடம் பெற்றிருக்கின்றன என்றும் மார்கம் குறிப்பிடுகிறார்.

வில்சன்தரும் விவரம்

கிழக்கிந்தியக் கம்பெனியின் வேண்டுகோளுக்கேற்ப வங்காளத்து ஆசியாட்டிக் சொசைட்டியில் இருந்த வில்சன் என்பவர், முழுமை யடையாமல் விட்டுப்போன, மெக்கன்சி தொகுப்பின் அட்டவணைப் பணியை மேற்கொண்டு முதல் பதிப்பாக 1825இல் வெளிவரச் செய்தார். அந்நூலின் விரிந்த பதிப்பாக, மெக்கன்சியின் வரலாற்றையும் சேர்த்து இரண்டாம் பதிப்பு 1882இல் வெளிவந்தது.

வில்சனுக்கு வடமொழி தவிர ஏனைய தென்னிந்திய மொழிகளில் பயிற்சி இல்லை என்பதால் மெக்கன்சியின் உதவியாளர்கள் கூறிய வற்றிலிருந்து உணர்ந்து கொண்டு அட்டவணை தயாரித்திருக்கிறார். வில்சனின் அட்டவணை நூலில் மெக்கன்சி தொகுப்பில் இடம்பெறும் பலவற்றிற்கும் தொகுத்த முறைபற்றிய குறிப்புகள் கொடுக்கப் பட்டுள்ளன. மேலும் மொழி அடிப்படையிலான பாகுபாடும் மெக்கன்சி தொகுப்புக்குச் செய்யப்பட்டுள்ளது. தொகுப்பிலுள்ள ஒவ்வொன்றும் பற்றிய சுருக்க விளக்கமும் தரப்பட்டுள்ளது. அத்துடன் பட்டியலும் தரப்பட்டுள்ளது. மொழிப் பாகுபாட்டுடன் கூடிய அப்பட்டியல் வருமாறு:

மொழி	எழுத்து	எண்ணிக்கை
வடமொழி	தேவநாகரி	115
லடமொழி	தேவநாகரி, நந்திநாகிரி	103
வடமொழி	தெலுங்கு	205
வடமொழி	கன்னடம்	28
வடமொழி	துளு	10
வடமொழி	மலையாளம்	10
வடமொழி	கிரந்தம்	96
வடமொழி	வங்காளம்	2
வடமொழி	ஒரிசா	18
கன்னடம்	பழைய கன்னடம்	14
தமிழ்	தமிழ்	274
தெலுங்கு	தெலுங்கு	176
பழையகன்னடம்	கன்னடம்	144
கன்னடம்	கன்னடம்	32
கன்னடம்	கன்னடம்	31
மலையாளம்	மலையாளம்	6

ஒரிசா	ஒரிசா	23
மராத்தி	மராத்தி	16
இந்தி	தேவநாகரி	20
பாரசீகம், அரபு	நாஷாலிக்	114
இந்துஸ்தானி		8
ஜாவானீஸ்	ஜாவானீஸ்	37
பர்மன்	பர்மன்	6
		1568

(மொத்தச் சுவடிகளின் எண்ணிக்கை 1488 என்பது பட்டியலில் 1568 என்று குறிப்பிடப்பட்டுள்ளது)

மேற்குறிப்பிட்டுள்ள 1488 சுவடிகளும் பல்வேறு மொழிகளில் இடம் பெற்றுள்ளமையைப் பட்டியலிட்டு வில்சன் கொடுத்திருப்பதைப் போன்று பொருள் அடிப்படையிலும் ஒவ்வொரு மொழியிலும் இடம் பெறும் நூல்களின் எண்ணிக்கைபற்றிய பட்டியலும் கொடுக்கப் பட்டுள்ளது. அப்பட்டியல் வருமாறு:

வடமொழி	நூல்களின் எண்ணிக்கை
வேதம் பற்றி	47
வேதாந்தம் பற்றி	2
நியாயம் பற்றி	7
தருமம் (சட்டம்) பற்றி	70
புராணம் பற்றி	56
கணிதம் பற்றி	122
வரலாறு பற்றி	17
இலக்கியம் பற்றி	62
அறிவியல் (வானவியல் பற்றி)	55
நிலவியல் பற்றி	13
மருத்துவம் பற்றி	6
தாந்திரீகம் பற்றி	11
மதம் பற்றி	14
மீமாம்சம் பற்றி	1
சாங்கியம் பற்றி	1
சமண இலக்கியம் பற்றி	44
தமிழ்	
புராணம் மற்றும் தன் வரலாறு பற்றி	44
உள்ளூர் வரலாறு, தன்வரலாறு பற்றி	39

நாடகம், கதை, கவிதை பற்றி	72
இலக்கணம் அகராதி பற்றி	10
வானவியல் பற்றி	14
மருத்துவம் பற்றி	10
கலைகள் பற்றி	3
தெலுங்கு	
புராண இலக்கியங்கள் பற்றி	36
உள்ளூர் வரலாறு மற்றும் தன் வரலாறு பற்றி	23
கவிதை நாடகம் கதைகள் பற்றி	82
இலக்கணம் பற்றி	9
வானவியல், மருத்துவம் பற்றி	6
பழைய கன்னடம்	
புராணம் தலவரலாறு பற்றி	48
உள்ளூர் வரலாறு தலவரலாறு பற்றி	17
கதை, கவிதை, சமய நீதி நூல்கள் பற்றி	18
இலக்கணம், சோதிடம், மருத்துவம் பற்றி	16
மலையாளம் பல்வேறு துறைகளிலும்	6
கன்னடம் பிற துறைகள் பற்றி	32
மராத்தி பல்வேறு துறைகளிலும்	12
ஒரியா பல்வேறு துறைகளிலும்	23
இந்தி பல்வேறு துறைகளிலும்	18
அரபு பல்வேறு துறைகளிலும்	18
பாரசீகம் பல்வேறு துறைகளிலும்	87

மேற்குறிப்பிட்டவை தவிர மெக்கன்சி தொகுப்பில் தென்னிந்தியப் பகுதிகளில் வழங்கிவரும் மொழிகள்பற்றியும் குறிப்பிட்ட இடங்கள் பற்றியும், குறிப்பிட்டுக் கூறவேண்டிய சிறப்புகளையுடைய கட்டடங்கள் பற்றியும், உள்ளூர் மரபுகள் பற்றியும், வியப்புக்குரிய பழக்கவழக்கங்கள் பற்றியும் மெக்கன்சி தொகுத்தவை சிறு சிறு வரலாற்றுச் சுவடிகளாகும். அவை உள்ளூர் வரலாறுகள் என்று அழைக்கப்படுகின்றன. உள்ளூர் வரலாறுகள் இந்தியாவின் எந்தப் பகுதியைச் சேர்ந்தவை என்பதற்கும் எந்த மொழியில் உள்ளவை என்பதற்குமான ஒரு பட்டியல் வில்சன் அட்டவணையில் இடம் பெற்றுள்ளது:

நாடு	மொழி	தொகுதி	கட்டுரைகள்
தெலுங்குநாடு	தெலுங்கு, கன்னடம்	64	462
திராவிடம்	தமிழ்	43	1358

விட்டுக் கொடுக்கப்பட்ட மாவட்டங்கள்	தெலுங்கு	*69*	*619*
மைசூர்	தமிழ் மற்றும் கன்னடம்	*20*	*147*
கர்நாடகா	கன்னடம்	*9*	*115*
மலையாளம்	தமிழ் மற்றும் தெலுங்கு	*19*	*274*
மகாராட்டிரம்	மராத்தி	*40*	*95*
மொத்தம்		*264*	*2070*

மேலும் மெக்கன்சி தொகுப்பிலுள்ள கல்வெட்டுகளின் பட்டியல் பின்வருமாறு:

	தொகுதி	கல்வெட்டுகள்
தமிழ்க் கல்வெட்டுகளினின்றும் படி எடுத்தவை	*17*	*236*
பிறமொழிக் கல்வெட்டுகளினின்றும் படி எடுத்தவை	*60*	*7840*
மொத்தம்	*77*	*8076*

மெக்கன்சி தொகுப்பிலிருந்து ஆங்கிலத்தில் மொழிபெயர்க்கப் பட்டவற்றிற்கான பட்டியல் வருமாறு:

	தொகுதி	கல்வெட்டுகள்
உதிரியாக இருந்தவற்றிலிருந்து ஆங்கிலத்தில் மொழிபெயர்க்கப்பட்டவை		*679*
தொகுதிகளாக மொழிபெயர்க்கப் பட்டவை	*75*	*1480*
மொத்தம்	*75*	*2159*

இவை தவிர மெக்கன்சி தொகுப்பில் இடம்பெறும் பிற தொல் பொருட்களின் பட்டியல் வருமாறு:

வரைபடங்கள்	*79*
ஓவியங்கள்	*2630*
நாணயங்கள்	*6218*
படிமங்கள்	*106*
பிற தொல்பொருட்கள்	*40*

இவ்வாறு வில்சனின் 'மெக்கன்சி தொகுப்பு' எனும் நூல் மெக்கன்சி தொகுப்பிற்கு அட்டவணையாக அமைந்திருக்கிறது.

வில்லியம் டெய்லரின் அறிக்கை விவரம்

மேற்குறிப்பிட்டவாறு விளக்கமுடன் கூடிய அட்டவணையை வில்சன் தயாரித்தாரெனினும் அது மெக்கன்சி தொகுப்புக்கு முழுமையான விரிவான அட்டவணையாக அமையவில்லை என்பதால் அவருக்குப் பிறகு வில்லியம் டெய்லர் அப்பணிக்கு அமர்த்தப்பட்டு, முழுமையான அறிக்கை அளிக்கும்படி ஆணையிடப்பட்டார். வடமொழி வல்லுநராக விளங்கிய வில்லியம் டெய்லர், மெக்கன்சி தொகுப்பை முழுமையாக ஆராய்ந்து, சிறந்தவற்றைப் பற்றிச் சுருக்க விளக்கத்துடன் ஆங்கிலத்தில் ஆறு அறிக்கைகளை அளித்தார். அவை சென்னைக் கல்விச்சங்க இதழ்களில் தொடர்ந்து வெளிவந்தன.

அவ்வறிக்கைகள், தமிழ், தெலுங்கு, கன்னடம், மலையாளம், மராத்தி, பாலி, வடமொழி என்ற வரிசையில் ஒவ்வொரு மொழியிலும் உள்ள சுவடிகளைப் பற்றிய செய்திகளைச் சுருக்கமாகக் கொண்டுள்ளன. அதன் பின்னர் அச்சுவடியின் தற்போதைய நிலைபற்றியும், அச்சுவடி பற்றிய தமது கருத்துகள் என்பது பற்றியும் வில்லியம் டெய்லர் குறிப்பிட்டு விளக்கியுள்ளார்.

அச்சுவடிகளின் இன்றியமையாமை கருதி முழுவதும் ஆங்கிலத்தில் மொழிபெயர்க்கப்பட வேண்டியவை என்றும் சில பகுதிகள் மட்டும் மொழிபெயர்க்கப்பட வேண்டியவை என்றும் மொழிபெயர்க்கப்பட வேண்டாதவை என்றும் மூவகையாக மெக்கன்சியின் தொகுப்பு டெய்ரலால் வகைப்படுத்தப்பட்டுள்ளது.

மெக்கன்சி தொகுப்பின் வரலாறு

பல அறிஞர்களாலும் வகைப்படுத்தப்பட்டு அட்டவணை தயாரிக்கப் பட்டுள்ள மெக்கன்சியின் தொகுப்பு இன்றுவரை அதனுடைய நிலை என்னவாக இருக்கிறது என்பதே தனி வரலாறாகும். மெக்கன்சியின் தொகுப்பு உருவாக மெக்கன்சியின் உழைப்பினைப்போலவே அவருடைய உதவியாளர்களின் உழைப்பும், கம்பெனியினரின் ஒத்துழைப்பும் சிறப்பிடம் வகித்தன.

மெக்கன்சி தொகுப்பு உதவியாளர்களின் பணி

ஜாவாவில் ஆளுநர் இராவில்சு, டாக்டர் ஜான், கர்னல் நாகர் ஆகியோரும் டச்சுப்பகுதியில் ஜோகன் என்பவரும் வங்காளத்தில்

பேக்கரும் தென்னிந்தியாவில் நிட்டல் நைனா, சி.வி. இலட்சுமய்யா, சீனிவாசய்யா, நாராயணராவ், ஆந்தவராவ், சி.வி. இராமசுவாமி, வெங்கடராவ், சுப்பராவ், சிவராமய்யா, இராமதாசு, பாபுராவ், அப்பாவு, சி.வி. வெங்கட போரியா, அப்துல் அசீஸ், பாஸ்காரியா, மோபாரான் ஆகியோரும் மெக்கன்சியின் தொகுப்புப் பணிக்கு உதவியவர்களுள் குறிப்பிடத்தக்கவராவர். அவர்களுள் சி.வி. வெங்கடபோரியா, மெக்கன்சியின் பாராட்டுதலுக்கு உரியவராக விளங்கினார்.

தென்னிந்தியப் பகுதிகளிலிருந்து மெக்கன்சி தொகுப்புக்கு உதவிய வர்களுள் பலர் பார்ப்பனர்களாக இருந்திருக்கின்றனர். அவர்களுள் சி.வி. வெங்கடபோரியாவும் ஒருவர். அவரை மெக்கன்சிக்கு 1795இல் அவருடைய சகோதரர் சி.வி. வெங்கட இராமசாமி அறிமுகப்படுத்தி வைத்துள்ளார்.

சி.வி.வெங்கடபோரியா 1776இல் எல்லூரில், விசயநகர அரசர்களுக்கு அமைச்சர்களாக இருந்தவர்களின் வழியில் வந்தவர். அவர் தமது 10ஆவது வயதில் வடமொழியில் புலமை பெற்றவர். 14வது வயதில் பள்ளிக்கூடம் சென்று தெலுங்கு இலக்கியமும் இலக்கணமும் கற்றவர். கிழக்கிந்தியக் கம்பெனிப் பணியில் சேருவதற்காக பெர்சியனும் இந்துஸ்தானியும் கற்றுத் தேர்ச்சியடைந்தவர். தமது 18வது வயதில் மெக்கன்சியிடம் எழுத்தராகப் பணியில் சேர்ந்தவர். மெக்கன்சியின் உதவியால் கணிதம், வானவியல், நிலவியல், பிற அறிவியல் துறைகளைப் பற்றிய ஐரோப்பிய இந்திய முறைகளில் உள்ள அறிவைப் பெற்றுக் கொண்டவர். போரியாவின் நினைவாற்றல் வியத்தற்குரியதாக விளங்கி யிருக்கிறது. தவிர வேறு பல இந்திய மொழிகளையும் போரியா கற்றுக்கொண்டுள்ளார். வரைபடங்கள் வரைவதிலும் தேர்ச்சிபெற்று மெக்கன்சியின் பாராட்டையும் பெற்றுள்ளார்.

இத்தகுதிகளுடன் கூடிய போரியா மெக்கன்சியின் தொகுப்புப் பணிக்குப் பெரிதும் உதவ முடிந்தது. அவ்வாறு போரியா, தொன்மை யான நாணயங்கள், கல்வெட்டுகள், பழங்கன்னடத்தைச் சேர்ந்த தொல்பொருட்கள் ஆகியவற்றைத் தொகுத்துத் தந்திருக்கிறார். அவை ஆசியாட்டிக் சொசைட்டியின் அருங்காட்சியகத்தில் போரியாவின் பெயரோடு வைக்கப்பட்டன.

தொல்பொருள் தொகுப்புப் பணியில் மட்டுமன்றி, மெக்கன்சியின் போர்ப் பணிகளுக்கும் உதவியாகத் திருவரங்கப் பட்டணத்தில் திப்புவை எதிர்த்து நின்றபோது போரியா, மொழிபெயர்ப்புப் பணி புரிந்துள்ளார். பலமொழிகளிலுமிருந்த நூல்களையும் அறிக்கை களையும் மொழிபெயர்த்து போரியா மெக்கன்சிக்கு உதவினார்.

மெக்கன்சியின் மைசூர் நில அளவைப் பணியிலும் உதவிபுரிந்த போரியா 1803இல் தமது இருபதாவது வயதில் இறந்துவிட்டார். மெக்கன்சியின் தொகுப்புக்கு ஆற்றிய பணிக்காகவும், ஆற்றலுக்காகவும் மெக்கன்சி போரியாவிற்கு நினைவுச் சின்னம் ஒன்றை எடுப்பித்தார். இன்னும் பல ஆண்டுகள் போரியா வாழ்ந்திருந்தால் மெக்கன்சி தொகுப்பு இன்னும் பல பெருமைகளைச் சேர்த்துக்கொண்டிருக்கும்.

சிறந்த அறிவுத் திறனுடன் தொகுப்புப் பணிகளில் தமது சகோதரர் களையும் சமண மதத்தினரையும், மலையாளிகளையும் பயிற்றுவித்த போரியாவின் பணியால் இந்து மதம் பற்றிய புத்தொளி உலகெங்கும் பரவியது என்று மெக்கன்சி பாராட்டியிருக்கிறார்.

போரியாவிற்குப் பிறகு அவருடைய தம்பி வெங்கட இலட்சுமய்யா தலைமை உதவியாளராக மெக்கன்சிக்கு அமர்ந்தார். அவருடன் அப்துல் அசீஸ், பாஸ்காரியா, அப்பாராவ், இராமசாமி, சீனிவாசய்யா ஆகியோர் தமிழ், தெலுங்கு, கன்னட மொழிகளுக்கு உதவியாளர் களாகவும், மற்றவர்கள் மற்ற பணிகளுக்குமாக 40 முதல் 50 பகோடா வரை மாத ஊதியமாகப் பெற்றுவந்தனர்.

மெக்கன்சி, உதவியாளர்களிடம் திட்டமிட்டுப் பணியாற்றும் முறையை ஏற்படுத்தினார். உதவியாளர்கள் மாத அறிக்கையையும், சென்ற ஊர்கள் பற்றி அறிந்து தொகுத்த பொருள்கள் குறித்த அறிக்கை யையும் அளித்து வந்தனர். அவ்வாறு அவர்கள் தொகுத்தவை மெக்கன்சி யின் தொகுப்பிலும், அவர்களின் அறிக்கைகளும் கடிதங்களும் தனித்தொகுப்பிலும் இடம்பெறுகின்றன.

அத்தகைய உதவியாளர்களின் உழைப்பும் ஒத்துழைப்பும் கிடைக் காமல் போயிருந்தால் மெக்கன்சி தொகுப்பே உருவாகியிருக்க முடியாது என்ற பாராட்டை மெக்கன்சியின் உதவியாளர்கள் பெற்றுள்ளனர். அதனால்தான் உதவியாளர்கள் ஓய்வூதியம் பெறவும் வழிசெய்த துடன் வெங்கட இலட்சுமய்யாவுக்கு சென்னையில் நிலம் கிடைக்கவும் மெக்கன்சி ஏற்பாடு செய்துள்ளார். இவற்றையெல்லாம் விடவும் மெக்கன்சியின் உயிலிலும் வெங்கட இலட்சுமய்யா இடம் பெற்றிருக் கிறார் என்பது குறிப்பிடத்தக்கதாகும்.

கிழக்கிந்தியக் கம்பெனியின் ஆதரவு

மெக்கன்சிக்கு வேலை கொடுத்து இந்தியாவுக்கு அனுப்பியது முதற் கொண்டு தொடர்ந்து மெக்கன்சியின் வேண்டுகோளை ஏற்றுக் கொண்டு கிழக்கிந்தியக் கம்பெனி பல்வேறு வகைகளில் மெக்கன்சிக்கு

உதவியது. அத்துடன் மெக்கன்சியின் மறைவுக்குப் பிறகும் 'மெக்கன்சி யின் தொகுப்பு' உரிய முறையில் கவனிக்கப்பட வேண்டுமென்று கிழக்கிந்தியக் கம்பெனி உதவியிருக்கிறது.

ஆளுநர் உதவி

மெக்கன்சியின் தொகுப்புப் பணிக்கு வேண்டிய அனுமதிகளை ஆளுநர்களும் பிறரும் உரிய நேரத்தில் அளித்திருக்கின்றனர். அவ்வகையில் ஜாவாவில் மெக்கன்சி தொகுத்தவற்றுக்கு இராபில் என்னும் ஆளுநரும் கர்னல் நாகலும் பெரிதும் உதவியிருக்கின்றனர்.

ஊதிய உயர்வு

மெக்கன்சி தம் ஊதியத்தைச் செலவு செய்து தொகுத்துக் கொண்டிருந்ததை அறிந்து அவருக்கு மாதந்தோறும் ஊதிய உயர்வாக, சென்னை அரசின் பரிந்துரைகளை ஏற்றுக்கொண்டு கிழக்கிந்தியக் கம்பெனி 1800இல் 200 பகோடா கொடுக்கத் தொடங்கியது. மேலும் 2400 பகோடா அன்பளிப்பாகவும் அளித்தது. எனினும் மெக்கன்சி விரும்பிய அளவில், மெக்கன்சியின் பணிக்கு உரிய இடம் தரப்படவில்லை என்பது குறிப்பிடத்தக்கதாகும்.

பதவி உயர்வு

மெக்கன்சியின் பணி கிழக்கிந்தியக் கம்பெனிக்குப் பயன்பட்ட தன்மையை அறிந்த கம்பெனி அவருக்குப் பதவி உயர்வுகளை அவர் வேண்டுகோளை ஏற்று வழங்கியது. பயிற்சிப் பொறியாளராக வாழ்வைத் தொடங்கிய மெக்கன்சிக்கு, முதல் தலைமை நில ஆய்வாளர் பதவியைத் தோற்றுவித்து கம்பெனி வழங்கியது.

அலுவலக உதவி

இவ்வுதவிகளோடு மெக்கன்சிக்கு உதவியாளர்களாக டாக்டர் லெய்டன் போன்றோரைப் பணியில் அமர்த்தி, தொகுப்புப் பணிகளுக்கு உதவியது. அவர்கள் தொகுத்த தொல்பொருள்களும் 'மெக்கன்சியின் தொகுப்பிலேயே' சேர்ந்துவிட்டன. மேலும் மெக்கன்சியின் உதவியாளர்களாக விளங்கிய இந்தியர்களுக்கும் கம்பெனி ஓய்வூதியம் வழங்கிவந்தது.

முதல் இந்தியத் தலைமை நில ஆய்வாளராக மெக்கன்சி பொறுப் பேற்றுக்கொண்டு கொல்கத்தா சென்றபோது தமது தொகுப்பு முழுவதையும் உடன் கொண்டு சென்று அட்டவணை தயாரிப்பதிலும், மொழிபெயர்ப்பு செய்வதிலும் ஈடுபட்டுக் கொண்டிருந்தபோதே,

இங்கிலாந்து சென்று அப்பணிகளைச் செய்ய எண்ணி, உரியவர்களுக்கு வேண்டுகோள் விடுத்தார். மெக்கன்சியின் நண்பர் சர். ஏ. ஜான்சனின் பரிந்துரையை ஏற்றுக்கொண்டு கிராண்ட் எனும் கம்பெனி இயக்குநர் களின் தலைவர் மெக்கன்சிக்கு மூன்றாண்டுக்காலம் ஊதியத்துடன் கூடிய விடுப்பு வழங்க முன் வந்தார். ஆனால் கம்பெனியின் இந்த உதவியை ஏற்றுக்கொள்வதற்கும் முன்பாகவே மெக்கன்சி இறந்து விட்டார்.

மெக்கன்சி தொகுப்பு - கம்பெனி சொத்து

மெக்கன்சியின் மறைவுக்குப்பிறகு, சர்.ஏ.ஜான்சன் அளித்த சான்றினை யும் பரிந்துரையையும் ஏற்றுக் கொண்டு ஆளுநர் மார்குயில் ஹேஸ்டிங்ஸ் என்பவர் கம்பெனியின் சார்பில் திருமதி மெக்கன்சியிடமிருந்து மெக்கன்சி தொகுத்தவற்றை விலைக்குப் பெற்றுக்கொண்டார். அன்று முதல் மெக்கன்சியின் தொகுப்பு, கம்பெனியின் சொத்தாக மாறியது.

மெக்கன்சி தொகுப்பு அட்டவணைப் பணி

கிழக்கிந்தியக் கம்பெனியின் சொத்தாக மெக்கன்சி தொகுப்பு மாறிய பின்னர் 1832இல் ஆக்ஸ்போர்டு வடமொழிப் பேராசிரியராகவும் 1836இல் கிழக்கிந்தியக் கம்பெனியில் நூலகராகவும், 1837 முதல் இறக்கும்வரை இராயல் ஆசியாட்டிக் சொசைட்டியின் இயக்குநராகவு மிருந்த டாக்டர் வில்சன் என்பவர் மூலம் மெக்கன்சி தொகுத்து வைத்திருந்த அட்டவணை 1828இல் வெளியிடப்பட்டது. அத்துடன் மெக்கன்சியின் தொகுப்பு முழுவதும் டாக்டர் வில்சன் பொறுப்புக்குச் சென்றது.

இங்கிலாந்தில் மெக்கன்சி தொகுப்பு

வடமொழி, அரபு, பாரசீகம், ஜாவானிசு, பர்மா மொழிகளைச் சேர்ந்த நூல்களும், நாட்டுப் படங்களும் வரைபடங்களும், ஓவியங்களும், நாணயங்களும், படிமங்களும், சிற்பங்களும் மொழி பெயர்க்கப்பட்ட 17 தொகுதிகளும் டாக்டர் வில்சனால் இங்கிலாந் துக்கு 1823 ஜனவரியிலும் 1828 ஜனவரியிலுமாக இரண்டு தடவைகளில் அனுப்பி வைக்கப்பட்டன என்பது டாக்டர் வில்சன், அரசினர்க்கு 20.2.1828இல் எழுதிய கடிதத்தின் வழியே வெளிப் படுகிறது.

இங்கிலாந்துக்கு அனுப்பி வைக்கப்பெற்ற மெக்கன்சியின் தொகுப்புப் பகுதிகள், முதலில் லீடன் ஹாலில் இருந்த கிழக்கிந்தியக் கம்பெனியின் அருங்காட்சியகத்திலும், பின்னர் பைப்ஹவுஸ், ஒயிட் ஹால் ஆகிய

இடங்களிலும் பிறகு இங்கிலாந்திலுள்ள இந்திய அலுவலகத்திலும் வைக்கப்பட்டன. இறுதியில் நாணயங்களும் மற்ற தொல்பொருட்களும் 1880இல் விக்டோரியா ஆல்பெர்ட் அருங்காட்சியகத்தில் வைக்கப்பட்டன.

இந்தியாவில் மெக்கன்சி தொகுப்பு

மீதியுள்ள தொகுப்புப் பகுதிகளில் மொழிபெயர்க்கப்பட்டவற்றையும், அறிக்கைகளையும் இங்கிலாந்துக்கு அனுப்பிவைக்கவும், முன்பே வெளியான பகுதிகளையும், இங்கிலாந்திலுள்ள இந்திய அலுவலகத்தில் ஏற்கனவே உள்ள பதிவேடுகளின் படிகளையும் மீண்டும் இங்கிலாந்துக்கு அனுப்பி வைப்பதில் பயனில்லை என்பதால் வங்காளத்திலுள்ள ஆசியாட்டிக் சொசைட்டியில் வைப்பதற்கும், தென்னிந்தியா தொடர்பான நூல்கள், இலக்கியங்கள், வரலாற்றுச் சுவடிகள் ஆகியவற்றை இங்கிலாந்துக்கு அனுப்பிவைப்பதால் பயனில்லை என்பதால் அவற்றைச் சென்னைக் கல்லூரி நூலகத்திலோ, சென்னைக் கல்விச் சங்கத்திலோ வைப்பதற்கும் அனுமதி அளிக்குமாறு டாக்டர் வில்சன் கேட்டுக் கொண்டார்.

மீண்டும் மெக்கன்சியின் தொகுப்புப் பகுதிகள் இங்கிலாந்துக்குச் சென்றனவா வங்காள ஆசியாட்டிக் சொசைட்டியில் இன்னொரு பகுதி வைக்கப்பட்டதா என்பவற்றை அறிய முடியவில்லை. ஆனால், தென்னிந்தியப் பகுதிகள் பற்றிய சுவடிகள் இந்தியாவிலேயே வைக்கப்பட்டிருக்கின்றன.

தமிழகத்தில் மெக்கன்சி தொகுப்பு

தென்னிந்தியப் பகுதியைச் சேர்ந்த சுவடிகள், வரலாற்று ஆவணங்கள், கட்டுரைகள் ஆகியவை முழுவதுமாக 1828 செப்டம்பரில், சென்னைக் கல்லூரி நூலகத்திற்குக் கொண்டு வரப்பட்டன. ஆனால், கல்லூரி நூலகத்தில் மெக்கன்சியின் தொகுப்புப் பகுதிகள் நீண்டகாலம் இருக்கவில்லை.

சென்னைக் கல்விச் சங்கத்தில் மெக்கன்சி தொகுப்பு

மெக்கன்சியின் தலைமை உதவியாளராக இருந்த காவெல்லி வெங்கட இலட்சுமய்யா, மெக்கன்சியின் பணியைத் தொடர்ந்திட விரும்புவதாகவும் அதற்கு அனுமதி வேண்டும் என்றும் நிதியுதவி வேண்டுமென்றும் ஒரு விண்ணப்பம் கொடுத்திருக்கிறார். அவ்விண்ணப்பத்தை ஆய்வு செய்து ஆசியாட்டிக் துறையைச் சேர்ந்த சென்னைக் கல்விச் சங்கச் செயலாளர் 9.3.1830இல் ஒரு கடிதம் எழுதியுள்ளார். சென்னைக்

கல்லூரி நூலகத்தில் கவனிப்பாரற்றுக் கிடக்கும் மெக்கன்சி தொகுப்பின் ஆய்வுப் பணியைத் தொடர வெங்கட இலட்சுமய்யாவின் வேண்டு கோளின்படி முழு அளவில் நிதி உதவி அளிக்கும் நிலையில் ஆசியாட்டிக் சொசைட்டியின் சென்னைக் கல்விச் சங்கம் இல்லை என்பதால், இலக்கியங்கள் பற்றியும் பொதுவான கல்வெட்டுகள் பற்றியுமான மெக்கன்சி தொகுப்புப் பகுதிகளை ஆய்வு செய்ய உதவும் பொருட்டு, மெக்கன்சி தொகுப்பை, சென்னைக் கல்விச் சங்கத்திற்கு மாற்றும்படி அக்கடிதத்தில் தெரிவிக்கப்பட்டிருந்தது.

வெங்கட இலட்சுமய்யா வேண்டுகோள்

ஆசியாட்டிக் நிறுவனத்தினர் அனுமதி அளித்தனரே தவிர உதவி வழங்க வில்லை என்பதால் இலட்சுமய்யா இம்முறை அரசுக்கு விண்ணப்பித்தார். தாம் மெக்கன்சியிடம் ஆற்றிய பணியைத் தொடர்ந்திட அனுமதி அளிக்கும்படி வேண்டியுள்ளார். மேலும் அப்பணி தொடர்ந்திட கல்வெட்டுகளைப் படி எடுப்பதற்கும், பிற தொகுப்புப் பணிகளுக்கு மாக மாவட்டம் தோறும் இரண்டு உதவியாளர்கள் வேண்டும் என்றும் கேட்டிருந்தார். அத்துடன் தமது தகுதியை வெளிப்படுத்தும் வகையில், இந்தியத் தொன்மை வரலாறுபற்றி, மெக்கன்சி தொகுப்புக் கூறுவனவற்றிலிருந்து ஓர் அறிக்கையையும் *16.6.1836*இல் அனுப்பி யுள்ளார்.

அரசு அறிவிப்பு

வெங்கட இலட்சுமய்யாவின் வேண்டுகோளை அரசு, கொல்கத்தா ஆசியாட்டிக் சொசைட்டிக்கு அனுப்பி கருத்து கேட்டது. வெங்கட இலட்சுமய்யாவின் வேண்டுகளையும் மாதிரி ஆய்வறிக்கையையும் ஆய்ந்து பார்த்த ஆசியாடிக் நிறுவனக் குழு, புதிதாகத் தொகுப்புப் பணியில் அரசு ஈடுபட வேண்டாமென்றும் அதற்குப் பதிலாக மெக்கன்சி யின் தொகுப்பை வெளிக்கொணர்தல் பயன்தரும் என்றும் அறிக்கை தந்தது. அத்துடன் அந்த அறிக்கை வெங்கட இலட்சுமய்யாவினால் தயாரிக்கப்பட்ட அறிக்கையன்று என்றும் கருத்து தெரிவித்தது. எனவே தொல்பொருள் தொகுப்புப் பணிகளுக்கு மட்டுமின்றி, மெக்கன்சி தொகுப்பாய்வுப் பணிகளுக்கும், ஏமாற்றும் மனம் கொண்ட வெங்கட இலட்சுமய்யா பயன்படமாட்டார் என்பதால் பொது நிதியிலிருந்து பெரிய தொகையை வெங்கட இலட்சுமய்யாவின் பணிக்கு ஒதுக்கு வதற்குப் பரிந்துரை செய்வதற்கில்லை என்று அக்குழு அறிவித்தது.

அதன் பின்னர், இராயல் ஆசியாட்டிக் நிறுவனச் செயலாளர் ஹாக்கின்ஸ் என்பவர் இலண்டனிலிருந்த மெக்கன்சி சுவடிகளை

மொழிபெயர்க்கும் பணியை ஏற்றுக்கொண்டார். அவ்வாறே சென்னையிலிருந்த மெக்கன்சி தொகுப்புக்கும் ஒருவரை நியமிக்க அரசினர் எண்ணினர்.

வில்லியம் டெய்லரிடம் மெக்கன்சி தொகுப்பு

கிறித்துவ மதத்தைப் பரப்புவதில் முனைந்திருந்தவர்களுள் ஒருவரும், கிழக்கியல் நாடுகளில் இலக்கியம், வரலாறு ஆகியவற்றைப் பற்றி நன்கு அறிந்தவருமான வில்லியம் டெய்லர் சென்னையிலிருந்த மெக்கன்சி தொகுப்பை ஆய்வு செய்வதற்குத் தகுதியானவர் என்று கண்டறிந்து 10.5.1837இல் நியமித்தது. இவர் *வேதத்தாட்சி* என்னும் சிறுநூலைத் தமிழில் எழுதி 1834இல் சென்னையில் அச்சிட்டவர். ஆங்கிலேயர் தமிழ் கற்பதற்காக 46 பக்கமுள்ள ஒரு சிறு நூலை 1861இல் அச்சிட்டார். 'வெற்றி வேற்கை'யை ஆங்கிலத்தில் மொழிபெயர்த்தார். இத்தகுதிகளுடைய டெய்லர், மெக்கன்சி தொகுப்பில் இடம்பெறும் வரலாறு, உள்ளூர் அறிவியல், தத்துவம், மதம், பழக்கவழக்கம் ஆகியவை பற்றிய ஆய்வை மேற்கொள்ள வேண்டுமென்று அரசு அறிவித்தது.

வில்லியம் டெய்லர் அப்பணியை ஏற்றுக்கொண்டு எட்டு திங்களில் பணியை முடித்துவிடுவதாகவும் அறிவித்தார். அதற்காக அரசு டெய்லருக்கும், அவருடைய உதவியாளர்களுக்கும் மாதம் 400 ரூபாய் உழைப்பூதியமாக வழங்கிவந்தது. டெய்லர் அப்பணியை 1930இல் முடித்துக் கொடுத்தார்.

டெய்லர், கடுமையாக உழைத்து மெக்கன்சி தொகுப்புப் பற்றிய ஆறு அறிக்கைகளைத் தயாரித்தார். அவ்வறிக்கைகள் அவ்வப்போது சென்னைக் கல்விச் சங்கத்து இதழ்களில் வெளிவந்ததோடு 'கிழக்கியல் நாடுகளில் வரலாற்றுச் சுவடிகள்' எனும் பெயரில் இரு தொகுதிகள் ஆங்கிலக் குறிப்புரையுடனும் மொழிபெயர்ப்புடனும் தமிழ்ச்சுவடிகளுக்கு வெளிவந்தன.

மெக்கன்சி தொகுப்போடு சேர்ந்த பிற தொகுப்புகள்

வில்லியம் டெய்லரால் மெக்கன்சி தொகுப்புக்கு அறிக்கை தயாரிக்கப்பட்ட பிறகு, கிழக்கிந்தியக் கம்பெனி அலுவலகத்தில் இங்கிலாந்தில் கவனிப்பாரற்றுக் கிடந்த தமிழ், தெலுங்கு, கன்னட மொழிகளைச் சேர்ந்த சுவடிகளைச் சார்லஸ் பிலிப் பிரௌன் என்பவர் கண்டறிந்தார். பிரௌன் அச்சுவடிகளுக்குச் சுருக்கமான பட்டியல் தயாரித்ததோடு அத்தொகுப்புகள் முழுவதையும் சென்னைக் கல்விச் சங்கத்திற்கு

1844இல் கொண்டு வரச் செய்தார். அத்தொகுப்புகள் மெக்கன்சியின் மேற்பார்வையில் பணியாற்றிய டாக்டர் லெய்டனால், தொகுக்கப் பெற்று கம்பெனியினரால் விலைக்கு வாங்கப்பட்டன.

அத்தொகுப்பில் வடமொழியில் 1304 சுவடிகளும் தெலுங்கில் 108 சுவடிகளும் கன்னடத்தில் 529 சுவடிகளும் தமிழில் 56 சுவடிகளும் மலையாளத்தில் 11 சுவடிகளும் ஒரியாவில் 9 சுவடிகளும் பர்மிய மொழியில் 901 சுவடிகளுமாக 2106 சுவடிகள் இடம் பெற்றுள்ளன என்று பிரௌன் பட்டியல் கூறுகிறது.

தெலுங்கு மொழியில் புலமை பெற்றிருந்த பிரௌன், தாம் தொகுத்த 2440 சுவடிகளையும் கிழக்கிந்தியக் கம்பெனி அலுவலகத் தொகுப்போடு சேர்த்து நன்கொடையாக வழங்கினார். அத்தொகுப்பில் வடமொழி யில் 1299 சுவடிகளும் தெலுங்கு மொழியில் 1116 சுவடிகளும் கன்னட மொழியில் 18 சுவடிகளும் மலையாளத்தில் 3 சுவடிகளும், பர்மிய மொழியில் 4 சுவடிகளும் இடம் பெற்றுள்ளன. அச்சுவடிகளுக்குப் பிரௌன் அட்டவணையும் தயாரித்துள்ளார்.

மீண்டும் கல்லூரி நூலகத்தில் மெக்கன்சி தொகுப்பு

சென்னைக் கல்விச் சங்கம் இத்தொகுப்புகளில் உரிய கவனம் செலுத்த வேண்டுமென்றும் அதற்கான வழிமுறைகளுக்குக் கம்பெனி உதவ வேண்டுமென்றும் அரசுக்கு ஆசியாட்டிக் நிறுவனம் வேண்டுகோள் விடுத்தது. அரசு அதை ஏற்றுக்கொண்டு, கிழக்கிந்தியக் கம்பெனி, அலுவலகத்திலிருந்து வந்த லெய்டன் தொகுப்புகளுக்கும், பிரௌன் தொகுப்புகளுக்கும், மெக்கன்சி தொகுப்புக்கு டாக்டர் வில்சன் தயாரித்திருக்கும் அட்டவணையைப் போல அட்டவணை தயாரிக்கப் படவேண்டுமென்று கேட்டுக்கொண்டது. ஆனால் ஆசியாட்டிக் நிறுவனத்தினர் அத்தகைய அட்டவணைகள் தயாரிப்பதற்கு அதிகம் செலவாகும் என்றும், அதை ஏற்றுக்கொள்ளும் நிலையில் நிறுவனம் இல்லையென்றும் பதிலளித்தனர். எனவே அரசு அச்செலவினங் களை ஏற்றுக்கொண்டு அட்டவணை தயாரிக்கும் என்று அறிவித்து அத்தொகுப்புகளைக் கல்லூரி நூலகத்திற்குக் கொண்டு வந்தது.

அவ்வாறு மெக்கன்சி தொகுப்பு, லெய்டன் தொகுப்பு, பிரௌன் தொகுப்பு ஆகியவை சென்னைக் கல்லூரி நூலகத்திற்குக் கொண்டு வரப்பட்டு, வால்டர் எலியாட், டெய்லர் ஆகியோரால் அட்டவணை தயாரிக்கும் பணியும் வெளியிடும் பணியும் மேற்கொள்ளப்பட்டன. எனினும் மெக்கன்சி தொகுப்பின் முழுமையான பயன் வெளிப் படாமலேயே இருந்தது.

மெக்கன்சி தொகுப்பு இடமாற்றங்கள்

அதன்பிறகு இன்னும் கவனம் காட்டப்படவேண்டுமென்னும் கருத்தில் கல்வித்துறை இயக்குநர் அலுவலகக் கிடங்கில் மெக்கன்சி தொகுப்பு வைக்கப்பட்டது. பின்னர் 1867 ஆகஸ்டு 14இல் டி.போக்ஸ் என்பவர் மெக்கன்சியின் தொகுப்புகள் கல்வித்துறை இயக்குநர் அலுவலகக் கிடங்கில் சிதைந்து சீரழியும் நிலையை அரசின் கவனத்திற்குக் கொண்டு வந்தார். அரசு 6.2.1869ஆம் நாள் ஒரு குழு நியமித்துத் தொகுப்புகளைச் சிதைவுகளிலிருந்தும் காப்பதற்கான வழிமுறைகளை ஆராய்ந்தது.

அதன்படி சென்னை மாநிலக் கல்லூரியின் வடமொழிப் பேராசிரியரை மெக்கன்சியின் தொகுப்புக்குப் பொறுப்பாளராக அரசு நியமித்தது. அதனால் 1870 பிப்ரவரியில் தொகுப்புகள் புதிய மாநிலக் கல்லூரி கட்டடத்திற்குக் கொண்டு வரப்பட்டன. பிறகு 1895இல் செயின்ட் ஜார்ஜ் கோட்டையில் ஒரு சிறிய அறைக்கும், 1896இல் எழும்பூரில் உள்ள அருங்காட்சியகக் கட்டடத்திற்குமாக அத்தொகுப்புகள் மாற்றப்பட்டன.

மெக்கன்சி தொகுப்பு - அரசினர் கிழக்கியல் சுவடிகள் நூலகம்

அவ்வாறு ஒவ்வொரு இடமாக மாற்றப்பட்ட தொகுப்புகள் இறுதியாக 1939 ஜனவரியில் சென்னைப் பல்கலைக்கழக நூலகக் கட்டடத்தின் மேற்குப் பகுதியில் உள்ள முதல் மாடிக்கு மாற்றப்பட்டு அரசினர் கிழக்கியல் சுவடிகள் நூலகமாக அமைந்து அன்றுமுதல் அத்தொகுப்புகள் பாதுகாக்கப்பட்டு வருகின்றன.

அரசினர் கிழக்கியல் சுவடிகள் மற்றும் ஆய்வு மையத்தில் மெக்கன்சி தொகுப்புடன், லெய்டன் தொகுப்பும் பிரௌன் தொகுப்பும் இடம் பெற்றுள்ளன. அத்தொகுப்புகள் 434 தொகுதிகளாக உள்ளன. அவற்றுடன் அரசினர் கிழக்கியல் சுவடிகள் நூலகத் தொகுப்பும் சேர்ந்து கொண்டிருக்கிறது. எனினும் மெக்கன்சி தொகுப்பே அனைத்திற்கும் முதன்மையானதும் தென்னிந்திய மொழிகளைச் சேர்ந்த நிறைய தொகுதிகளை உடையதுமாகும்.

அத்தொகுப்பில் பிற தொகுப்புகளைவிடத் தமிழ்ச் சுவடிகளின் எண்ணிக்கையும் வெளிப்படுத்தும் செய்திகளும் அளவிலும் சிறப்பிலும் குறிப்பிடத்தக்கனவாக விளங்குகின்றன.

மெக்கன்சியின் தமிழ்ச்சுவடிகள் வகைதொகை ஆய்வு

அரசினர் கிழக்கியல் சுவடிகள் மற்றும் ஆய்வு மையத்தில் இடம் பெற்றிருக்கின்ற மெக்கன்சி தொகுப்பின் தமிழ்ச்சுவடிகளின் அளவும், அவை பற்றிய வகைதொகை ஆய்வும், அவற்றால் அறியலாகும் தமிழகத்தின் அரசியல் சமுதாயப் பொருளியல் பண்பாட்டு நிலைகளும் பொருளடிப்படையில் பின்வருமாறு பாகுபடுத்தப்படலாம்:

மெக்கன்சியின் தமிழ்ச்சுவடிகள்

பல்வேறு மொழிகளிலும் சுவடிகளை உடைய மெக்கன்சி தொகுப்பில் 1379 தமிழ்ச் சுவடிகள் இடம் பெறுகின்றன என்று அரசினர் கிழக்கியல் சுவடிகள் நூலகம் வெளியிட்டுள்ள மெக்கன்சி சுவடிகளின் அகரவரிசைப் பட்டியல் குறிப்பிடுகிறது. ஆனால் இப்பட்டியலில் காணப்பெறாத பல சுவடிகளைப்பற்றி மெக்கன்சி சுவடிகளின் விளக்க அட்டவணைத் தொகுதிகள் குறிப்பிடுகின்றன. அவை பல்வேறு பொருள்களைக் கொண்டனவாகவும் அமைந்திருக்கின்றன.

வகைதொகை ஆய்வு

அகரவரிசைப் பட்டியலை அடிப்படையாகக் கொண்டு மெக்கன்சி சுவடிகளின் முழுமை கருதியும், ஓலை/தாள் கருதியும், ஒரே சுவடி ஒன்றுக்கு மேற்பட்ட சுவடிகள் கருதியும், அச்சான நிலை கருதியும், பொருள் பாகுபாடு கருதியும் பின்வருமாறு பாகுபாடு செய்யப்படுகின்றன.

முழுமையும் அரைகுறையும்

மெக்கன்சியின் தமிழ்ச்சுவடிகளுள், கூற வந்த செய்தியை முழுமையாகக் கூறியுள்ள சுவடிகள் இறுதியில் முற்றும் என்றோ, இன்னாரால் எழுதி முடிக்கப்பட்டதென்றோ, இன்னார் அறிவேன் என்றோ குறிப்பு களைப் பெற்றிருக்கின்றன. அத்தகைய முழுமையடைந்துள்ள சுவடிகள் 1323 ஆகும். மேற்குறிப்பிட்டவாறு முடியப் பெறாமல், சிதைவின் காரணமாகவோ, படியெடுத்தவர் முடிக்காமல் விட்டுவிட்டதன்

காரணமாகவோ, தவிர்க்க முடியாத சூழலால் தொகுப்பின் உதவி யாளர்கள் முழுவதுமாகத் தொகுக்காத காரணமாகவோ முற்றுப் பெறாத நிலையில் 56 தமிழ்ச் சுவடிகள் மெக்கன்சியின் தொகுப்பில் இடம் பெற்றுள்ளன.

ஓலை, தாள் பாகுபாடு

தொகுக்கும் பொழுது மெக்கன்சியின் உதவியாளர்கள் ஓலைச் சுவடிகளை அப்படியே தொகுத்திருக்கிறார்கள். சிலர் கூறியதைத் தாளில் எழுதித் தொகுத்திருக்கிறார்கள். சிலர் கல்வெட்டுகளை ஓலை யில் எழுதியும் தொகுத்திருக்கிறார்கள். அவற்றைப் பிறகு தாள்களில் எழுதித் தனித் தொகுப்பாகவும் தொகுத்துள்ளனர். அவ்வாறு தொகுத்த வற்றுள் மெக்கன்சியின் தொகுப்பில் உள்ள தமிழ்ச் சுவடிகளில் 105 ஓலைச் சுவடிகளிலும், 1274 தாள்களிலும் அமைந்துள்ளன.

ஒரே சுவடி/ஒன்றுக்கு மேற்பட்ட சுவடிகள் பாகுபாடு

தமிழச் சுவடிகள் 1379ஆம் வெவ்வேறு சுவடிகளாக இருப்பினும் வேறு வேறு நூல்களாக இல்லை. உதவியாளர்களின் வழி படியெடுத்து வந்த சுவடிகள் அனைத்தையும் மெக்கன்சி மறுபடியும் படியெடுக்கச் செய்து பெரிய தொகுதிகளாகத் தொகுத்தார். அவ்வாறு தொகுத்ததால் ஒரே சுவடிக்கு ஒன்றுக்கு மேற்பட்ட சுவடிகள் இடம்பெறுகின்றன. சில சுவடிகள் படியெடுக்கப்படாமல் விடுபட்டுப் போனதால் ஒரே சுவடியாக விளங்கு கின்றன. அவ்வாறு ஒரே சுவடியாக 763 சுவடிகள் இடம் பெறுகின்றன.

மெக்கன்சி தொகுப்பில் 203 நூல்களுக்கு இரண்டு சுவடிகளாக 406 சுவடிகளும், 31 நூல்களுக்கு மூன்று சுவடிகளாக 93 சுவடிகளும், 18 நூல்களுக்கு நான்கு சுவடிகளாக 72 சுவடிகளும், 2 நூல்களுக்கு ஐந்து சுவடிகளாக 10 சுவடிகளும் இடம்பெற்றுள்ளன. மேலும் ஒரு நூலுக்கு ஏழு சுவடிகளும், ஒரு நூலுக்கு எட்டு சுவடிகளும், ஒரு நூலுக்கு ஒன்பது சுவடிகளும், மற்றொரு நூலுக்குப் பதினோரு சுவடிகளும் இடம் பெற்றுள்ளன.

அச்சான சுவடிகள்-பாகுபாடு

மெக்கன்சியின் தொகுப்பிலிருந்து மெக்கன்சி எழுதிய கட்டுரைகள் ஆங்கிலக் குறிப்புரையுடன் வெளியீடுகள், வில்சன், வில்லியம் டெய்லர் வெளியிட்டுள்ள அட்டவணைகள், கட்டுரைகள் தவிரப் பல சுவடிகள் அச்சாகியிருக்கின்றன. அவ்வெளியீடுகளில் 'கர்நாடக ராஜாக்கள் சவிஸ்தார சரித்திரம்', 'கேரள தேச வரலாறு', 'கொங்குதேச ராஜாக்கள்', 'சோழன் பூர்வபட்டயம்', 'தென்னிந்தியக் கோயில்

சாசனங்கள்' ஆகியவை அரசினர் கிழக்கியல் சுவடிகள் நூலாக வெளிவந்துள்ளன. அவற்றுள் தென்னிந்தியக் கோயில் சாசனங்கள் மூன்று தொகுதிகளாக – மெக்கன்சி தொகுப்பிலுள்ள சாசனங்களுள் தெளிவில்லாத சில சுவடிகளைத் தவிர அனைத்தும் வெளிவந்துள்ளன.

தமிழ்நாடு அரசின் தொல்பொருள் ஆய்வுத்துறையின் வெளியீடாக 'பாளையப்பட்டுகளின் வம்சாவளி' தொகுதிகள் நான்கு வெளி வந்துள்ளன. அவற்றில் 81 மெக்கன்சியின் தமிழ்ச்சுவடிகளின் மூலம் மட்டும் வெளியிடப்பட்டுள்ளன.

இவை தவிர, சென்னைப் பல்கலைக்கழக வெளியீடாக ஆங்கிலத்தில் வெளிவந்துள்ள 'மெக்கன்சியின் சுவடிகள்' எனும் நூலின் முதல் தொகுதியில் 341 தமிழ்ச் சுவடிகள் விளக்கக் குறிப்புகளுடன் ஆங்கிலத்தில் வெளியாகியுள்ளன. மேலும் அறிஞர்கள் பலரும் தாம் எழுதி யுள்ள நூல்களில் மெக்கன்சியின் சுவடிகளைக் குறிப்பிட்டுள்ளனர். அவற்றுடன் பல கட்டுரைகளும் அச்சுவடிகளை அடிப்படையாகக் கொண்டு எழுதப்பட்டுள்ளன.

மெக்கன்சியின் தமிழ்ச்சுவடிகள்-பொருட்பாகுபாடு

மெக்கன்சியின் தொகுப்பு, பெரிதும் வரலாற்றை அடிப்படையாகக் கொண்டே விளங்குகிறது. வரலாற்றின் பல்வேறு பிரிவுகளையும் உள்ளடக்கியதாகவே அமைந்துள்ளது. அவ்வாறே இலக்கியச் சுவடி களாக இருப்பினும் அவை வரலாற்றுச் செய்திகளை உள்ளடக்கிய தாகவே உள்ளன.

மேலும் வரலாற்றிற்குச் சிறிதும் தொடர்பில்லாத மருத்துவச் சுவடி களோ கணிதம் போன்ற பிற பொருட்சுவடிகளோ மெக்கன்சியின் தொகுப்பில் இடம்பெறவில்லை என்பதும் குறிப்பிடத்தக்கதாகும். இவற்றிலிருந்து மெக்கன்சி, வரலாறு தொடர்பான தொகுப்பிலேயே கருத்துடையவராயிருந்தார் என்பது வெளிப்படுகிறது.

வரலாற்றை அடிப்படையாகக் கொண்டே சுவடிகள் தொகுக்கப் பட்டிருந்தாலும் அவற்றிடையே உள்ள சிறுசிறு வேறுபாடுகளைக் கணக்கிட்டு அச்சுவடிகள் பல்வேறு தலைப்புகளாகப் பாகுபாடு செய்யப்பட்டுள்ளன.

மெக்கன்சி தொகுப்புத் தமிழ்ச்சுவடிகளின் அகர வரிசை அட்டவணை, சரித்திரம், வமிசாவளி, தலபுராணம், கைபியத்து, தலச்செய்திகள், கல்வெட்டுகள், பட்டயங்கள், தாமிர சாசனங்கள், பல்வகை இனாம்கள் எனும் தலைப்பிட்டுப் பாகுபாடுகளைச் செய்துள்ளது. இவை தவிர, சைவம், ஜைனம், தலபுராணமும் கல்வெட்டுகளும், பழைய கணக்குகள்,

புராணம், விண்ணப்பம், உள்ளூர் வரலாறு, வாக்குமூலம், பட்டியல், கைபியத்தும் வம்சாவளியும் என உட்தலைப்புகளையும் அட்டவணை கொண்டுள்ளது. மேலும் இத்தலைப்புகளுள் அடங்காதவை 'பிற பல்பொருள் சுவடிகள்' எனும் தலைப்பிட்டும் அவ்வட்டவணையில் வகைப்படுத்தப்பட்டுள்ளன.

சரித்திரம்

மெக்கன்சியின் தமிழ்ச் சுவடிகளுள் சரித்திரம், வரலாறு என முடியும் சுவடிகள் பெரும்பாலும் சரித்திரம் எனும் தலைப்பில் அட்டவணை யில் கூறப்பட்டுள்ளன. எனினும் மன்னர்களின் வரலாறு, தொன்மை யான வரலாற்றுச் செய்திகள் ஆகியவை அடங்கிய சுவடிகளே இதில் இடம் பெற்றுள்ளன.

அவ்வாறு சரித்திரம் எனும் தலைப்பில் 257 சுவடிகளே இடம் பெறுகின்றன. அவற்றுள் 22 ஓலைச் சுவடிகளாகவும் ஏனைய 215 தாள் சுவடிகளாகவும் உள்ளன.

வமிசாவளி

அக்காலச் சமுதாயத்தில் ஆதிக்கம் உடையவர்களாக இருந்தவர்களின் பரம்பரையைப்பற்றி, இவருக்குப் பிறகு இவர் எனும் வரலாற்று வரிசையைக் கூறும் சுவடிகள் வமிசாவளிச் சுவடிகள் எனும் தலைப்பில் மெக்கன்சியின் தமிழ்ச்சுவடிகளுள் இடம் பெறுகின்றன. வமிசாவளி என்பது வம்சம், ஆவளி எனும் இரு சொற்களின் கூட்டுச் சொல்லாகும். அது வம்ச வரிசையைக் கூறுவது எனும் பொருள் தரும். இச்சுவடிகள் வமிசாவளி என்ற சொல்லில் முடியும் தலைப்புகளைக் கொண்டு விளங்குகின்றன. பாளையக்காரர்களின் பரம்பரை வரிசையைக் கூறுகின்ற சுவடிகளே பெரிதும் இடம் பெற்றுள்ளன.

வமிசாவளி எனும் தலைப்பில் 166 சுவடிகள் இடம்பெற்றுள்ளன. அவற்றுள் 'நரசிங்கராயர் வமிசாவளிக் குறிப்பு' 'விட்டுணுவர்த்னராயன் வம்சாவளி' எனும் இரண்டு சுவடிகளும் ஓலைச் சுவடிகளாக உள்ளன. ஏனைய 164 தாள் சுவடிகளாக உள்ளன.

நரசிங்கராயர் வமிசாவளிச் சுவடிக்கு ராயதுர்க்கம் கைபீது என்ற இன்னொரு பெயரும் காணப்படுகிறது. இதில் உள்ள ஏடுகள் எல்லாம் ஒரே அளவின்றியும் தொடர்பின்றியும் இருக்கின்றன. இச்சுவடியில் இராயர் பரம்பரையினர் சிலரைப்பற்றியும், சோழ பரம்பரையினர் சிலரைப்பற்றியும் சில நாடுகளைப்பற்றியுமான குறிப்புகள் இடம் பெறுகின்றன.

ஹொய்சாளப் பரம்பரையைச் சேர்ந்த விட்டுணுவர்த்தன ராயனு டைய பரம்பரையைப் பற்றியும் அவன் செய்த தான தருமங்கள் பற்றியும் கூறுவது 'விட்டுணுவர்த்தனராயன் வமிசாவளி' எனும் சுவடியாகும்.

இவ்வாறே பல வமிசாவளிச் சுவடிகள் அமைந்திருக்கின்றன. எனினும் வமிசாவளிச் சுவடிகளில் இரண்டு மட்டும் ஓலைச் சுவடிகளாகவும் பிற அனைத்தும் தாள் சுவடிகளாகவும் அமைந்துள்ளதற்கு வேறு ஒரு காரணமும் உள்ளது. மெக்கன்சியின் உதவியாளர்கள் கேட்க, அப்பரம்பரையில் உள்ளவர்கள் கூற, அதை உதவியாளர்கள் எழுதி அவர்களிடம் கையொப்பம் பெற்றுத் தொகுத்த சுவடிகளே வமிசாவளிச் சுவடிகளில் பெரும்பான்மையனவாக இருக்கின்றன. எனவேதான் வமிசாவளிச் சுவடிகள் பெரும்பாலும் தாள் சுவடிகளாக உள்ளன.

தலபுராணம்

குறிப்பிட்ட ஓர் ஊரின் பெருமையையும் அங்குள்ள கோயிலின் பெருமையையும், கோயிலிலுள்ள இறைவன் இறைவியின் பெருமை யையும் பற்றிய செய்திகளைக் கொண்டு விளங்குகின்ற சுவடிகள் தலபுராணம் எனும் தலைப்பில் இடம்பெற்றுள்ளன.

மெக்கன்சியின் தமிழ்ச் சுவடிகளுள் 82 சுவடிகள் தலபுராணச் சுவடிகளாகும். அவற்றுள் திரிபுரவனங் கோவில் தல புராண வரலாறு, திரு நாராயணபுர தேவஸ்தான தலபுராணத்துக்கு நக்கல், திருவோத்தூர் வேதபுரீசுவரர் தல வரலாறு எனும் மூன்று, ஓலைச் சுவடிகளாகவும் ஏனைய 79 தாள் சுவடிகளாகவும் உள்ளன.

திரிபுவனை என்பது இப்போது வழங்கப்பெறும் திரிபுவனம் ஆகும். அந்த ஊரின் பெருமையையும், அதில் கோயில் கொண்டிருக்கும் கம்பகரேசுவரரின் மகிமையையும், ஊருக்கும் இறைவனுக்கும் இப்பெயர்கள் வந்த வகையையும் வியந்து கூறுவது திரிபுரவனங் கோயில் தலவரலாறு எனும் சுவடியாகும்.

இவ்வாறே மற்ற தலபுராணச் சுவடிகளிலும் செய்திகள் இடம் பெற்றுள்ளன. அச்செய்திகளுள் தொன்மையை நிலைநாட்ட வேண்டி யும் சிறப்பித்துக் கூறவேண்டியும் பல புராணச் செய்திகள் இடம் பெற்றுள்ளன.

கைபியத்து

'கைபியத்' என்பது உருது மொழிச் சொல்லாகும். இது 'கைபீது', 'கைபியத்து' என்று மெக்கன்சி சுவடிகளில் குறிப்பிடப்பெறுகிறது. இதற்குத் தமிழில் விவரக் குறிப்பு என்று பொருள்.

கைபியத்து எனும் தலைப்பில் 264 தமிழ்ச் சுவடிகள் மெக்கன்சி தொகுப்பில் உள்ளன. அவற்றுள் 16 ஓலைச் சுவடிகளாகவும் ஏனைய 248 தாள் சுவடிகளாகவும் உள்ளன.

அச்சுவடிகள் ஊரின் வரலாறு, தொன்மையான கட்டட வரலாறு, பலமதக் கோயில்களின் வரலாறு, கோயில்களின் நாள்வழிபாட்டுப் படிக்கட்டளை பற்றிய வரலாறு, கோயில் வருமானம் பற்றிய வரலாறு, சாதி வரலாறு, மன்னர்கள் வரலாறு ஆகிய செய்திகளைக் கொண்டிருக் கின்றன. சான்றாக மலையாள தேயக் கைபீது எனும் சுவடி, அப்பகுதியில் உள்ள நம்பூதிரிமார், நாயர்மார், கணிக்க சாதி, பாணன் சாதி, முக்குவசாதி, ஈழவர் சாதி ஆகிய வகுப்பைச் சார்ந்தவர்களின் வரலாற்றைச் சுருக்கமாக விளக்குகிறது. அவ்வாறே பிற கைபியத்து சுவடிகளும் பல்வேறு செய்திகளை விளக்குகின்றன.

கல்வெட்டுகள்

மெக்கன்சியின் தொகுப்பில் சிறப்பிடம் பெறுபவை கல்வெட்டுகளாகும். மெக்கன்சியின் உதவியாளர்கள் நாடெங்கிலுமிருந்த கோயில்களி லுள்ள கல்வெட்டுகளையும் தாமிரப் பட்டயங்களையும் பார்த்து எழுதித் தொகுத்தவை கல்வெட்டுகள் எனும் தலைப்பில் இடம் பெறுகின்றன.

அவ்வாறு மெக்கன்சி தொகுப்பில் இடம் பெறும் கல்வெட்டுகளின் எண்ணிக்கை 535 ஆகும். அவற்றுள் ஓலைச்சுவடியில் படி எடுக்கப் பட்டுள்ள கல்வெட்டுகள் 50 ஆகும். ஏனைய 485 தாளில் படியெடுக்கப் பட்டுள்ள சுவடிகளாகும்.

பண்டைய வரலாற்றை அறிவதற்குத் துணைபுரிவன கல்வெட்டு களேயாகும் என்பதால் கல்வெட்டுகள் தொகுப்பில் மெக்கன்சி பெரிதும் கருத்தைச் செலுத்தியிருக்கிறார். தொகுப்பில் உள்ள சுவடியில் 38.6 விழுக்காடு கல்வெட்டுகளாக உள்ளன. குறிப்பாக வட்டெழுத்துகளில் உள்ள ஐந்து சுவடிகள் தவிரப் பிற அனைத்துக் கல்வெட்டுச் சுவடிகளும் வெளிவந்துள்ளன.

அக்கல்வெட்டுகள், கோயில் கட்டியது, புதுப்பித்தது, கோயிலுக்குரிய நிலம், வழிபாட்டுக்கு வழங்கிய கொடை, சிறப்பு வழிபாடுகள், ஆகியவை பற்றிய செய்திகளையும் சோழ, பாண்டிய அரசர்களின் வரலாற்றுச் செய்திகளையும் கொண்டுள்ளன.

மெக்கன்சிக்குப் பிறகு இந்தியக் கல்வெட்டுத் துறையினர் நாடெங்கிலு மிருந்த கல்வெட்டுகளைப் படி எடுக்கலாயினர். மெக்கன்சி தொகுப்பில்

இடம்பெறும் சற்றேறக்குறைய 160 கல்வெட்டுகள் கல்வெட்டுத் துறையினரால் படி எடுக்கப்படவில்லை என்பது குறிப்பிடத்தக்கதாகும். சான்றாகக் காஞ்சிபுரம் ஏகாம்பரேசுவரர் கோயிலில் இருந்து மெக்கன்சியால் தொகுக்கப்பட்ட கல்வெட்டுகள் கல்வெட்டுத்துறை யினரால் படியெடுக்கப்படவில்லை.

கடந்த எழுபது ஆண்டுகளாகக் காஞ்சிக்கு அலுவலர்கள் பலமுறை சென்று ஆராய்ந்தும் அக்கல்வெட்டுகளைக் கண்டுபிடிக்க அவர்களால் முடியவில்லை.

மெக்கன்சியின் காலத்தில் முழுவதும் கிடைத்தும் பின்னால் கட்டடங்கள் எழுப்பியதாலோ வேறு காரணத்தாலோ ஒரு பகுதி கிடைக்காமல் போனதே சாசன இலாகாவுக்குக் கிடைத்த பகுதியைக் காட்டிலும் அதிகமாக மெக்கன்சி பிரதியில் கிடைப்பதற்குக் காரணம் என்று தி.நா.சுப்பிரமணியம் குறிப்பிட்டுள்ளார். அழிந்து கிடைக்காமல் போன கல்வெட்டுகளுக்கு மெக்கன்சியின் தொகுப்பே இனி அடிப் படையாக விளங்கும்.

இத்தகைய சிறப்புகளைக் கொண்டு விளங்கும் மெக்கன்சியின் தொகுப்பிலுள்ள கல்வெட்டுகளில் வட்டெழுத்துக் கல்வெட்டுகளை யும் தக்கவர்களைக் கொண்டு பொருள் புரியும் வகையில் பதிப்பித்தால் வரலாற்றுக்குப் பெரிதும் பயன்படும்.

பிற பொருள் சுவடிகள்

மேற் குறிப்பிட்ட தலைப்புகள் தவிர, சிறு சிறு உட்பிரிவுகளைக் கொண்டு சில சுவடிகள் உள்ளன. அவற்றோடு பிற பொருள் தொகுதிகள் என்று எந்தத் தலைப்பிலும் அடங்காத சுவடிகளை ஒரு தலைப்பின் கீழ் அட்டவணையில் கூறியுள்ளார். அவ்வாறு சிறு சிறு தலைப்புகளிலும் 'பிற பொருள் சுவடிகள்' எனும் தலைப்பிலுமாக 95 சுவடிகள் இடம் பெறுகின்றன. அவற்றுள் 13 ஓலைச் சுவடிகளாகவும் ஏனைய 82 தாள் சுவடிகளாகவும் உள்ளன.

அச்சுவடிகளுள் சைவம், சமணம் பற்றிய செய்திகளும், மலைவாழ் மக்களின் வாழ்க்கை முறைகளும், கோயிலுக்கு அளிக்கப்பட்ட 'சருவ மானியங்களும்' மதங்களின் தோற்றம் பற்றிய செய்திகளும் இடம் பெற்றுள்ளன.

வகைதொகைப் படுத்தலில் சிக்கல்கள்

அகரவரிசைப் பட்டியலில் மெக்கன்சியின் தமிழ்ச் சுவடிகள் வகை

தொகைப்படுத்தப்பட்டிருக்கின்றன. எனினும் வகைதொகைப்படுத்தலில் குறிப்பிட்ட வரைமுறைகள் கைக்கொள்ளப்படவில்லை; கைக்கொள்ள முடியாமலும் மெக்கன்சியின் தமிழ்ச் சுவடிகள் அமைந்துள்ளன.

சான்றாக, சரித்திரம் எனும் தலைப்பில் உள்ள சுவடிகள் வரலாறு என்று பெரிதும் முடிந்திருக்கின்றன. அவ்வரையறையை வைத்துக் கொண்டால் 'நெரூர்க் கிராமப் பூருவ வரலாறு' எனும் சுவடி சரித்திரம் எனும் தலைப்பில் இடம்பெற்றுள்ளது.

'கைபியத்து' என முடியும் சுவடிகள், அத்தலைப்பில் இடம்பெற வில்லை. 'டில்லி ராசாக்களின் கைபீது' எனும் சுவடி சரித்திரம் எனும் தலைப்பில் இடம் பெற்றுள்ளது. மேலும் 'கிருத யுகாதிப் பிரமாணம்' எனும் சுவடியும் கைபியத்து எனும் தலைப்பில் இடம் பெற்றுள்ளது.

போடிநாயக்கர்களின் வமிசாவளி பற்றிய சுவடி, தலைப்புக்குத் தொடர்பில்லாமல் முதுகுளத்தூர் மற்றும் சிக்கல் வட்டங்களில் இரகுநாத காவேரி மற்றுமுள்ள குளங்கள் அனைத்தும் வேளாண்மைக்குப் பயன்படா வண்ணம் சீரழிந்து கிடக்கின்ற நிலையைக் கிழக்கிந்தியக் கம்பெனி அரசுக்கு எடுத்துக்கூறும் செய்திகளைக் கொண்டுள்ளது.

இவ்வாறு செய்திகள் வேறாகவும் தலைப்பு வேறாகவும் பல சுவடிகள் பிரிக்கப்பட்டுள்ளன. அதனால் நுட்பமாக மெக்கன்சியின் தமிழ்ச்சுவடிகள் பகுத்தறிய இயலாத நிலையில் உள்ளன. எனவே அவற்றில் உள்ள செய்திகளின் அடிப்படையில் பகுத்துக் கொள்ளுதலே பொருத்தமாக இருக்கிறது.

ஆய்வுக்குரிய வகைதொகைப் பாகுபாடு

ஆய்வுநிலையில் மெக்கன்சியின் தமிழ்ச் சுவடிகளைத் தலைப்பைக் கருதாது உள்ளடக்கம் கருதி வரலாறு, மதம், இலக்கியம் எனும் முப்பெரும் பிரிவுகளில் அடக்கிக் கொள்ளலாம். அப்பிரிவுகளுள் அடங்கும் மெக்கன்சியின் தமிழ்ச் சுவடிகள் வெளிப்படுத்தும் அரிய செய்திகள் ஆய்வுக்குரியனவாக அமைகின்றன.

வரலாறு

சரித்திரம், வமிசாவளி, கைபியத்து, பட்டயங்கள், தாமிர சாசனங்கள், பல்வகை இனாம்கள் அடங்கிய கல்வெட்டுகள், விண்ணப்பம், உள்ளூர் வரலாறு, வாக்கு மூலம், மக்கள் வாழ்க்கை பற்றிய பல்பொருள் தொகுதி ஆகிய தலைப்புகளாக அகரவரிசை அட்டவணையில் இடம் பெறும் மெக்கன்சியின் தமிழ்ச் சுவடிகள், வரலாறு எனும் பெரும் பிரிவில் அடங்குகின்றன.

தென்னிந்திய வரலாற்றின் பன்முகப்பாங்கு தெளிவு பெற மெக்கன்சி யின் வரலாற்றுத் தமிழ்ச்சுவடிகள் உதவுகின்றன. இவ்வகையில் எப்.டபிள்யூ.தாமஸ், பிளாக்டஸ், டாக்டர் எச்.என்.ரண்டில் ஆகியோரை அச்சுவடிகள் பெரிதும் ஈர்த்திருக்கின்றன.

வரலாற்றை உறுதிப்படுத்தும் வகையில் செய்திகளைக் கொண்டி ருப்பதைப் போன்றே குழப்புகின்ற வகையிலும் செய்திகளை மெக்கன்சியின் சுவடிகள் கொண்டு விளங்குகின்றன.

வரலாற்றுச் செய்திகளோடு புராணக் கருத்துகளும் மிகைபடக் கூறப்பட்டுள்ள செய்திகளும் இடம் பெற்றிருந்தாலும், அடிக்குறிப்பு களில் மெக்கன்சியின் சுவடிகளைக் குறிப்பிட்டு வரலாற்றை விளக்கிக் கூறும் முறையில் பல சுவடிகள் அமைந்துள்ளன.

அவ்வாறு மெக்கன்சியின் தமிழ்ச் சுவடிகள் வெளிப்படுத்தும் செய்திகளின் அடிப்படையில், வரலாற்றுப் பகுதியை மன்னர்கள் வரலாறு, பாளையப்பட்டுகளின் வரலாறு, மக்கள் வரலாறு, ஊர் வரலாறு என்று நான்கு உட்பிரிவுகளாகப் பகுத்துக்கொள்ளலாம்.

மன்னர்களின் வரலாறு

'திராவிட தேயத்துப் பண்டைய மும்மண்டல மன்னர்கள் வரலாறு முதற்கொண்டு' டில்லி ராசாக்கள் வரலாறு உட்படப் பல்வேறு அரசர்களின் வரலாற்றையும், பரம்பரை வரிசை முறையையும் கூறும் சுவடிகள் மன்னர்கள் வரலாறு எனும் தலைப்பில் சேர்க்கப்படலாம்.

மெக்கன்சியின் தொகுப்பு உருவாகாதிருந்தால் பல வரலாற்றுச் செய்திகளுக்குச் சான்றுகளே இல்லாமல் போயிருக்கும் என்று தி.நா. சுப்பிரமணியம் குறிப்பிட்டிருப்பதற்கேற்ப மன்னர்களின் அரிய வரலாற்றை அத்தொகுப்பு உணர்த்துகிறது.

மெக்கன்சியின் தொகுப்பில்

'சேர சோழ பாண்டிய கைபீது'
'சோழ சேர பாண்டிய வமிசாவளி'
'சோழ தேசத்துப் பூர்வ மன்னர்கள் அட்டவணை'
'சோழ தேசத்துப் பூர்வராச சரித்திரம்'
'தமிழ் தேயத்துப் பண்டைய மன்னர் ஒழுங்கு'
'தமிழ் தேயத்துப் பண்டைய மன்னர்கள் சக ஆண்டுகள்'
'தமிழ்த்தேயத்து மும்மண்டல மன்னர் வரலாறு'
'தமிழ் ராசாக்கள் கால ஒழுங்கு'
'தாய்மா நள்ளிச் சோழன் என்ற முதற் சோழன் வரலாறு'
'சோழன் பூர்வ பட்டயம்'

எனும் தலைப்புகளில் மூவேந்தர்களின் வரலாறு கூறப்படுகின்றது. மேலும் மூவேந்தர்கள் வரலாறு மட்டுமின்றி செஞ்சி அரசனாகிய தேசிங்கு ராசன் வரலாற்றை விவரிக்கும் சுவடிகளும் இடம்பெற்றுள்ளன.

அச்சுவடிகளுள் பூந்துறை காளி கவிராயனிடமிருந்த ஆவணங் களைப் பார்த்து எழுதப்பட்டது என்ற குறிப்புடன் 'சோழ, சேர, பாண்டிய மன்னர்கள் வமிசாவளி' எனும் சுவடி உள்ளது. அச்சுவடியில் தேரூர்ந்த சோழன் பற்றியும், சுங்கம் தவிர்த்த சோழன் பற்றியுமான செய்திகளோடு அவர்களின் பரம்பரையினர் பற்றியுமான புராணச் செய்திகளும் இடம் பெற்றிருக்கின்றன.

மெக்கன்சியின் வினாப்பட்டிக்குக் கிடைத்த விடைகளுள், 'சோழர்கள் சிலகாலம் திருவலஞ்சுழியென்கிற ஊரிலிருந்தார்கள். கும்பகோணத்திற்கு மேற்கே அவ்வூர் 3 நாழிகை வழிதூரத்தில் உள்ளது. அவ்வூரில் அரசர்களிருந்த அரண்மனை இடிந்து மேடுகளாகி இருக் கின்றன. தஞ்சாவூரை ஆட்சி செய்த சோழ அரசர்கள் கரிகால் சோழன், கிருமிகண்ட சோழன், அகளங்க சோழன், திரிவிக்கிரமசோழன், தவளசோழன், கிலிகண்ட சோழன் என ஆறு பேர்களாவார்கள்; அவர் களின் தலைநகரம் உறையூர்; அது மண்மேடிட்ட பிறகு திருவலஞ் சுழிக்குத் தெற்கில் சோழன் மாளிகையில் இருந்தார்கள்; காவிரிக்கு அணை கட்டினது கரிகால்சோழன்' என்பவை குறிப்பிடத்தக்கனவாகும்.

மன்னர்களின் வரலாறு கூறும் இச்சுவடிகளில் கற்பனைக் கதை களும் இயற்கையிகந்த செய்திகளும் அவை பற்றிய ஆய்வுக் குறிப்புடன் இடம் பெற்றிருக்கின்றன. இக்கூற்றை மெய்ப்பிக்கும் வகையில் மெக்கன்சியின் சுவடி ஒன்றுள்ளது. அது தஞ்சை வேதநாயக வேதாகம சிரோமணியிடம் சோழர் வரலாறு பற்றி மெக்கன்சி கேட்ட கேள்விக்கு எழுதித் தந்துள்ள சுவடியாகும். அதில் ஒரு பகுதி பின்வருமாறு:

> கனம் பொருந்திய மேசர் காலன் மைக்கிஞ்சு துரையவர்கள் எழுதிய ஒப்பிவித்த நிருபத்தில் கேட்டுக்கொண்ட ஒரு பிரதான கேள்வியாவது.
>
> சோழராச்சியத்தில் எத்தனை சோழ ராசாக்கள் இருந்தார் களென்றும், முந்தியிருந்த சோழன் முதற்கொண்டு கடசியிலிருந்த சோழன் மட்டுக்குமுண்டான தலைமுறை நாமங்களேதென்றும், சோழனுக்குப் பிறகு இந்த ராச்சியத்தை ஆண்டார்களாரென்ன அந்திரட்டமாய் விசாரித்து எழுதி வேணுமென்று கேட்டுக்கொண்ட கேள்விக்கு வேதநாயக வேதாகம சிரோமணி கொடுக்கிற புறத்தியுத்தாரம். 'இச்சோழ தேசத்திலிருக்கும் அனேகம் பெரியோர் களையும் பிராமணரையும் வித்துவாங்கிஷரையும் விசாரித்தவிடத்தில் ஒருத்தர் சொல்லுகிறபடி மற்றொருத்தர் சொல்லுகிறதில்லை. சிலர்

64 சோழனென்றும் சிலர் 24 சோழரென்றும் சிலர் 16 சோழன் மாத்திரா மிருந்தானென்றுஞ் சொல்லுகிறார்கள். ஆனால் வேறே சிலர் அப்படியல்ல. சோழர்கள் இம்மாத்திரம் அம்மாத்திர மென்று கணக்கு வழக்கில்லை. வெகு கதிர்யுகமாய் அவர்கள் உலகத்தை யாண்டு வருகிறார்கள். 84,000 சோழனுக்கு அதிகமே யல்லாமல் குறைச்சலாயிருக்கமாட்டா தென்றுஞ் சொல்லுகிறார்கள். இது பயங்கரமான பொய். ருசுப்படுத்தக் கூடாது.

இதிலிருந்து மெக்கன்சி, மன்னர்களின் வரலாற்றைத் தொகுப்பதில் காட்டிய விருப்பமும் தொகுக்கும் செய்திகளில் உண்மையைக் கண்டறியும் உதவியாளர்களின் நுட்பமும் வெளிப்படுகின்றன.

மேலும் சோழ அரசனுக்கும் நாகநாட்டு இளவரசிக்கும் பிறந்த குழந்தையே ஆதொண்டைச் சக்கரவர்த்தி என்று கலிங்கத்துப்பரணி யும் விக்கிரமச் சோழனுலாவும் கூறும் செய்திகளையொட்டி மெக்கன்சியின் சுவடியிலும் செய்திகள் இடம் பெறுகின்றன. அந்த மன்னர்களின் வரலாறு தொடர்பான கல்வெட்டுச் செய்திகளோடு ஒப்பிட்டுப் பார்க்கத்தக்க அளவுக்கும் சில இடங்களில் கல்வெட்டு களில் காணப்படும் பிழைகளைக் களைந்து கொள்வதற்கும்கூட மெக்கன்சியின் சுவடிகள் பயன்படுகின்றன. அவ்வகையில் மெக்கன்சி யின் குறிப்புரையும் முத்திரையும் பெற்றிருக்கும் 'தஞ்சை மராட்டிய மன்னர் வமிசாவளி' எனும் சுவடி குறிப்பிடத்தக்கதாகும்.

தஞ்சை மராட்டிய மன்னர் வமிசாவளி: சுவடி

இச்சுவடி 1803 மார்ச் 25 ஆம் நாள் தஞ்சை மராட்டிய அரசர் சேவகன் கிட்டினிசு பாபுராவ் என்பவரால், தரங்கம்பாடியிலிருந்து எழுதப் பட்டுள்ளது. பாபுராவ் மெக்கன்சியின் உதவியாளர்களுள் ஒருவராவார். இது தமிழில் 284 பக்கங்களைக் கொண்டுள்ள தாள் சுவடியாகும். இச்சுவடி, தஞ்சையில் ஆட்சிப் பொறுப்பிலிருந்த மராட்டிய அரசர் களைப் பற்றியும் அவர்களின் பரம்பரையினரைப் பற்றியும் உள்ள வரலாற்றுச் செய்திகளைக் கொண்டுள்ளது.

போன்சுலே வம்ச சரித்திரம்: கல்வெட்டு

இக்கல்வெட்டு தஞ்சைப் பெரிய கோயிலில் சரபோசி காலத்தில் மராத்தி மொழியில் ஏற்படுத்தப்பட்டதாகும். 1803 டிசம்பர் 13ஆம் நாள் பாபுராவ் என்பவரால் எழுதப்பட்டுள்ளது. இது மராட்டியர்களின் வரலாற்றைக் கோவையாகக் கூறும் அரிய கல்வெட்டாகும். தஞ்சை சரபோசி நூலகத்தாரின் வெளியீடாகத் தமிழ் ஆங்கில மொழிபெயர்ப்பு களோடு மராத்தி மொழியில் இக்கல்வெட்டு வெளியாகியுள்ளது.

சுவடிக்கும் கல்வெட்டுக்கும் வேறுபாடுகள்

மேலே கூறியுள்ள சுவடியும் கல்வெட்டும் ஒரே ஆட்சியாளரின் வரலாற்றையே கூறுகின்றன. எனினும் சுவடிக்கும் கல்வெட்டுக்கும் 27 இடங்களில் குறிப்பிட்ட வேறுபாடுகள் காணப்படுகின்றன. அவற்றுள் இன்றியமையாத சுவடி வேறுபாடுகள் கல்வெட்டுப் பிழையைக் களைந்திட உதவுகின்றன.

கல்வெட்டுப் பிழையும் சுவடித் திருத்தமும்

குறிப்பாகக் கல்வெட்டில் கி.பி. 1628இல் ஏகோஜி பிறந்தார் என்று பிழையாக இடம்பெற்றுள்ளது. ஆனால் வரலாற்றைத் தெளிவுபடுத்தும் வகையில் கி.பி. 1628இல் சிவாஜி பிறந்தார் என்று சுவடி குறிப்பிடுகிறது.

அடுத்து அமர்சிங்கிற்கும் சரபோசிக்கும் நடந்த ஆட்சியுரிமைச் சண்டையைப் பற்றிக் கல்வெட்டில் எந்தக் குறிப்பும் இடம்பெற வில்லை. சுவடி மட்டுமே அச்செய்திகளைக் கொண்டுள்ளது என்பது குறிப்பிடத்தக்கதாகும்.

சுவடியும் கல்வெட்டும் சரபோசி காலத்தையே சேர்ந்ததாகவும், பாபுராவ் என்பவராலேயே எழுதப்பட்டதாகவும் இருந்த போதிலும் வெறும் கல்வெட்டு மட்டுமே வரலாற்றை முழுமையாக உணர்வதற்கு உதவவில்லை. தஞ்சை மராட்டியர்களின் வரலாற்றில் அமர்சிங்கு ஆட்சிக் காலமும் இணைந்தது என்பதற்குச் சுவடி மட்டுமே சான்றளிக்கிறது. மேலும் அமர்சிங்கு ஆட்சிக்கால நிகழ்ச்சிகளும், ஆட்சியை அமர்சிங்கிடமிருந்து பெறுவதற்கு சரபோசி எடுத்துக்கொண்ட முயற்சி களும் சுவடியில் மட்டுமே இடம் பெறுகின்றன. கல்வெட்டு, சுவடி இரண்டையும் ஒப்பிடும் போது காலத்தால் சற்று முந்தியதாக இருப்பது சுவடியேயாகும்.

இவ்வாறு சில நேர்வுகளில் வரலாற்றை உணர்த்தும் கல்வெட்டு களுக்கும் மெக்கன்சியின் சுவடிகள் ஆதாரமாக நின்று விளங்குகின்றன. தவிரவும் மன்னர் திருமலை நாயக்கரின் மறைவு தற்கொலையா, கொலையா, இயற்கையாலா என்ற ஐயப்பாடுகளைக் களைந்து அவர் இயற்கையடைந்தார் என்று நிறுவுவதற்கும் மெக்கன்சியின் சுவடியே சான்றாக விளங்குகிறது என்பதைச் சத்தியநாத அய்யரும் அ.கி.ப.வும் தமது நூல்களில் ஏற்றுக்கொண்டுள்ளனர்.

மெக்கன்சியின் தமிழ்ச் சுவடிகளில் இந்திய மன்னர்களைப் பற்றி மட்டுமின்றி ஈழத்தரசர்களின் வரலாறும் அவர்களின் பரம்பரையினர் கதையும் இடம்பெற்றுள்ளன. அச்செய்திகள் அடங்கிய இரண்டு சுவடிகள் தொகுப்பில் உள்ளன. அவை 'கண்டி முதலான சிங்களத்

தீவிபங்களின் பூர்வீக ராசாக்களுடைய கைபீது - விசேஷித்த கைபீது' என்பதும், 'தமிழ் சிங்கள உறவுக்கதை' என்பதுமாகும்.

அவற்றுள் கைபீது சுவடியில், ஈழத்திற்குச் சிங்களம் எனும் பெயர் வந்ததற்கான காரணம் பற்றிய நாட்டுப்புறக்கதை கூறப்பட்டுள்ளது. அக்கதை வருமாறு:

> கண்டியை நளராசா என்பவன் அரசாண்டு கொண்டிருந்தான். அவனுக்கு இரண்டு பெண் குழந்தைகள். அவர்கள் வளர்ந்து பருவ நிலையில் அழகாகவும் இருந்தார்கள். ஒருநாள் இரு பெண்களும் தங்களை அழகுபடுத்திக் கொண்டு தோப்புகளிலே உலா வந்தார்கள். அப்போது அவர்களைப் பார்த்த ஒரு சிங்கம் காதல் கொண்டது. ஒரு நாள் தனியாக இருக்கும்போது ஒரு பெண்ணை அச்சிங்கம் கடத்திச் சென்று குடும்பம் நடத்தியது. அச்சிங்கத்திற்கும் ஓர் ஆண் மகவை அப்பெண் பெற்றெடுத்தாள். அவன் வளர்ந்து இளமை அடைந்ததும் நடந்ததைக் கேட்டு, அம்மாவோடு நாட்டுக்கு ஓடிவந்துவிட்டான். மனைவியையும் மகனையும் பிரிந்த சிங்கம் துன்பம் தாளமுடியாமல் உண்ணவும் செய்யாமல் நாட்டை அடைந்து வெறுப்புற்று மக்களுக்குத் துன்பத்தைத் தந்து வந்தது. அரசன் கேள்வியுற்று அச்சிங்கத்தைக் கொல்பவனுக்குத் தன் மகளை மணம் செய்விப்பதாக அறிவித்தான். அச்சிங்க மகன் அம்மாவையும் அழைத்துக் கொண்டு சென்று சிங்கத்தின் மீது அம்பு எய்தான். தன் மகனைக் கண்டுகொண்ட அச்சிங்கம் மகிழ்ந்து, தன் நாக்கை அறுத்து எடுத்துக்கொண்டு செல்லச் சொன்னது. அவனும் அவ்வாறே சென்று அரசனிடம் காட்டி அவன் மகளை மணந்துகொண்டு நாட்டை ஆண்டான். சிங்கத்தின் மகன் பெயரால் அத்தீவகம் சிங்களத்தீவகம் என்றழைக்கப்படுகிறது. அன்றுமுதல் அவனுடைய பரம்பரையினர் அந்நாட்டை ஆண்டு வந்தார்கள்.

இக்கதையை உறுதிப்படுத்தும் வகையில் மகாவம்சமும் ஈழத்து நாட்டுப்புறக் கதைகளும் இக்கதைக் கூறுகளைக் கொண்டிருக்கின்றன.

பாளையப்பட்டுகளின் வரலாறு

பாண்டிய அரசர்கள் வலுவிழந்து, அங்கு வாழ்ந்திருந்த கள்ளர்கள் தொல்லை அதிகமாகி, நாடு விசயநகர ஆட்சியிலும் நாயக்கர்கள் ஆட்சியிலும் வந்தபோது பாளையக்காரர்களும் தமிழகத்தின் தென் மாவட்டங்களில் செல்வாக்கு பெறத் தொடங்கினர்.

குத்தாலத் தேவரும், மருதப்பத் தேவரும் மேல்நாட்டுக் கள்ளரைக் கொன்று போட்டதைக் கேள்விப்பட்டு அப்போதிருந்த பாண்டிய மன்னர் அவர்களை அழைத்துப் பாராட்டியதோடு பாளையப்பட்டாக

ஒரு குறிப்பிட்ட பகுதியையும் அவர்களுக்கு அளித்து ஆணையிட்டதாக மெக்கன்சியின் நடுவுக்குறிச்சிப் பாளையக்காரன் வமிசாவளிக் கைபீது எனும் சுவடியில் கூறப்பட்டுள்ளது. இவ்வாறு பல பாளையப்பட்டுகள் தோன்றியுள்ளன.

முகமதியப் படையெடுப்பை எதிர்த்து நின்றபோது இப்பாளையக் காரர்கள் விசயநகர அரசர்களுக்கு ஆதரவாகவும் அதன் பின்னர் நாயக்கர்களுக்கு நம்பிக்கையானவர்களாகவும் நாயக்கர்களின் வீழ்ச்சிக்குப் பின்னர் மைசூர் சுல்தான்களுக்கு நண்பர்களாகவும், திப்பு சுல்தான் வீழ்ச்சிக்குப் பிறகு கிழக்கிந்தியக் கம்பெனிக்கு உண்மை யானவர்களாகவும் வாழ்ந்திருக்கின்றனர். ஆனாலும் பலர் இவ்விதிக்கு மாறாக கம்பெனியினரை எதிர்த்து நின்று மாண்டிருக்கின்றனர்.

அவர்களின் வரலாற்றை அறிந்துகொள்வதற்கு மெக்கன்சியின் வமிசாவளிச் சுவடிகள் அளவிற்குச் சான்று அளிக்கக் கூடியவை வேறில்லை. அச்சுவடிகளின் வழியே அவர்களின் சமுதாய நிலையையும் பண்பாட்டு, அரசியல் நிலையையும் நன்கு அறிந்துகொள்ள முடிகிறது.

பாளையக்காரர்களின் நிலை

குறிப்பிட்ட பாளையப்பட்டுப் பகுதிக்கு வரி வசூலித்து குறிப்பிட்ட தொகையைக் காவலுக்காக வைத்துக் கொண்டு மீதியை அந்த அரசர்களிடம் கொடுத்துவிடும் அரசுரிமையைப் பாளையக்காரர்கள் பெற்றிருந்தனர். அரசர்கள் படையெடுத்துச் செல்லும்போது தமது படையுடன் பாளையக்காரர்களும் சென்றிருக்கிறார்கள் என்பது 'செஞ்சி ராசாக்கள் கைபீது' எனும் சுவடியிலும் தெரியவருகிறது.

குறிப்பிட்ட பகுதியில் அமைதி காத்தலே அவர்களின் இன்றியமை யாத பணியாக இருந்திருக்கிறது. ஆட்சியுரிமை மாறும்போதும் அதற்கான போரின் போதும் பெரிதும் இவர்கள் அலைக்கழிக்கப் பட்டிருக்கிறார்கள்.

கம்பெனியினரின் செல்வாக்கு விரிவடைந்த போது பாளையக் காரர்கள் அவர்களின் கட்டுப்பாட்டிற்குள் கொண்டு வரப்பட்டனர். அதனால் பாளையக்காரர்கள் பலர் நிலை தாழ்ந்து கம்பெனியினரிடம் முறையிட்டுக் கொண்டிருக்கிறார்கள் என்பது கீழ்வரும் பகுதியால் உறுதிப்படுகிறது:

> அந்த நாள் முதல் நான் பிரெத்தினம் பண்ணிக் கொள்ளுகிறதுக்கு சத்தியில்லாமலும், அசுபரியமில்லாமலும் யென் ரெட்டையம்பாடிக்கிச் சேர்ந்து குப்பம் பாளையத்தில் குடியிருப்புக்காரனாய் ரொம்பவும் நொந்து மிகவும் கஷ்டப்பட்டுக் கொண்டு நானும் என்னைச்

சேர்ந்து 3 ஆண்களும் 6 பெண்களும் 4 வேலைக்காரர்களும் ஆக செனம் 13 சீவனத்துக்கு மார்க்கமில்லாமல் மிகவும் இளப்பத்துடனே மகாராசா ஸ்ரீ கும்பினியாரவர்கள் கிடாட்சதத்துக்குப் பாத்திரவானாக இருக்கிறேன். இப்படிக்கு ரெட்டையம்பாடி சபுத்திர சமீன்தாரி ராமசுவாமி தொப்ப நாயக்கர் வரலாறு 1816 ஏப்ரல் 30ஆம் நாள்

என்று குறிப்பிடும் ரெட்டியம் பாடி பாளையக்காரர கைபீது எனும் சுவடியும் பிறவும் அவர்களின் வாழ்நிலையை வெளிப்படுத்துகின்றன.

நிலக்கோட்டை பாளையக்காரனாக 17ஆவது பட்டம் கட்டிக் கொண்டு வாழ்ந்த கூளப்ப நாயக்கரின் வரலாறு பாளையக்காரர்கள் கம்பெனியாரிடம் பட்ட தொல்லையை விவரிக்கிறது.

கூளப்ப நாயக்கன் கம்பெனியின் கட்டுப்பாட்டுக்குள் கொண்டு வரப்பட்டு 5900 பணமும் கட்டிவந்தார். தொடர்ந்து கட்டி வர முடியாத நிலையில் கம்பெனிக்கும் அவருக்கும் சண்டை மூண்டது. அவருடைய பாளையப்பட்டை முற்றுகையிட்டு அவரைக் கைது செய்யக் கம்பெனியார் முயற்சி செய்த போது கூளப்ப நாயக்கன், மனைவி மக்களைப் போடி நாயக்கனூருக்கு அனுப்பி விட்டு மலை வழியாக அவனும் ஆணையூர் சென்று கள்ள நாட்டுக்குப் போய் விட்டார். கம்பெனியார் அவருடைய பாளையப்பட்டை எடுத்துக் கொண்டனர். கூளப்ப நாயக்கன் கள்ள நாட்டுப் படையுடன் கம்பெனிப் படையை எதிர்த்தார். வெகுண்டெழுந்த கம்பெனியாரிடமிருந்து அவர் தப்பிவிட்டார். எனவே கூளப்ப நாயக்கனைக் கொன்று தலையைக் கொண்டு வருபவருக்கு 1000 விராகனும் அவர் குழந்தைகளைக் கொன்று வருபவர்களுக்கு 50 ரூபாய் அன்பளிப்பு தருவதாகவும் அறிவிக்கப்பட்டது. அந்த அறிவிப்பைக் கேட்டவர்கள் கூளப்ப நாயக்கனின் மனைவியைப் பிடித்துக் கொடுத்துவிட்டார்கள். செய்தி அறிந்த கூளப்ப நாயக்கன் பிச்சைக்காரன் வேடத்தில் இரவோடு இரவாகக் கம்பெனி அதிகாரியைக் காணச் சென்று காலில் விழுந்தார். மனமிரங்கிய கம்பெனியினர் நிலக்கோட்டை பாளையப்பட்டுக்கு உரிமையாளரான அவருக்கு மாத ஊதியமாக 50 ரூபாய் அளித்து வந்தார்கள் என்று மெக்கன்சியின் தமிழ்ச்சுவடி பாளையக்காரர்களின் பொருளாதார நிலையை வெளிப்படுத்துகிறது.

விருபாட்சி பாளையப்பட்டைச் சேர்ந்த திருமலைப் பொன்னப்ப நாயக்கனின் தந்தையும் தாயும் அண்ணனும் அண்ணியும் பிறரும் கம்பெனியினரால் கைது செய்யப்பட்டுக் கொலை செய்யப்பட்டிருக் கிறார்கள். அவரின் குடும்பத்தைச் சேர்ந்த மற்ற 10 பெண்களும், அண்ணன் மகள் பொன்னம்மாள் வெள்ளயம்மாள் ஆகிய ரெண்டு

பேருடன் அவர்களின் பணிப் பெண்கள் இருவரையும் சேர்த்து நான்கு பெண்களுமாக 14 பெண்கள் சிறையில் அடைக்கப்பட்டனர். அவர்களின் வீட்டுப் பாத்திரங்களும் எடுத்துச் செல்லப்பட்டன. இருந்தும் திருமலைப் பொன்னப்ப நாயக்கன் கம்பெனியிடம் வேண்டிக் கொண்டதற்கேற்ப மாதம் 30 வராகன் ஊதியம் கொடுத்து, திண்டுக்கல் நகரிலேயே இருந்து வரவேண்டுமென்று ஆணையிடப்பட்டது.

அந்தக் கம்பெனியாரின் கருணையைப் பெற்ற அனைவரையும் விடுதலை செய்து திருமலை பொன்னப்ப நாயக்கன், கம்பெனியின் நிதி உதவியில் அண்ணன் மகள்களுக்குத் திருமணமும் செய்து வைத்தான். இருப்பினும் அவன் கம்பெனியாரின் அருளுக்கு ஏங்கி,

> 'யெனக்கு சிறுப்பத்திலேயே கலியாணமாகி என் பெண்சாதி 1805, டிசம்பர் 13ஆம் தேதி ராத்திரி நாலுமணிக்கு ஆண்பிள்ளை பெத்து, னாளது மாதம் 14ஆம் தேதி பகல் ஏழு மணிக்கு மரணமடைந்து போனாள். நான் படடயக் காரனாகையாலே என் விண்ணம் படிக்கி கருமாதிகளுக்கும் கொஞ்சம் செலவுகளுக்கு வந்து அது சங்கதிகளுக்கு உண்டான திசைகள் நடக்கயில்லை. அது விவரம் என்னவென்றால் எங்கள் சாதி வழக்கம் எங்கள் வமுச வழக்கமும் அனுசரித்து நடக்க வேண்டியதுகளுக்கு நான் மிகவும் யேழ்மையாய் இருக்கிறதுனாலேயும் சிலவு முதலுக்கு இல்லாத கம்பெனியார் அப்போதைக்கப்போ குடுக்கப்பட்ட சிலவுகள்னாலே நாள் தட்டிக் கொண்டு இருக்கிறதுனாலேயும் யென் தகப்பனார், தமயனார், தாயார், மதினிமார், பெண்சாதி முதலாகிய எட்டுப் போர்களுக்கு கருமாதிகள் செய்ய வேண்டியிருக்கிறது. எங்கள் ஜாதி வழக்கம் நான் பட்டக்காரனாகையினாலே கலியாணமில்லா மிலிருக்கலாகாது. பெண்ணுள்ள வீட்டுக்கு நாங்கள் போறதே யல்லாமல் புள்ளையிடத்துக்குப் பொண்ணை கூட்டிக்கொண்டு வந்து கலியாணம் பண்ணுகுற வழக்கமில்லை. என் புள்ளையாகிய ஒண்ணறை வயது ஆண்பிள்ளை குழந்தைக்கு நாளது வரைக்கும் பேர் வைக்கவும் தலைமயிர் வாங்குகையும் இல்லை. அதற்கான எங்கள் சீமையான விருபாட்சிக்கிச் சேர்ந்த பெரிய கோட்டையின் யெங்கள் குலதைவமாகிய வெகுவம்மன் சன்னதியில் னடக்க வேண்டியதுக்கு சர்க்கார் உத்தரவு யேறகக் காத்திருக்கிறேன். நான் மிகவும் யேழையாய் எனக்கு புத்தி தெரியாமலிருக்கும் போதே பாராவில் அகப்பட்டு அனேகம் கஷ்டப் பட்டு... உத்திரவு படிக்கி திண்டுக்கல் நகரத்தில் இருக்கிறேன்.

என்று வேண்டிக் கொண்டிருக்கிறான். உறவினர் வீட்டு இறுதிச் சடங்கானாலும், குழந்தைக்குப் பெயர் சூட்டுவதானாலும் கம்பெனியாரிடம் பாளையக்காரர்கள் நிதியையும் அனுமதியையும்

வேண்டி நிற்க வேண்டியிருந்திருக்கிறது என்பதை மெக்கன்சியின் தமிழ்ச் சுவடிகள் இவ்வாறு கூறுகின்றன.

அக்கால கட்டத்தில் கம்பெனியை எதிர்த்து நின்ற கட்டபொம்மனுடன் ஏழாயிரம் பண்ணைப் பாளையப் பட்டுக்கு உரிமையாளரான முத்துசுவாமி ஆண்டுக்கொண்டார், கம்பெனியாரின் பகைமையை மனதில் கொண்டு ஒத்துப் போகாமலிருந்திருக்கிறார். ஒத்துப்போக வில்லை யென்றால் ஊர் கொள்ளையடிக்கப்படும் என்று அச்சுறுத்திய கட்டபொம்மனுடைய தொல்லையைப் போக்க ஊருக்குக் காவலாக முத்துசுவாமி ஆண்டுக்கொண்டார் ஒரு படையை அனுப்பியிருக் கிறார். கட்டபொம்மனுக்கு ஆதரவாகப் படையை அனுப்பியுள்ளா ரென்று கம்பெனியினர் பாளையப்பட்டைக் கைப்பற்றிக் கொண்டதோடு முத்துசுவாமி ஆண்டுக்கொண்டாரையும் நாடு கடத்திவிட்டனர். இவற்றையெல்லாம் விவரமாக எடுத்துக் கூறி அண்ணனை விடுவித்து பாளையப்பட்டை மீண்டும் எங்களுக்கே தரவேண்டுமென்று சிதம்பர வன்னியன் கம்பெனியிடம் வேண்டியிருக்கிறார்.

இவ்வாறு பாளையப்பாட்டுகளின் வரலாறும், பாளையக்காரர் களின் வாழ்க்கையும் மெக்கன்சியின் தமிழ்ச் சுவடிகளால் வெளிப் படுகின்றன. மன்னர்கள், பாளையக்காரர்களின் வாழ்க்கையும் வரலாறும் மட்டுமின்றி மெக்கன்சியின் தமிழ்ச் சுவடிகளில் மக்களின் வாழ்க்கையும் வெளிப்படுகின்றன.

மக்கள் வாழ்க்கை

பொதுவாக வரலாறு என்பது மன்னர்களின் வாழ்க்கையையும் அவர்கள் நடத்திய போர்களையும் பற்றியவை மட்டுமே என்று மெக்கன்சி கருதவில்லை. அதனால் பொதுமக்களின வாழ்க்கை முறை, அவர்களின் உறவுமுறைகள், பழக்கவழக்கம், சடங்குகள் ஆகியவை பற்றியும் சுவடிகளைத் தொகுத்துள்ளார். அச்சுவடிகளின் வழியே அக்கால மன்னர்களின் நடைமுறை வாழ்க்கையையும் அவர் தம் முன்னோர்களின் வாழ்க்கை முறைகளையும் அறிய முடிகிறது.

அவ்வகையில் நாட்டில் நிலவிவந்த சாதிப்பாகுபாடுகளும் அப்பாகு பாட்டிற்குரிய மக்களின் வாழ்க்கை முறைகளும், அவர்கள் கூட்டும் சந்தையும், இறப்புப் பற்றிய அவர்களின் எண்ணங்களும், அவர் களிடம் வசூல் செய்த வரி வகைகளும், ஈழத்தோடு அவர்கள் கொண்டி ருந்த தொடர்புகளும், அநீதி கண்டு அவர்கள் வெகுண்டெழுந்து வெளிப்படுத்திய உணர்ச்சிகளும் மெக்கன்சியின் தமிழ்ச் சுவடிகளில் பதிவாகியிருக்கின்றன.

சாதி வரலாற்றுச் சுவடிகள்

நாட்டில் பல வகையான சாதிப்பாகுபாடுகள் இருந்திருப்பினும் கிழக்கிந்தியக் கம்பெனியினர்க்குப் பிரச்சினையாக இருந்த மறவர் போன்றவர்களைப் பற்றியும் சற்று வேறுபட்ட சூழ்நிலைகளில் வாழ்ந்த மலைவாழ் அல்லது காடுவாழ் மக்கள் பற்றியும், சமுதாயத்தில் செல்வாக்குடன் விளங்கிய பார்ப்பனர்கள் பற்றியுமான செய்திகளை மெக்கன்சி சுவடிகள் கொண்டுள்ளன.

மறவர்

தமிழகத்தில் தென் மாவட்டங்களில் வாழ்ந்து வரும் மக்களில் ஒரு பிரிவினரைப் பற்றியது 'சிவகங்கை மறவர் சாதி விளக்கம்' எனும் ஓலைச் சுவடியாகும். மெக்கன்சியின் தொகுப்பில் மக்கள் வாழ்க்கையை விவரிக்கும் சுவடிகளுள் சிறப்பிடம் பெறுவது இச்சுவடியாகும். இச்சுவடியில் மறவர்களின் வகை, வாழ்நிலை, பெண்கள், உடை, திருமணம், மணமுறிவு, மறுமணம், உடன்கட்டை ஏறுதல், வழிபாடும் நம்பிக்கையும், குற்றமும் தண்டனையும் ஆகியவை பற்றிய செய்திகள் நுணுக்கமாகத் தரப்பட்டுள்ளன. இச்சுவடிகளின் அருமையை வில்லியம் டெய்லர் தமது அட்டவணையில் பின்வருமாறு குறிப்பிட்டிருக்கிறார்:

> Marva jati charitra or an account of the mora vees of Ramnad and Sivagangai districts. No. 238-counter mark 107.
>
> This manuscript of fifteen Palm - leaves, was translated by me, and afterwards printed in the Madras journel of literature and science No.13 It my be sufficient therefore to state it containts a minute account of the customs of the curious race of people at the extreme end of the peninsula, whose ancestors appear to have escaped extermination by the colonizing Hindus. I paid particuler attention, in the first instance to this document in order to see if it had any details of an alleged ascendancy of the maravas. Over the Pandiya Kingdom, which it has not, but it first fixed my attention to the fact that there are people in the country not aboriginally Hindus: since other - wise extensively illustrated from papers of this collection.
>
> Note : The manuscript is complete, and in good order. It is briefly entered in Des. Cat. Vol 1. p.211 art XXVI under the title of marawa jati varnanam. The title as above written is the one contained in the heading of the Ms. itself. On the envelope the word Kaifeyat appears for Charitra.
>
> (W.Tailor, Madras Journal of Literature and Science VOL VIII report on the mac. mss P. 624)

இச்சுவடியில் வெளிப்படும் அரிய செய்திகளை பின்வரும் பகுதியில் பார்க்கலாம்:

வகை

மறவர்கள் தாங்கள் வாழும் ஊரின் பெயரால் 'செம்பிநாட்டு மறவ ரென்றும் ஆப்பனூர் நாட்டு மறவரென்றும் அகத்தா மறவரென்றும் ஓரூர் நாட்டு மறவரென்றும் உப்புக்கட்டி மறவரென்றும் குறிச்சிக் காட்டு மறவரென்றும்' அழைக்கப்பட்டனர். அம்மறவர்களின் வகை யினருள் செம்பிய நாட்டு மறவர்கள் சிறந்தவர்களாகக் கருதப் பட்டனர். மேலும் 'தொண்டை நாட்டுச் சீமை கள்ளர், வீசங்க நாட்டுக் கள்ளர், தஞ்சாவூர் சீமை பதினெட்டுப் பாளையப்பட்டுக்களுடனே சேர்ந்த கள்ளர்' எனவும் பலர் அழைக்கப்பட்டனர்.

வாழ்நிலை

அரசரிடம் செல்வாக்கும் பொருளாதார நிலையில் உயர்ந்தும் இருந்த பலரின் வாழ்நிலைக்கும் மற்றவர்களின் வாழ்நிலைக்கும் இடையே நிறைய வேறுபாடுகள் இருந்தன. இந்த மறவர்களில் கம்பெனி ஆட்சியில் அதிகாரிகளாகவும் பாளையக்காரர்களாகவும், கிராமத்துக் காணியாட்சி நாட்டாண்மைக் காரர்களாகவும், கிராமத்துக் காவல் மிராசாகவும், பரம்பரைத் தொடர்ச்சியாக வாழ்ந்து கொண்டிருந்தவர்கள் செல்வாக் குடன் சிற்றிலக்கியங்களிலாவது தனிப்பாடல்களிலாவது இடம் பெற்றனர்; மற்றவர்கள் பயிர்த்தொழிலில் ஈடுபட்டு வந்தனர்.

அவர்களுள் அகத்தா மறவர்கள் தொட்டிய பாளையக்காரருக்குப் பரம்பரையாக ஊழியம் செய்து வந்தனர். அவர்கள் வீட்டுப் பெண்கள் பாளையக்காரர் வீட்டுப் பெண்களுக்குப் பணிபுரிந்து வந்தனர், இம்மறவர்கள் சேதுபதிக்குக் கட்டுப்பட்டு, ஊழியம் புரிந்து வந்தனர். மறவர்கள் நிலங்களைப் பெற்றுக் கொண்டு காணிக்கைவரி, கூரைவரி, பாசிவரி ஆகியவற்றைச் செலுத்திக்கொண்டு வாழ்ந்து வந்தனர். ஆனால் சிலருக்குக் குடிப்பழக்கமே இல்லாமலிருந்தது என்பதும் குறிப்பிடத் தக்கதாகும்.

திருநெல்வேலிப் பகுதியில் கொண்டையங் கோட்டை மறவர் உப்புக்கட்டி மறவர் முதலானவர்கள் புலால் உண்டாலும் நாள்தோறும் குளித்துத் தூய உடையை உடுத்திக் கொண்டு சிவ வழிபாட்டில் ஈடுபட்டு வந்தனர்.

பாளையக்காரர்களாக விளங்கிய மறவர்களில் பலர் 'ஏழுமுழம் எட்டு முழத்தில் சரிகை போட்ட சாய உருமாலையாவது வெள்ளை உருமாலையாவது' தலையில் கட்டிக்கொண்டார்கள். சிலர் ஆறு அல்லது ஏழு முழம் வெள்ளை உருமால் கட்டிக்கொண்டார்கள். அதிகாரம் செலுத்தியவர்கள் சிறப்பான நாட்களில் தலைப்பாகை

முதலியனவும் அரசுக்குரியனவுமான ஆடை அணிகலன்களை அணிந்து கொண்டனர்.

பெண்கள்

'அகத்தா மறவர் குலப் பெண்கள் மண்பவழம் கட்டுகிறபடியினாலே மண்பாசிக்கட்டி மறவர்' என்று அழைக்கப்பட்டனர். அவர்கள் மண்ப வழங்களைச் சரங்களாகக் கோர்த்து அணியாகக் கழுத்தில் கட்டிக் கொண்டிருக்கிறார்கள். தொட்டியப் பெண்கள் காதில் கம்மல், காதோலை அணிந்துகொண்டிருக்கிறார்கள். அவர்களின் காது தொள்ளறகாதாக நீண்டு ஆறு அங்குலம் ஏழு அங்குலம் நீளம் தொங்கும்படியாகக் கடுக்கண், சுவடி, தண்டாட்டி, பூச்சி போன்ற நகைகளோடு காட்சி தரும்.

இருபத்தைந்து முழம் அல்லது முப்பது முழம் உள்ள சேலைகளைப் பின் குக்கலை வைத்து அப்பெண்கள் கட்டிக்கொண்டனர்.

திருமணம்

''சிவகங்கை உடையாத்தேவர் தாயார் கிளையிலே கலியாணம் பண்ணக் கூடாது. தகப்பன் கிளையிலே சிற்றப்பன் பெரியப்பன் முதலான தாயாதிக்காரருடைய பெண்களைக் கல்யாணம் பண்ணிக் கொள்கிறது. மறவர் நீங்கலாக மற்ற சாதிகளெல்லாம் தாயார் கோத்திரத்தில் கலியாணம் பண்ணக் கூடாது. குறிச்சிக் காடு மறவர் சாதிப் பெண்களைச் செம்பி நாட்டு மறவர் கலியாணம் பண்ணிக் கொள்கிறதே அல்லது செம்பி நாட்டு மறப்பெண்ணைக் குறிச்சிக்காட்டு மறவருக்குக் கொடுப்பதில்லை. குறிச்சிக்காட்டு மறத்திகளுக்குப் பிறந்த பெண்களைச் செம்பிநாட்டு மறவர்களுக்குக் கொடுக்கிறதேயல்லாமல் குறிச்சிக்காட்டு மறவருக்குக் கொடுக்கிறதில்லை. ஆண் பிறந்தால் குறிச்சிக்காட்டு மறப் பெண்களையும் கல்யாணம் பண்ணுவார்கள். செம்பிநாட்டு மறவனுக்கும் குறிச்சிக் காட்டு மறத்திக்கும் பெண்கள் பிறந்தால் அதையும் கல்யாணம் பண்ணிக் கொடுக்கிறதேயல்லாமல் செம்பி நாட்டு அசல் மறப் பெண்ணைக் கொடுக்கிறதில்லை''.

மேலும் தாய்மாமனிடம் முறைப்பெண் இருக்க, வேறிடத்தில் பெண் எடுத்தல் கூடாது. முறைப்பெண் இல்லை என்றால் தாய்மாமன் விரும்பிய இடத்திலிருந்து பெண் எடுக்க வேண்டும். ஆனால் தாய்மாமனின் மனைவி கருவுற்றிருந்தால், ஆண், பெண் என்பதறிந்த பிறகே வேறிடத்தில் பெண் எடுக்க வேண்டும். குடும்பச் சொத்து வெளியில் போய்விடக்கூடாது என்பது குறித்த இத்தகைய கட்டுப் பாடுகளில் வயதுபற்றி எதுவும் குறிப்பிடப்படவில்லை.

திருமண முறை

வேதம் ஓதி வேதியர் வைத்து அவர்களின் திருமணங்கள் நிகழவில்லை. 'கலியாணஞ் செய்தால் தமிழராட்டமாய்த் தாலிகட்டிக் கலியாணம் செய்கிறது' என்ற குறிப்போடு கூடிய திருமணமுறை பின் வருமாறு:

மணமகனும் மணமகளும் ஒரே ஊரிலிருந்தாலும் பக்கத்து ஊர் களிலிருந்தாலும் மணமகனின் அண்ணன், அக்காள், தங்கை, சித்தப்பா, பெரியப்பா வீட்டுப் பெண்கள் மணமகள் வீட்டுக்குச் சென்று சங்கு ஊதி மணமகனின் அக்கா அல்லது தங்கை மணமகள் கழுத்தில் தாலிகட்டி உறவினர்களுக்கு ஒரு நாள் அல்லது இரண்டு நாள் புலால் உணவுடன் கூடிய விருந்து வைத்துப் பின் உறவினர்களை அவரவர்கள் ஊருக்கு அனுப்பி வைப்பார்கள். இப்போதும் நடக்கும் பலர் வீட்டுத் திருமணங்களில் மணமகள் கழுத்தில் தாலிக்குப் போடும் முடிச்சு நாத்தி முடிச்சு என்றும் மணமகனின் அக்கா அல்லது தங்கை அம்முடிச்சு களைப் போடுவதும் வழக்கமாக உள்ளது.

அவர்களில் பாளையக்காரர்களாக இருப்பவர்களும், செல்வந்தர் களும் வெகு சிறப்பாக இவ்விழாவை நடத்துவார்கள். ஆனால் விழாச் செலவுக்கு வழியில்லாதவர்களாக உள்ள மறவர்களும், ஏதோ ஒரு காரணத்தினால் உடனே திருமணம் செய்திட முடியாமலிருக்கும் செல்வந்தர்களும் தாலி மட்டும் பண்ணிக் கொடுத்து பெண்ணுக்கும் கட்டிவந்து, மறுநாள் காலையில் கணவனிடத்தில் சேர்த்துவிடுவார்கள்.

கணவனும் மனைவியும் இவ்வாழ்க்கையில் ஈடுபட்டு இரண்டு மூன்று குழந்தைகளைப் பெற்றுக்கொண்ட பிறகோ மனைவி கருவுற்றிருக்கும் போதோ அவர்களுக்கு வசதி வந்தபோது உறவினர்களைத் தாம்பூலம் வைத்தழைத்து முறைப்படி திருமணம் நடத்திக் கொள்வார்கள். ஆனால் இவ்வாறு நடக்கும் திருமணம் வேதியர் அழைக்கப்பட்டு, ஓமம் ஓதி, மங்கள அரிசி தூவி நடத்தப்படும். முன்னர் நிகழ்ந்ததற்குக் 'கட்டுத் தாலி' என்றும் இத்திருமணத்திற்கு 'சீக்குக் கழித்த கலியாணம்' என்றும் பெயரிட்டனர்.

இவ்வாறு திருமணம் என்பது அவரவர் வசதிக்கேற்ப ஒரு நாள் முதற்கொண்டு நான்கு நாட்கள் வரை நடந்திருக்கின்றன.

கட்டுத்தாலி கட்டின பிறகு 'சீக்குக் கழித்தல் கலியாணம்' செய்யாமல் போனால் கட்டுத் தாலிக்குப் பிறந்த குழந்தைகள் இழிவானவர்களாகக் கருதப்படுவார்கள்.

உறவினர்கள், திருமணத்திற்கு வந்து அவரவர் வசதிக்கேற்ப ஒரு பணம் முதல் ஒரு வராகன் வரை அன்பளிப்பு வழங்குதல் உண்டு.

ஆனால், மேல் நாட்டுக் கள்ளர்களின் திருமணமுறை சற்று வேறுபடுகிறது. மணமகனின் தாய், பெண் வீட்டுக்குச் சென்று திட்டம் செய்து கொண்டு வந்த பிறகு மணமகனின் உடன்பிறந்தவள் மணமகள் வீட்டுக்குப் போய் 'பரிசம்' கொடுத்து, ஒரு சேலையும் கொடுத்துத் தாலிகட்டி, வளைத்தடி மாற்றிக் கொண்டு பெண்ணையும் கூட்டிக் கொண்டு உறவுமுறையாருடனே வருகிறது. வீட்டுக்கு வந்தவுடனே ஆட்டையடித்துச் சாராயம் வாங்கி விருந்து செய்துவித்துப் பின்னர் மணமக்களைப் பெண் வீட்டுக்கு அனுப்பி வைப்பது. அங்கே ஒரு நாளிருந்து விருந்து முடிந்த பின் 'குறுணி' அரிசியும் ஒரு கோழியும் வாங்கிக் கொண்டு பெண் கணவன் வீட்டுக்கு வந்தடைவாள்.

சீர்வரிசை

இக்கால 'வரதட்சிணை' முறைக்கு மாறாக மணமகன், மணமகள் வீட்டாருக்குப் பொருள் கொடுக்க வேண்டியிருந்திருக்கிறது. அதன்படி 'மணமகன் மணப்பெண்ணுக்குக் குறைந்தது 30 பணம் கொடுக்கிறது. இந்தப் பணம் அந்தப் பெண் தாய் தகப்பனுக்குச் சேருகிறது'.

திருமணத்திற்குப் பிறகு 'மறுவீடு' சென்றாலோ, ஆடி அழைப்பு, தீபாவளி என்ற மற்ற சிறப்பு நாட்களுக்குச் சென்றாலோ ஊர் திரும்பும் போது 'குறுணி' அரிசியும் ஒரு சேவலும் கொடுத்துப் பெண்வீட்டார் கணவன் மனைவியாக அவர்களை வழியனுப்பி வைப்பார்கள். தைப் பொங்கலுக்கு ஐந்து மரக்கால் அரிசி, ரவாப்பண்டம், ஐந்து சீப்புப்பழம், ஐந்து தேங்காய், ஐந்து 'வட்டிக் கருப்பட்டி' ஆகியவற்றைக் கொடுத்தனுப்புவார்கள்.

மணமுறிவு

இத்தகைய நெறிமுறைகளைக் கொண்டிருந்த மறவர்கள் மண வாழ்க்கையில் மனமொத்திருக்கவில்லையென்றால் பிரிந்து போகவும் உரிமைகளை வழங்கியிருக்கின்றனர். வாழ்நாள் விலங்காகத் திருமணம் அமையாமல் இன்றைய சட்டங்களோடு எண்ணத்தக்க அளவுக்கு அவர்கள் உரிமைகள் வழங்கியுள்ளனர்.

தாம் மேற்கொண்ட வாழ்க்கையில் கணவனுக்கு மனைவி பொருத்த மில்லாதபோது உறவினர்களைக் கூட்டிவைத்து, பெண் வீட்டிலிருந்து அவள் கொண்டு வந்த ஆடு, மாடு, பாத்திரம், நகை போன்ற அனைத்தையும் அவளிடம் கொடுத்துவிட்டுத் தான் கட்டின தாலியை அறுத்துக் கொள்வான்.

மனைவி கணவனை வேண்டாமென்று விலக்கிக்கொள்ள விரும் பினால், அவன் கொடுத்த, 'பரிசப்பணம் முப்பதையும்' திருமணச்

செலவையும், கட்டின தாலியையும் அவனிடத்தில் கொடுத்துவிட்டு, தன் தாய் வீட்டிலிருந்து கொண்டு வந்தவை அனைத்தையும் எடுத்துக் கொண்டு, கணவன் மனைவி உறவை அறுத்துக் கொண்டு, அவள் விரும்பியவனைக் கணவனாக ஏற்றுக்கொண்டு உறவினர்களுக்கு விருந்து வைத்து இல்வாழ்வில் ஈடுபட உரிமை வழங்கப்பட்டிருந்தது.

தாய்மாமன் மகளை மணந்து கொண்டவன் மணமுறிவு வேண்டினால் தனது சொத்தில் பாதியை அப்பெண்ணுக்குப் பகிர்ந்து கொடுக்க வேண்டும். அப்பெண் மணமுறிவு வேண்டினால் கணவனுக்கு 8 பணம் கொடுத்திட வேண்டும் என்று விதிமுறையில் கட்டுப்பாடுகளை அதிகமாக்கிக் குடும்ப வாழ்க்கையைச் சிதைவுகளினின்றும் தடுத்திருக்கின்றனர்.

அவ்வாறு மணமுறிவு பெற்றவர்கள் மறுவாழ்க்கையைத் தேடிக் கொள்ளவும் உரிமையிருந்திருக்கிறது.

மறுமணம்

அவர்கள் புரிந்துகொண்ட மறுமணங்களை இரண்டு வகையாகப் பகுத்துக் கொள்ளலாம். கணவன் இறந்தபிறகு புரிந்துகொண்டது முதல்வகை. கணவனைப் பிரிந்து புரிந்துகொண்ட மறுமணம் இரண்டாம் வகை.

'கட்டுத்தாலி' மட்டும் கட்டிக்கொண்டு கணவனும் மனைவியு மாகக் குழந்தைகளோடு வாழ்ந்து வரும்பொழுது கணவன் இறந்து விட்டால், அவனுடைய உடலையும் அவன் மனைவியையும் இருக்கை யில் வைத்து, உரிய முறைப்படி 'சீக்குக் கழித்துக் கலியாணம்' செய்து தாலியை எடுத்து விதவையாக்கி, பிறகு வேறொருவனைக் கணவனாக ஏற்று அவள், திருமணம் செய்துகொள்ள உரிமை இருந்திருக்கிறது.

பாளையப்பட்டுக்காரர்களாக இருப்பவர்களில் வீட்டுப் பெண்கள் விரும்பினால், மறுமணம் செய்துகொள்ளவும் இல்லையென்றால் கைம்பெண்ணாக இருந்துவிடவும் அனுமதிக்கப்பட்டனர்.

அகத்தா மறவர் இறந்து போனால் ஒருவருக்குப் பின் ஒருவரென்று எத்தனைக் கணவர்களை வேண்டுமானாலும் மறுமணம் செய்து கொண்டு வாழ்ந்திட உரிமை உடையவர்களாக இருந்திருக்கின்றனர்.

உடன்கட்டை

விதவைகளுக்குப் பிறனூ;கும் குழந்தைகளுக்குச் சொத்துரிமை போன்ற சமூகச் சிக்கல்கள் எழுமாதலால் உடன்கட்டை ஏறுதல் என்பது ஒரு காலத்தில் சமூக நீதியாக இருந்திருக்கிறது. அந்த நீதியைச் 'செம்பி நாட்டு மறவரில் சேதுபதி, உடையாத் தேவர்கள்' போன்ற செல்வந்தர்களும்

ஏற்றுக்கொண்டிருக்கின்றனர். அவர்கள் வீட்டுப் பெண்கள், இறந்து போன கணவனோடு உடன்கட்டை ஏறியிருக்கின்றனர். ஏறவிடாமல் தடுக்கப்பட்ட சிலரும் மறுமணம் புரிந்துகொள்ளாமல் வாழ்நாள் முழுவதும் கைம்பெண்ணாகவே வாழ்ந்திருக்கின்றனர்.

வழிபாடும் நம்பிக்கையும்

காலம் காலமாய் மாறும் மனிதர்களின் வழிபாடும் நம்பிக்கையும் மறவர் இன மக்களிடத்தில் இருந்த முறை வருமாறு 'சிவகங்கை உடையாத் தேவருக்குக் கீழ்ப்பட்ட பாளையப்பட்டுக்'காரர்களில் சிலர் சிவ வழிபாட்டினராக இருந்தனர். எனினும் 'கறுப்பனென்றும், வீரபத்திரனென்றும், சந்தக் கறுப்பனென்றும், முத்துக் கறுப்பனென்றும், ஐயனாரென்றும், அரியவனென்றும், சமையனென்றும், குருநாதனென்றும், பதினெட்டாம்படிக் கறுப்பனென்றும் மதுரை வீரனென்றும்' பல சிறு தெய்வங்களுக்கும் புலால் உணவுடன் பழங்களையும் வைத்துப் பூசைகள் செய்தனர். பூசாரியின் மேல் ஆவேசம் வந்து அவரவர்கள் வேண்டுகோள்பற்றிக் 'குறி' சொல்வதும் உண்டு. எனினும் மக்களின் நம்பிக்கை இதனாலெல்லாம் அப்போது சிதைந்து போயிருக்கவில்லை என்றும் அச்சுவடி மூலம் தெரிகிறது.

குற்றமும் தண்டனையும்

இப்படி அவர்கள் தமக்குள்ளாகவே தனியானதொரு சமுதாயத்தைப் படைத்துக் கொண்டு கட்டுப்பாடுகளை விதித்துக் கொண்டிருந்தனர். அவர்களிடையே குற்றமாகக் கருதப்பட்டவையும் அவற்றிற்குரிய தண்டனைகளை அவர்கள் நிறைவேற்றிய முறையும் பின்வருமாறு:

ஒருவன் மனைவியிடம் வேறொருவன் தவறான நோக்கத்தோடு பேசி 'பிறன் மனை நோக்கிய' குற்றம் புரிந்தால் அவன் தலையை மொட்டையடித்து விரட்டிவிட்டிருக்கின்றனர்.

அத்தகைய குற்றத்தைப் பெண் புரிந்தால், அவளைச் சாதியை விட்டுத் தள்ளி வைத்திருக்கிறார்கள். பிறகு அக்குற்றத்திற்குக் கழிவாய் செய்து அவளை ஏற்றுக்கொண்டிருக்கின்றனர். குறிப்பாக அப்பெண் வேறு சாதி ஆணுடன் உறவு கொண்டிருந்தால் மட்டுமே இத்தண்டனை. மறவரினத்திற்குள்ளேயே நிகழ்ந்திருத்தல் பற்றிய குறிப்பு ஏதும் சுவடியில் இடம் பெறவில்லை என்பது குறிப்பிடத்தக்கதாகும்.

கொலைக் குற்றத்திற்கு மரணமே தண்டனையாக விதிக்கப் பட்டுள்ளது. ஆனால் மிகக் கொடுமையான முறை ஒன்றும் சுவடியில் கூறப்பட்டுள்ளது.

'ஆணாகிலும் பெண்ணாகிலும் பேச்சு வார்த்தைகளில் சண்டையாய் ரொம்பவும் விரோதமானால் மிகுந்து பேசினவன் வீட்டு வாசலில் தன்னுடைய பிள்ளையைக் கூட்டிக் கொண்டு போய்க் காலைப் பிடித்து எடுத்து நிலத்திலடித்துக் கொன்று போட்டுப் போகிறது. இந்தப் பழியானவுடனே உள்ளூர் விட்டு அயலூருக்குப் போயிருந்து கொண்டு இவனுடைய ஆடுமாடுகளை ஓட்டிக்கொண்டு போகிறது. எதிர்த்தால் ஒருத்தருக்கொருத்தர் குத்திக் கொண்டு சாகிறது. இப்படிச் சல்லியங் களாயிருந்தால் நாட்டிலே இருக்கிற சாதியார் அம்பலகாரரெல்லாம் கூடி இருவரையும் வரவழைத்து நியாயம் விசாரித்துப் பழிக்குப்பழி கொடுக்கிறதாய் நியாயம் தீர்த்துப் பழிவாங்குகிறவன் யாரைக் கோருகிறானோ அவனைக் கூட்டி அச்சபையில் எல்லை நடுவில் இருவகையாரும் பார்த்துக் கொண்டு நிற்கையில் குத்திப் போடுகிறது. அவனாகவே குத்திக்கொண்டு சாகிறதும் உண்டு. இப்படிப் பழி கொடுத்த பின்பு ஒன்றுக்கொன்று ராசியாய்ப் போகிறது.'

இப்படித் தமிழகத்தில் நிலவி வந்திருக்கிறது என்பதற்கு மெக்கன்சி சுவடிகளே சான்றளிக்கின்றன. மேலும் பலிகொடுப்பதற்கு முன்பு இவனைத்தான் பழிவாங்கப் போகிறோம் என்று அறிவித்தபிறகு 8 நாள் அல்லது 15 நாள் கெடுவு கொடுத்து, உறவினர்கள் முறை வைத்துக் கொண்டு விருந்தளித்து, குறிப்பிட்ட நாளில் குறிப்பிட்ட இடத்திற்குக் கூட்டிக் கொண்டுபோய் பலி கொடுத்திருக்கிறார்கள்.

திருட்டு, சில விதிமுறைகளோடு அனுமதிக்கப்பட்டிருக்கிறது. விதிமுறைகளை மீறிய திருட்டு குற்றமாகக் கருதப்பட்டிருக்கிறது. தனியாகச் செல்பவர்களிடமிருந்து பொருள் பறித்துக்கொள்வது குற்றமாகக் கருதப்படவில்லை. கூலிக்குத் துணையாளை அழைத்துக் கொண்டு செல்பவர்களிடம் வழிப்பறி செய்தால் குற்றமாகக் கருதப் பட்டது. துணையாக வருபவர்கள் பெண்களாக இருப்பினும், வழியில் கள்ளர்கள் அவர்களிடம் வழிப்பறி செய்ய மாட்டார்கள். அவர்கள் துணையில்லாமல் வந்தால் எல்லோரையும் அடித்துப் பறித்துக் கொள்வார்கள். துணையாள் வரும்போது கள்ளர் வழிப்பறி செய்தால் துணையாக வந்தவள் காதை அறுத்துக்கொண்டு உறவுக்காரர்களைக் கூப்பிடுவாள். அவர்கள் விசாரித்து 24 பொன் தண்டத் தொகையாக, வாங்கிக் கொண்டு அறுத்துக் கொண்ட அவளுடைய ஒரு காதுக்குப் பதில் வழிப்பறி செய்தவனின் காதுகளையும் அறுத்துப் போடுவார்கள்.

இவை தமிழகத்தில் அன்று நிலவிய சட்டம் ஒழுங்கையும் மக்களின் வாழ்க்கை முறையின் ஒரு பகுதியையும் வெளிப்படுத்துகின்றன. இவ்வாறே மலைவாழ்மக்கள் பலரின் வாழ்க்கையும் மலையாள

நம்பூதிரி மக்களின் வாழ்க்கை முறைகளும் விளக்கப்பட்டுள்ள சுவடி களை மெக்கன்சி தொகுப்புக் கொண்டுள்ளது.

சந்தை வரலாறு

மக்கள் அன்றாட வாழ்க்கைக்குத் தேவையான அனைத்தையும் வாரம் ஒரு முறையோ மாதம் ஒரு முறையோ அவர்கள் பெற்றுக்கொள் வதற்கும், தங்களிடம் உள்ள பொருள்களை விற்றுக்கொள்வதற்கும் அன்று அவர்கள் ஏற்படுத்திக் கொண்ட அமைப்பு சந்தையாகும்.

கம்பம் எனும் ஊருக்கு அருகே கூத்தநாச்சித் தோப்பில் கூடிய சந்தையைப் பற்றிய சுவடி ஒன்று மெக்கன்சி தொகுப்பில் இடம் பெற்றுள்ளது.

எழுச்சி

அநீதி நிகழ்ந்த போது மக்கள் எழுச்சியடைந்து ஒன்று திரண்டு போராடியிருப்பதற்கான குறிப்புகளைக் கொண்டு ஒரு சுவடி மெக்கன்சி தொகுப்பில் இடம் பெற்றுள்ளது.

'சுக்காம்பட்டி பாளையப்பட்டு ஜமீன்தார் வமிசாவளியும் பட்டையமும்' (302) எனும் சுவடி திண்டுக்கல் பாலமுக்குண்டு முத்தைய்ய நாயக்கரிடத்தில் உள்ள பட்டயங்களைப் பார்த்து எழுதப் பட்டுள்ளது. அச்சுவடியில் கூறப்பட்டிருக்கும் செய்திகள் பின்வருமாறு:

கொல்லர், தச்சர், தட்டார் ஆகிய தொழிலாளர்களின் குடும்பத்தைச் சேர்ந்தவர்கள் வாழ்ந்த பகுதியில் அவர்களைச் சேர்ந்த ஐந்து வயதுப் பெண் ஆற்றங்கரையில் விளையாடிக் கொண்டிருக்கும்போது வல்லகான் எனும் ஓர் அரசன் தூக்கிச் சென்று விட்டான். செய்தியறிந்த தொழிலாளர்கள் முறைப்படி தெரிவித்தும் அவர்களுக்கு நீதி வழங்கப் படவில்லை.

எனவே அத்தொழிலாளர்கள் அனைவரும் ஒன்றுபட்டு வேலை நிறுத்தத்தில் ஈடுபட்டனர். அதனால் திருமலை நாயக்கரின் அரண்மனைத் தொழிலாளர்களும் பணிபுரிய மறுத்தனர். திருமலை நாயக்கன் சோம சுந்தர ஆசாரி, குட்டகா ஆசாரி, சந்திரசேகர ஆசாரி, வலைப்பனாசாரி ஆகிய ஐந்து அரண்மனைப் பணியாளர்களையும் அழைத்து விசாரித்தான். நீதி வழங்கினால் மட்டுமே பணிபுரிவோம் என்று அவர்கள் கூறியதற் கேற்பப் பலாலுசித்தி நாயக்கர் படையெடுத்துச் சென்று அந்தப் பட்டாணியைக் கொன்று அப்பெண்ணைச் சிறை மீட்டு வந்தார். அதற்காக அந்தத் தொழிலாளர்கள் பலாலு சித்தி நாயக்கருக்கு அடிமைச் சாசனம் எழுதிக் கொடுத்துள்ளனர்.

நாயக்கர் காலத்திலும் மக்கள் குறிப்பாகத் தொழிலாளர்கள் ஒன்றுபட்டுப் போராடி மானம் காத்ததும், உதவியவருக்கு நன்றிக் கடன் பட்டிருப்பதும் மெக்கன்சி சுவடி வழி அறியமுடிகின்றன.

இறப்பு

மக்கள் வாழ்க்கையின் இறுதியாக இருப்பது இறப்பு. அது பற்றியத் தத்துவங்கள் பலவாக இருக்கின்றன. எனினும் அச்சுறுத்தும் வகையிலும், இறப்புக்குப் பிறகு என்ன நிகழ்கிறது என்பது பற்றியும் பல்வேறு வகையான கருத்துகளை மக்கள் கொண்டிருக்கின்றனர். அக்கருத்துகளைக் கொண்டு ஒரு சுவடி மெக்கன்சி தொகுப்பில் இடம் பெற்றிருக்கிறது.

மாமல்லபுரத்திற்கு அருகில் உள்ள படுவூர் பாண்டுக்குழியைப் பற்றி இரண்டு சுவடிகள் உள்ளன. அவற்றுள் 'படுவூர் பாண்டுக்குழி முதலான விடத்துப் புதையல் வரலாறு' எனும் சுவடி, மெக்கன்சியின் உதவியாளருக்குத் 'திருவிடைச்சுரம் கிராமத்தார் சகாதேவ நாட்டான மணியப்பிள்ளை, ***1816*** ஜூலை ***16***ஆம் நாள் எழுதிக் கொடுத்த வாக்குமூலமாகும். அச்சுவடி படுவூரில் மூடு பாறைகளோடு இருக்கின்ற நான்கு பாண்டுக் குழிகளில் புதையல் இருப்பதாக மக்கள் நம்பினர் என்ற செய்திகளையும் வேறுபல இடங்களில் புதையல் இருப்பதாகக் கருதப்படும் செய்திகளையும் கொண்டு விளங்குகிறது.

படுவூர் பாண்டுக்குழி வரலாறு எனும் இன்னொரு சுவடியில் கூறப் பட்டிருக்கும் செய்திகள் வருமாறு:

மனிதர்கள் இறக்கும் நேரத்திற்கும் முன்பே தண்ணீர் ஆகியவற்றுடன் பெரிய தாழிகளில் வைத்து மூடி, படுவூரில் கொண்டு வந்து வைத்திருக் கிறார்கள். சில நாட்களில் அவர்கள் தாழிக்குள்ளே இறந்து போயிருக் கிறார்கள். அத்தாழி 'மன்மதச் சால்' என்று அழைக்கப்பட்டது. அவ்வாறு வைக்கப்பட்டப் பல தாழிகள் பிறகு புதைக்கப்பட்டன. படுவூருக்குச் சுற்றிலும் நகரங்கள் இருந்தமையால் படுவூர் அவர்களுக்கு இடுகாடாகி பல தாழிகளைக் கொண்டிருக்கின்றது.

இக்குழிகளைக் கள ஆய்வு செய்து கண்டுணர்ந்தார் மெக்கன்சி. இக்குழிகளுக்குச் செல்வந்தர் குழி, தரித்திரவான் குழி, பிச்சைக்காரன் குழி எனப் பெயர்கள் சூட்டப்பட்டிருக்கின்றன.

தமிழ் ஈழ உறவுக்கதை

வரலாற்றுப் பார்வையில் இலங்கைக்கும் இந்தியாவுக்குமிடையே

நெருங்கிய தொடர்பு இருந்து வருவதை அனைவரும் அறிவர். சங்ககாலப் புலவர்களுள் ஒருவர் ஈழத்துப் பூதனார் என்பவராவார். தொடர்பை மேலும் வலியுறுத்தும் வகையில் மெக்கன்சியின் தொகுப்பில் உள்ள தமிழ் ஈழ உறவுக் கதை பற்றிய சுவடி அமைந்துள்ளது. இச்சுவடியை வில்லியம் டெய்லர் ஆங்கிலத்தில் மொழிபெயர்த்து வெளியிட்டுள்ளார். அச்சுவடியில் கூறப்பட்டுள்ள செய்திகளாவன:

'மதுரையில் நடந்த சமயப்போராட்டத்தில் திருஞானசம்பந்தரிடம் தோற்றுக் கழுவேறிய கூட்டத்தினரில் ஒரு தாயும் மகளும் தப்பி ஈழம் சென்றனர். அங்கிருந்தவர்கள் அந்தப் பெண்ணின் மீது காதல் கொண்டு பருவம் அடையும்வரை, சிறையிலிட்டுப் பாதுகாத்து வந்தனர். அவள் சிறைக்கூடத்திலேயே குந்திதேவியைப் போல ஒரு மகனைப் பெற்றெடுத்தாள். கேள்வியுற்றவர்கள் அவள் கற்புக்குச் சோதனை செய்து அவளுடைய தெய்வத்தன்மையை வியந்து போற்றிவந்தனர். ஆண் குழந்தை பிறந்து வளர்ந்து அந்நாட்டுக்கு அரசனான். அவனுக்குத் திருமணம் செய்து வைக்கத்தக்க மணமகளைத் தேடி மதுரைக்கு வந்தனர். அரசனுக்குத் தெரியாமல் அரச குடும்பத்தைச் சேர்ந்த ஒருவரைப் பெண்ணுடன் அழைத்துக்கொண்டு ஈழம் சென்று மணம் முடித்தனர். பிறகு வழிவழியாக இம்மணவிழா ஈழத்திற்கும் தமிழகத்திற்கும் நாயக்கர் காலம் வரை தொடர்ந்து நடைபெற்று வந்திருக்கிறது.'

இச்சுவடியின் செய்திகளை உறுதிப்படுத்தும் வகையில் பல சான்றுகள் வரலாற்று அறிஞர்களால் தரப்பட்டுள்ளன. அரசியல் மாறுபாடுகளால் சிதறுண்டு போகும் மனித உணர்வுகள் பண்பாட்டுப் பரிமாற்றங் களால் சிறக்கும் என்பதற்கு இச்சுவடிச் செய்திகள் சான்றுகளாகின்றன.

ஊர் வரலாறு

ஊர் வரலாறுகளைப் பற்றிய ஆராய்ச்சியிலும் முதன்மையானவராக மெக்கன்சியே விளங்குகிறார். அவருடைய தொகுப்பில் உள்ள தமிழ்ச் சுவடிகள் தமிழகத்தின் பல ஊர்களைப் பற்றிய வரலாற்றுச் செய்தி களைக் கொண்டிருக்கின்றன.

கோயம்புத்தூர் வரலாறு

இச்சுவடியில் கோயம்புத்தூர் நகரத்தின் வரலாறும் தொன்மையும் கூறப்பட்டுள்ளன. இச்சுவடியை வரலாற்றுச் சிறப்புடையது என்று வில்லியம் டெய்லர் பாராட்டியிருக்கிறார்.

'கோயம்புத்தூர் நகரம்' தொடக்கத்தில் 'கோன மூப்பன்' என்பவரின் ஆட்சியில் இருந்ததால் 'கோன மூப்பன் ஊர்' என வழங்கப் பெற்றுப்

பின்னர் உலக வழக்கில் 'கோயம்முத்தூர்' 'கோயம்புத்தூர்' என்று இவ்விரு பெயர்களும் ஏற்பட்டன என்று சுவடியில் கூறப்பட்டுள்ளன.

அவ்வூரில் உள்ள கோயில்களும் அவற்றில் இடம்பெறும் 'கோன் அம்மன் சந்நிதியும், சோழன் ஏற்படுத்திய கோயில்களும்' போன்ற அரிய செய்திகளை அச்சுவடியால் அறிய முடிகின்றது.

மேலும் விசயநகர நாயக்கர் காலத்தில் கோட்டை கட்டப்பட்டு கோயம்புத்தூர் பெரிய நகரமாயிற்று எனவும் **1691**இல் ஐதர் அலி நாளையில் 'மாதேராஜா' என்றவரால் தெப்பக்குளம் ஏற்படுத்தப் பட்டது எனவும் அச்சுவடியில் கூறப்பட்டுள்ளன.

மதுராந்தகம் வரலாறு

செங்கற்பட்டு மாவட்டத்தில் உள்ள மதுராந்தகம் என்ற ஊரின் வரலாற்றை உணர்த்தும் சுவடி 'மதுராந்தகம் வரலாறு' எனும் தலைப்பில் மெக்கன்சி தொகுப்பில் இடம் பெற்றுள்ளது.

இவ்வூர் மதுரைப் பாண்டிய மன்னரின் ஆட்சிக்கு உரியதாக யிருந்தது. மதுரைக்குக் (பாண்டிய நாட்டுக்குக்) கடைசி எல்லையாக இருந்தமையால் 'மதுராந்தகம்' என்ற பெயர் கொண்டிருக்கிறது. அதற்குச் சான்றாக இவ்வெல்லையில் பாண்டிய அரசனால் 'மதுரைச் செல்வி' என்ற அம்மன் கோயிலும் ஏற்படுத்தப்பட்டுள்ளது. இவ்வூர் 'வடமதுரை' என்ற பெயராலும் அழைக்கப்பட்டிருக்கிறது என்ற குறிப்புகளைச் சுவடி வெளிப்படுத்துகிறது.

மேலும் சூரிய பகவான் சிவபெருமானை வழிபட்ட ஊர் எனவும், நள மகாராசன் தனக்கிருந்த தொழுநோயை நீக்கிக்கொள்ள நஞ்சுண்டும் தீராமல் பல ஊர்களுக்கும் சென்று வரும் வழியில் மதுராந்தகம் அடைந்து நோய் தீரப் பெற்றான் எனவும் பல புராணக் கதைகளும் அச்சுவடியில் இடம் பெற்றள்ளன.

பட்டிப்புலக் கிராமக் கைபீது

இது பட்டிப்புலம் எனும் ஊரின் வரலாற்றை உணர்த்தும் சுவடியாகும். இவ்வூர் தொன்மையான வரலாற்றுச் சிறப்பை உடையது என்பதை மெக்கன்சி சுவடி விளக்குகிறது.

தொடக்கத்தில் சாணார் வகுப்பினர் பெரும் பகுதியினராக வாழ்ந்திருந்ததால் 'சாணார் குப்பம்' என்றும், பிறகு இடையர்கள் வாழ்ந்த போது 'இடையன் படல்' என்றும் 'பட்டிப்புலம்' என்றும் இந்த ஊர் அழைக்கப்பட்டு வந்துள்ளது.

பட்டிப்புலத்திற்குக் கிழக்கிலே 'மணிமேடு' எனும் இடத்திலே குறும்பர்கள் கோட்டை கட்டிக்கொண்டு மேற்கு நாட்டினருடன் வாணிகம் நடத்தி வந்தனர். அதற்குச் சான்றுகளாக அக்கோட்டையின் அடிச்சுவர்களும் ஓடுகளும், ரோமபுரி நாட்டுக் காசுகளும் கிடைக்கின்றன. இங்கே பல முதுமக்கட் தாழிகள் இருந்தன. அவற்றில் எலும்புக்கூடுகள் இருந்தன. அவற்றைக் கடலில் எறிந்துவிட்டார்கள். மேற் குறிப்பிட்டுள்ள செய்திகளைக் கொண்டு அகழ்வாய்வுக்குக் களனாக 'பட்டிப்புலம்' விளங்குவதை மெக்கன்சியின் தமிழ்ச் சுவடிகளிலிருந்து அறிய முடிகின்றது. இவ்வாறே கைபீது என்னும் தலைப்பில் இன்னும் பல சுவடிகள் பல ஊர்களின் வரலாற்றை அறிவிக்கின்றன.

மதங்கள்

தமிழகத்தில் செல்வாக்குடன் விளங்கிய மதங்களைப் பற்றிய செய்திகளையுடைய சுவடிகளையும் மெக்கன்சி தொகுத்துள்ளார். மதங்கள் பற்றிய சுவடிகளுள் சைவம், வைணவம், சமணம் பற்றிய சில சுவடிகளின் செய்திகளும் கோயில்கள் பற்றிய செய்திகளும் இடம் பெற்றுள்ளன.

சைவம்

'மதுரைத் தலக்கோயில் உண்டான வரலாறு' எனும் சுவடியில் மதுரை மீனாட்சி கோயில் உண்டான வரலாறு கூறப்பட்டுள்ளது. அது வருமாறு:

தேவேந்திரன், விருத்திராசனைக் கொன்றதால் வந்த பாவத்தைத் தீர்க்க வேண்டி வெகுகாலம் சொக்கநாதரை வழிபட்டிருந்தான். பின்னர் கலியாணபுரத்திலே அரசு வீற்றிருந்த 'குலசேகர பாண்டியனுக்குப்' பின் தோன்றி, சுந்தரேசக்கடவுளை மணந்தாள் என்று அச்சுவடியில் கூறப்பட்டுள்ளது. மெக்கன்சி திருவரங்கத்துப் பார்ப்பனர்களிடமிருந்து பெற்ற பதில்களில் சைவம் பற்றிய செய்திகள் இடம் பெற்றிருக்கின்றன.

சங்கராச்சாரியார் பற்றிய மெக்கன்சியின் கேள்வி

'சங்கராச்சாரியார் செனனம் மலையாளத்தில் காளடியெங்குற கிராமத்தில் 32 வருஷ காலமிருந்தார். விக்கிரமாரி சகாப்தத்தில் யிருந்தது. அவர் உருத்திராவதாரம், அத்துவைத பாஷ்யம், கீதா பாஷியம், சகசீர்ணாம்பாஷியம், ஈசாதி தேசோபநிஷதபாஷியம் யிவளவு கிரந்தம் பண்ணினார், அந்நிய மதஸ்தாளை ஜெயம் பண்ணினார். அத்துவைத மதம் ஸ்தாபனம் பண்ணினார்' என்று திருவரங்கத்துப்

பார்ப்பனர்கள் பதில் கூறியுள்ளனர். மேலும் தமிழகத்திலுள்ள சிவன் கோவில்களைப் பற்றிய மெக்கன்சியின் கேள்விக்கு, செம்புகேசுவரம், மாதுறுநாதர், உறையூர் உய்யக்கொண்டான், திருமலை, எறும்பீசுவரம், கடம்பர்கோயில், திருவெங்கிமலை, திருப்பராய்த்துறை, அம்பில், திருவாசி, திருத்தவத்துறை, வாலக்கொண்டபுரம், திருமங்கலம், ஊட்டத்தூர் திருப்பஞ்சேரி, துறையூர், செட்டிக்குளம், தேனூர், திருப்புண்கூர், உடையார்பாளையம், திருமலபாடி, திருவையாறு, திருக்கண்டியூர், திருப்பழனம், ஆடுதுறை, தஞ்சாவூர், நல்லூர், கும்பகோணம், திருவலஞ்சுழி, சாமிமலை, திருப்புவனம், திருவிடை மருதூர், குத்தாலம், திருநாகேசுவரம், மாயூரம், வேதாரணியம், வைத்தீசுவரன்கோயில், திருவாரூர், திருக்கண்டியூர், சங்கமுகம், ஆச்சாள்புரம், சிதம்பரம், சீர்காழி, நாகப்பட்டினம், நாகூர், ஆவுடையார் கோயில், திருக்குறு நன்குடிமாலை, போரூர், விராலிமலை, பழனி, மதுரை மீனாட்சி, அவிநாசி, திண்டுக்கல், பெருவயல், இராமேசுவரம், சங்கரனார்கோயில், கோவில்பட்டி, திருநெல்வேலி, பாபநாசம், கன்னியாகுமரி என்று பல ஊர்களிலும் உள்ள கோயில்கள் பற்றிய பெரியதொரு பட்டியல் திருவரங்கத்துப் பார்ப்பனர்களால் தரப்பட்டுள்ளது.

வைணவம்

சைவ மதத்தைப் போலவே வைணவ மதம் பற்றியும் மெக்கன்சியின் தொகுப்பில் தகவல்கள் உள்ளன. இராமானுசர் பற்றிய மெக்கன்சியின் வினாவுக்குத் திருவரங்கத்துப் பார்ப்பனர்கள் அளித்த விடையில் வைணவ மதக் குறிப்புகள் உள்ளன.

வைணவ மதத்தைப் பரப்பிய இராமானுசர் சாலிவாகன சகாப்தம் 939 இல் திருப்பெரும்புதூரில் 'கலிய பக்கம் 4038 பிங்கள வருடம் சித்திரை மாதம் 13 ஆம் தேதி குருவாரம் சுக்கிலபட்சம் பஞ்சமி திருவாதிரை நட்சத்திரத்தில் கடக லக்கினத்தில்' பிறந்தார். அவர் 120 ஆண்டுகள் வாழ்ந்தார். 'யாதவப் பிரகாசர்' என்பவரிடம் அவர் தர்க்கம் முதலானவற்றைக் கற்றறிந்து, புலமைபெற்று, ஸ்ரீ பாஷ்யம், தீபம், காரம், கீதாபாஷியம், வேதார சங்கிரகம், நிதியம், சத்தியம், திரயம் 3 ஆக 9 நூல்களை எழுதினார். பிறமத வல்லுநர்களை வாதிட்டு வென்றார். அவர்களுள் சங்கராச்சாரியாரும் ஒருவர். சங்கராச்சாரியாரை வெற்றி கொண்டதைப் பொறுக்காத சோழன் அவரைக் கொடுமைக் குள்ளாக்கினான். இராமானுசர் மைசூருக்குச் சென்றபிறகு அவருடைய சீடர் கூரத்தாழ்வாரிடம் வாதிட்டுச் சோழன் தோற்றான். இருப்பினும் சிவனைத் தவிர வேறு தெய்வமில்லை என்று எழுதி கையொப்பமிடக்

கூறிய போது கூரத்தாழ்வார் மறுத்தார். அப்போது அவரையும் அம்மதத்தவர்களையும் கொடுமைப்படுத்தினான். இதை அறிந்த இராமாநுசர் சாபத்தினால் கழுத்தில் புழுவந்து சோழன் இறந்தான். அதனால் கிருமிகண்ட சோழன் என்று பெயர் பெற்றான்.

மேலும் வைணவ மதத்தின் தோற்றம் இது என்று காலம் குறிப்பிடுவதற்கு இயலாது. எப்போதும் வைணவ மதம் இருந்திருக்கிறது. இராமாநுச மதம் விசிட்டாத்துவைத மதமென்று பேர். சங்கராச்சாரியாருடைய அத்துவைத மதத்திற்கும் இதற்கும் கொள்கையிலும் குறிப்பிடும் கடவுளிலும், நெறிமுறைகளிலும் வேறுபாடு உண்டு. வைணவர்களுக்குள் வடகலை என்று ஒரு மதமே தவிர வேறு பிரிவினை கிடையாது.

திருவரங்கத்தில் சைவருக்கும் வைணவருக்குமிடையே வாதம் தோன்றியபோது, வேதாந்த தாசிகாசாரி என்பவர் வைணவருக்காக வாதாடி வெற்றிபெற்றார். இதைப் பொறுத்துக்கொள்ள இயலாத சிலர் தென்கலையார் சிலரை ஒரு புதிய கட்சியாக உண்டு பண்ணி வேதாந்தாசாரியாருடனே வாதம் செய்ய வைத்தனர். அதிலும் வேதாந்தாசாரி வெற்றி பெறவே தென்கலையார் அனைவரும் ஒன்று கூடி ஒரு புதிய மதம் போல ஒன்றைத் தோற்றுவித்தனர். அப்படித் தொடங்கி மெக்கன்சி காலத்தில் முப்பது ஆண்டுகள் தாம் ஆகியிருக்கின்றன. மற்றும் தமிழகத்திலுள்ள வைணவக் கோயில்களின் பட்டியலும் இடம்பெற்றுள்ளன.

சமணம்

தென்னிந்தியாவில் சமணர்கள் பல நூறு ஆண்டுகளாக வாழ்ந்து வந்திருக்கின்றனர். தமிழகத்தில் அவர்கள் ஆற்காடு, செங்கற்பட்டு மாவட்டங்களில் பெரும்பான்மையினராகவும், திருச்சி கோவை மாவட்டங்களில், புலியூர், ஐவர்மலை ஆகிய பகுதிகளில் சிறுபான்மையினராகவும் வாழ்ந்து வந்திருக்கின்றனர். அப்பகுதிகளில் அவர்களின் நினைவுச் சின்னங்கள் பல கண்டுபிடிக்கப்பட்டுள்ளன. அவற்றை உறுதிப்படுத்தும் வகையிலும் மேலும் பல செய்திகளைக் கூறும் வகையிலும் மெக்கன்சியின் தொகுப்பில் உள்ள தமிழ்ச் சுவடிகள் செய்திகளைக் கொண்டிருக்கின்றன.

சமண மதத்தில் 'யதிதர்மம்', சிராவகதர்மம்' என்று இரண்டு பாகுபாடுகள் உண்டு என்றும் இவ்விரண்டில் முதலாம் வகையில் பத்து வகையும், இரண்டாம் வகையில் பதினோருவகையும் உள்ளன என்றும் 'யதிதர்ம சிராவகத் தர்மங்கள்' எனும் சுவடி விளக்குகிறது.

'சைனர் குடியிருக்கிற ஊர் கைபீது' எனும் சுவடியில் தமிழகத்தில் சமணர்கள் வாழ்ந்த ஊர்களின் பட்டியல் தரப்பட்டுள்ளது. அப்பட்டியலில் செஞ்சிப்பகுதியில் 44 ஊர்களும், திருவொற்றியூர்ப் பகுதியில் 15 ஊர்களும், வந்தவாசிப் பகுதியில் 27 ஊர்களும், வருதாவூர் பகுதியில் 9 ஊர்களும், திருவாதிப் பகுதியில் 2 ஊர்களும், திருக்கோவலூர்ப் பகுதியில் 5 ஊர்களும் பிறவும் இடம் பெற்றுள்ளன. அவ்வாறே சமணக் கோயில்கள் பற்றியும் அச்சுவடியில் கூறப்பட்டுள்ளன.

திருஞானசம்பந்தருக்கும் சமணர்களுக்கும் நடந்த வாதில் தோற்றுப்போன சமணர்களைக் கழுவிலேற்றிய மதப் போராட்டமும் மெக்கன்சியின் சுவடியில் இடம் பெறுகிறது.

வந்தவாசியில் மெக்கன்சியின் உதவியாளர் அப்பாவு என்பவரால் கண்டறியப்பட்ட சமணக் கோயில் பற்றிய குறிப்புகளும் மெக்கன்சியின் சுவடிகளில் இடம்பெற்றுள்ளன, அதற்குச் சான்றாக வடமொழி, கன்னடம், தமிழ் மொழிகளில் கல்வெட்டுகள் கிடைக்கின்றன என்ற குறிப்பும் சுவடியில் தரப்பட்டுள்ளது.

பத்மநாம்புரம் எனும் பழைய மயிலாப்பூர் சமணர்கள் தங்கியிருந்த பகுதியாகவும் அவர்களின் கோயில்கள் இருந்த பகுதியாகவும், கடல் கொண்ட பிறகு அது மயிலை மாநகரம் என்று மாறியதாகவும், புதிய மயிலாப்பூர் ஐந்து சமணக் கோயில்களுடன் உருவாயிற்று என்றும் மெக்கன்சி தொகுப்புச் சுவடிகளில் குறிப்புகள் காணக்கிடைக்கின்றன.

அடுத்து, சோழர்கள் கட்டிய கோயில்களைப் பற்றிக் குறிப்பிடுவதாவது: 'இந்தச் சோழர் அனேகம் விரும்மாண்டமான கோவில்களை எல்லாம் வெகு அருமையாய் வீணாய்க் கட்டினார்கள். வெகு குளங்கள் ஆறுகளையுண்டாக்கினார்கள். மெய்யான தருமமென்று பிராமணர்க்கு அனேகஞ்செலவு பண்ணினார்கள். இன்னம் பொய்யான அனேகவித கீர்த்தி கொண்டார்கள். மெய்யான நல்வழியைக் கண்டறிந்து, மெய்யான தருமத்தைச் செய்து மெய்யான கீர்த்தி கொள்ளவில்லை.'

இவ்வாறு மெக்கன்சியின் தொகுப்பிலுள்ள தமிழ்ச் சுவடிகள் மக்கள் வாழ்க்கையோடு ஒன்றிப் போயிருந்த மதங்களின் வரலாறு பற்றியும் மக்களின் வரலாறு பற்றியும் கொள்கை வேறுபாடுகள் பற்றியும் மக்களிடம் திகழ்ந்த மதப் போராட்டங்கள் பற்றியும் உள்ள செய்தி களைக் கொண்டு விளங்குகின்றன. மதத்தைப் போலவே மக்கள் வாழ்க்கையோடும் வரலாற்றோடும் தொடர்புடைய இலக்கியங்களும் மெக்கன்சியின் சுவடிகளில் பல இடம்பெற்றுள்ளன.

இலக்கியம்

மெக்கன்சி, இலக்கியம் என்பதற்காக இலக்கியங்களைத் தொகுக்காமல் வரலாற்றுச் செய்திகளை அடக்கியுள்ளனவாகக் கருதப்பட்டவற்றைத் தொகுப்பத்திலேயே முனைந்திருக்கிறார் என்பதை அவருடைய தொகுப்பு உணர்த்துகிறது.

அத்தொகுப்புகளில் பல்வேறு துறைகளைச் சேர்ந்த சுவடிகள் போலவே வரலாற்றுப் பின்புலத்தில் இலக்கியச் சுவடிகள் இலங்கு கின்றன. மெக்கன்சியின் தொகுப்பில் வரலாறு தொடர்புடைய சிற்றிலக்கியங்களும், நாட்டுப்புறப் பாடல்களும், தலபுராணங்களுமாக இலக்கியங்கள் இடம் பெற்றுள்ளன. மெக்கன்சியின் தொகுப்பில் சங்க இலக்கியங்களோ இலக்கணங்களோ இடம் பெறவில்லை.

இலக்கியம் தொடர்பான சுவடிகள்

மெக்கன்சி தொகுப்பில் இலக்கியம் பற்றிய பொதுவான செய்திகளைக் கொண்டுள்ள சுவடிகளும், இலக்கியமாகவே விளங்கும் சுவடிகளும் இடம் பெற்றுள்ளன. இலக்கியம் பற்றிய பொதுவான செய்திகளைக் கொண்டு, 'திராவிட தேயத்துப் பண்டைய முனீசுவரர் கவீசுவரர்களில் பெயர்களும் நூல்களும்' எனும் சுவடி விளங்குகிறது.

அச்சுவடி, நூலாசிரியர்களையும் இறைவனாகக் கருதி கவீசுவரர் என்று அழைத்துள்ளது. அச்சுவடியின் பக்கங்கள் மூன்று பகுதிகளாகப் பகுக்கப்பட்டு, முதற்பகுதியில் நூலாசிரியர் பெயரும், இரண்டாம் பகுதியில் அவர்கள் எழுதிய இலக்கியத்தின் பெயரும், மூன்றாம் பகுதியில் எந்த அரசரின் ஆட்சியில் எழுதப்பட்டது என்ற குறிப்பும் இடம் பெறுகின்றன.

சுவடித் தலைப்பு, பொதுவாக இருக்கிறது எனினும் இடம்பெறும் நூலாசிரியர்கள் அனைவரும் சமண மதத்தைச் சார்ந்தவர்களாகவே இருக்கின்றனர். அவ்வாறு மகாபுராணம் தொடங்கி பவணந்தி முனிவர் இயற்றிய நன்னூல் வரை பட்டியலிடப்பட்டுள்ளது.

அப்பட்டியலில் 'திருக்குறள் மாமுனீசுவரர்' சிந்தாமணியை இயற்றினார் போன்ற தவறான செய்திகள் இடம் பெற்றிருக்கின்றன. எனினும் இருநூறு ஆண்டுகளுக்கு முன்பு இத்தகைய நூல்களைத் தெரிந்து வைத்திருக்கின்றனர் என்பதும், தொகுப்பில் சேர்க்க வேண்டு மென்று விரும்பியிருக்கின்றனர் என்பதும் குறிப்பிடத்தக்கதாகும்.

இலக்கியச் சுவடிகள்

தொகுப்பில் இடம் பெறும் இலக்கியச் சுவடிகளைச் சமய இலக்கியம்

வரலாற்று இலக்கியம் எனப் பொருள் அடிப்படையில் இரண்டு வகையாகப் பகுத்துக்கொள்ளலாம்.

சமய இலக்கியங்கள்

மதம் தொடர்பான செய்திகளையும் வரலாற்றையும் கருவாகக் கொண்டு எழுதப்பட்டிருக்கும் இலக்கியங்கள் சமய இலக்கிய வகையைச் சேர்ந்தனவாகும்.

அவ்வகையில் மெக்கன்சியின் தொகுப்பில் திருவண்ணாமலை குருநமச்சிவாயர் கைபீது எனும் சுவடி குறிப்பிடத்தக்கதாகும்.

பார்ப்பனரல்லாத சைவத்துறவிகள் வாழ்ந்த மடத்தில் தங்கி திருவண்ணாமலையில் சமயத் தொண்டாற்றி வந்தவர் குகை நமச்சிவாயரின் மாணவர் குருநமச்சிவாயராவார். இவர் 16ஆம் நூற்றாண்டின் இறுதியிலும் 17ஆம் நூற்றாண்டின் தொடக்கத்திலும் வாழ்ந்து சமயத் தொண்டாற்றிய சித்தராவார். அவர் மாணவர் பருவத்திலேயே அற்புதங்கள் நிகழ்த்தியதால் ஆசிரியராலேயே 'குரு' வென்று அழைக்கப்பட்டார். பக்குவ நிலையை அடைந்ததும் தில்லையம்பதி நோக்கிச் செல்லும் வழியில் இறைவனும் இறைவியும் உறுதுணையாக நின்று உதவினார்களென்று கூறப்படுகிறது. அவ்வப் போது தம் மனதில் உணர்வதைப் பாடலாகப் பாடியுள்ளார். அவ்வாறு அவருடைய பாடல்கள் வெண்பாவும் விருத்தமுமாக இச்சுவடியில் அமைந்துள்ளன. இடையிடையே பாடல்களைத் தொடர்புபடுத்தும் செய்திகள் உரைநடையில் அமைந்துள்ளன. சான்றாக ஒரு பகுதி பின்வருமாறு:

ஒரு வெண்பாவிலே அரை வெண்பா எடுத்துக் குகை நமச்சிவாயர்,
ஆல்பழுத்துப் பட்சிகளுக் காகாரம் ஆனதேன்
வேல்பழுத்து நின்றநிலை வீனிலேன்

என்று சொன்னார். அருகே இருந்தவர் 'ஏன் சுவாமி' குறை வெண்பாவும் நீர் முடிக்க வேணும் என்று சொன்னார். 'குருவாக்குக்கு எதிர்வாக்கு அடியேன் சொல்லக்கூடாது' என்று சொன்னார். 'நீர் ஞானப் பிள்ளை யான படியினாலே சும்மா சொல்லும்' என்று குருவாக்கு வந்தது. குறைவெண்பாவும் முடிப்பிவித்தார். அது எப்படி என்றால் – காலசுரம்
'செய்யா உலுத்தருடன் சேர்ந்தும் இருப்பீரோ
அய்யா நமச்சிவா யா'

என்று குறை வெண்பாவும் முடிப்பிவித்தார். இது தவிரப் பிற பாடல்கள் அனைத்தையும் குருநமச்சிவாயர் மட்டுமே பாடியுள்ளார் என்பது

குறிப்பிடத்தக்கதாகும். ஆனால் இந்நூல் அண்ணாமலைச் சதகத்தில் முன்பே வெளிவந்துள்ளது.

வரலாற்று இலக்கியங்கள்

மெக்கன்சி தொகுப்பில் உள்ள வரலாற்று இலக்கியங்களை மரபு வழிப்பட்ட இலக்கியங்கள், நாட்டுப்புற இலக்கியங்கள், நாட்டுப்புறத் தன்மையுடன் கூடிய இலக்கியங்கள், தனிப்பாடல்களைப் போன்ற சிறு சிறு பாடல்களைக் கொண்ட இலக்கியங்கள் என வகைப்படுத்தலாம்.

மரபு வழிப்பட்ட வரலாற்று இலக்கியங்கள்

இவை இதுவரை அறியமுடிகிற இலக்கிய மரபுகளிலும் வகையிலும் எழுதப்பட்டிருக்கின்ற இலக்கியங்களாகும். மெக்கன்சி தொகுப்பில் இடம்பெறும் 'முப்பன் தோட்டி உலா' போன்றவை இவ்வகையைச் சேரும்.

நாட்டுப்புற இலக்கியங்கள்

வரலாற்று இலக்கியங்களில் நாட்டுப்புற இலக்கியங்கள் என்பவை நாட்டுப்புறக் கதைப்பாடல் அமைப்பைக் கொண்டு பெரிதும் விளங்குவனவாகும். அவ்வகையில் இராமப்பய்யன் அம்மானை, இரவிக்குட்டிப் பிள்ளைப்போர் முதலியவை அடங்கும். மெக்கன்சி தொகுப்பில் உள்ள செஞ்சிராசாக்கள் கைபீது, வல்லாள ராசன் சரித்திரம் ஆகியவை அவற்றுள் அடங்கும்.

அவற்றுள் 'வல்லாள ராசன் சரித்திரம்' எனும் சுவடி, திருவண்ணா மலையில் ஆட்சிபுரிந்து கொண்டிருந்த, சிவவழிபாட்டில் பெரிதும் ஈடுபாடுடைய மன்னனைப் பற்றியதாகும். அவனுடைய வரலாறு என்பது பக்தியைப் பற்றியதாக விளங்குகிறது.

'செஞ்சி ராசாக்கள் கைபீது' தேசிங்கு ராசாவின் வீரத்தைப் பற்றிய தாகும். இனி உரைநடையிலும் நாட்டுப்புறக் கதையமைப்போடு கூடிய வரலாற்று இலக்கியம் விளங்க முடியுமென்பதற்கு மெக்கன்சியின் தொகுப்பில் உள்ள 'நந்தர்கள் சரித்திரம்' எனும் சுவடி சான்றாகிறது.

அச்சுவடியில் நந்தர்கள் என்பவர்கள் நந்தன் பரம்பரையினர் என்றும், ஆட்சியுரிமை முறைப்படி தமக்குக் கிடைக்காமல் மற்றவர்களுக்குச் சென்றுவிட்ட கொடுமையை அழிப்பதற்காகப் பல்வேறு வித்தை களைக் கற்று அண்ணன் தம்பிகள் வந்தனர் என்றும் அவர்களுள் பலர் அப்போராட்டத்தில் மாண்டுபோக எஞ்சியிருந்தவன் கவிகற்று, அறம்பாடி அந்த அரசனை அழித்தான் என்றும் அவன் பாடியது 'நந்திக்

கலம்பகம்' என்றும் கூறப்பட்டுள்ளன. மேலும் அதிலிருந்து சில பாடல்கள் இடையிடையே கதை ஓட்டத்திற்கேற்பக் கொடுக்கப்பட்டுள்ளன.

நாட்டுப்புறத் தன்மையுடன் கூடிய இலக்கியங்கள்

உள்ளடக்கத்திலும் வடிவத்திலும் முழுவதும் நாட்டுப்புறப்பாடல் தன்மைகளையோ மரபு வழிப்பட்ட இலக்கியக் கொள்கைகளையோ கொண்டில்லாமல் இரண்டும் கலந்த கலப்பாக விளங்கும் சுவடிகளை இவ்வகையைச் சேர்ந்ததாகப் பகுத்துக்கொள்ளலாம்.

மெக்கன்சியின் தொகுப்பில் அளகேசுவரராசன் கதைச் செய்யுள் உரை அவ்வகை இலக்கியமாகும்.

தனிப்பாடல் இலக்கியங்கள்

வரலாற்றை விளக்கிக் கொண்டிருக்கும் பகுதியாக உள்ள சில தனிப்பாடல்களே தனிப்பட்ட இலக்கியங்களை உருவாக்கி விடுகின்றன. அவ்வாறு உள்ள பாடல்களைக் கொண்ட பல சுவடிகள் மெக்கன்சியின் தொகுப்பில் இடம் பெறுகின்றன.

'அகளங்க தோத்திரம் தமிழ் உரையுடன்' எனப் பெயருள்ள மெக்கன்சியின் தமிழ்ச் சுவடி, வடமொழிப் பாடலுக்குத் தமிழ் உரையுடன் கூடியது. அச்சுவடியின் இறுதியில்,

'எதுவல்லாளா நீ யிப் போதுரைத்த நீதி'

என்று தலைப்பிட்டுப் பின்வரும் பாடல் அமைந்துள்ளது:

'பராசுரன் மீன்வலைப் பாவையைப் புணர்ந்தான்
வசிட்டனார் சக்கிலி மாதினைப் புணர்ந்தான்
தவங்களும் வேள்வியுந் தான் செயு மாக்கள்
இப்புவிவாழ் அரம்பைதன் போகத்துக் கல்லவோ'

அடுத்து கரூருக்கு அருகில் தற்போது 'வெண்ணெய் மலை' என்று அழைக்கப்படும் 'காதப்பாறை' என்ற ஊரின் பெருமையை எடுத்துணர்த்தும் 'காதப்பாறை கிராம வரலாறு' எனும் மெக்கன்சியின் தமிழ்ச்சுவடியில் கீழ்க்காணும் பாடல் இடம் பெறுகிறது:

'செப்பருங் க(வி) லை (லையின்) தருநவநீத
சீதமால் வரைக்கிணை செப்பின்
கடம்மிலு மொன்றி நின்றான்
முப்புவனங் மொழிவதற் கெவன்கொலப் பெருமை
எப்புவனங் கடேறுந் தொல்வினை கடக்க

ஏதுவா யுதித்த பல்லுயிர்க்குந்
துய்ப்பன யாவுமளிப்பது கயிலைச்
சுடர்க்கிரி நிகர்ப்பது சிறப்பால்.'

'புவன சக்கிரம்' எனும் மெக்கன்சியின் சுவடியில், 'சுந்தர பாண்டியனார் என்ற கோபன மன்றாடியார் என்ற வீரருக்கு மன்றாடியார்' என்ற பேரும், மகுடமும் அளித்ததொரு மிகப் பண்டைய வரலாற்றை யுணர்த்தும் நான்கு செந்தமிழ்ப்பாடல்' இடம் பெற்றுள்ளன. அப்பாடல்கள் வருமாறு:

'புவனச் சக்கிரம் என்னப்பட்ட கிரந்தத்திலகப்பட்ட பாட்டு'

திக்கெல்லாம் புகழுங் கலியுகமிகவுஞ் செலுத்த சம்வத்ர கணக்கு
மிக்கதோர் சக்கிரம் முந்நூற்றி இருபதனில் விகிருதி கார்த்திகையேழிற்
தக்கசக்கிரனாள் அசுபதி தசமியத் துறைக்குந்தனன் மகுடமு மின்றே *(1)*

பாண்டியனுங் கோபணபூ பாலனுக்குப் பொன் முடியும்
வேண்டு வெகுமதி கொடுத்து மேன்மைக்கு - ஆண்டி
மணியாரன் சொக்கலிங்கம் மன்று புகழ்ச் சிவலியூர்க்
கவிராயன் சாட்சியென்பார்கள் *(2)*

வீராதி சூரரும் மூவேந்தர் மற்றும் மிகவுள்ளோர்
தீராதனி யாமுந் நீறக்கரை கோபன தீரனுக்கு
மாராத செம்பொன் மகுடமும் நாம மன்றாடியென்று
பேராகச் சொல்லி யழைத்தனன் பாண்டியன் பேர்பெறவே *(3)*
துட்டர்கள் பணியும் சந்திர பாண்டியனும்
சுகிருத கோபன மகிபனுக்கு
இட்டமதாகக் கொடுத்த பொன் முடியும்
எழிற்பெறு தன்குலப் பெயருங்
கட்டளையுறத்தன் நாமமும் கொடுத்த
கதையெல்லாம் விபரித மாக
அட்டதிக் கெங்கும் புகழு மல்லனும்
ஆய்ந்த செந்தமிழ் உரைத்தனனாம் *(4)*

மேலும் தெய்வீகராசன் கைபீது எனும் மெக்கன்சி சுவடியும் ஔவையாரின் பல தனிப்பாடல்களால் இணைக்கப்பட்டு ஒரு வரலாற்று இலக்கியமாக உருவாகியிருக்கிறது.

பகுதி இரண்டு

மெக்கன்சி சுவடிகளில் தமிழகப் பழங்குடி மக்கள்

பத்து நூல்கள்
செவ்வியல் காப்பியம்
சூளாமணி புதிய உரையுடன்

பழங்குடி மக்கள் ஆய்வும் வரலாறும்

அறிவியலின் வளர்ச்சிக்கேற்ப ஆய்வுகளின் எல்லைகளும் விரிந்து கொண்டே செல்கின்றன. இன்றைக்கு உலகம் முழுவதும் கவனம் செலுத்துகின்ற இன்றியமையாத ஆய்வுகளில் மானிடவியல் ஆய்வும் ஒன்றாகும். உலகிலேயே மிக அதிகமாகப் பழங்குடி மக்களைத் தன்னகத்தே கொண்டிருப்பது இந்தியாவுக்குரிய இன்னொரு பெருமையாகும்.

ஏறத்தாழ இரண்டரை கோடி பழங்குடி மக்கள் இந்தியாவில் உள்ளனர். அவர்களுள் இரண்டு கோடி மக்கள் சம தரையிலும் ஐம்பது இலட்சம் மக்கள் மலைகளிலும் காடுகளிலும் வாழ்ந்து வருகிறார்கள்.

ஆங்கிலேயரின் காலனி ஆதிக்கத்திலிருந்து விடுபட்ட இந்திய நாட்டின் முன் எழுந்த பல்வேறு பிரச்சினைகளுள் பழங்குடி மக்கள் பிரச்சினையும் ஒன்றாகும்.

மக்களிடமிருந்து பழங்குடி மக்கள் எப்படி வேறுபடுகிறார்கள்? சமதாயப் பரிணாம வளர்ச்சியில் அவர்கள் மட்டும் எப்படித் தனித்து நிறுத்தப்பட்டார்கள்? வரலாற்றில் அவர்களின் பங்கு என்ன? தற்போது அவர்களின் சமூக நிலை என்ன? எதிர்கால இந்தியாவின் சமுதாய, பொருளாதார வளர்ச்சியில் அவர்களை இணைத்துக்கொள்வது எவ்வாறு? போன்ற கேள்விகள் ஏற்கனவே ஆய்வுகளாகத் தொடங்கப் பட்டுவிட்ட போதும், இப்போதும் பல வினாக்கள் புதிர்களாகவே இருக்கின்றன. அவ்வகையில் தொடர்ந்து அரசும் பல்கலைக்கழகங் களும் தமது ஆய்வுகளை முடுக்கிவிட்டுள்ளன. எனினும் அவற்றில் அங்கங்கே விடுபட்டுக் கிடக்கும் கண்ணிகளைக் (Missing Links) கண்டறியும் முயற்சியில் அவரவர்கள் தாங்கள் ஏற்றிருக்கும் பதவிக்கும் இருக்கும் வசதிக்கும் ஏற்ப ஈடுபட்டிருக்கிறார்கள்.

தமிழகத்தில் இத்தகைய ஆராய்ச்சியில் ஈடுபடுகிறவர்கள் பலர், தங்களுக்குத் தெரிந்த செய்திகளோடு, பழங்குடி மக்கள் வாழும் பகுதிக்குச் சென்று அவர்களின் இன்றையப் பழக்கவழக்கங்கள், வாழ்க்கை முறை ஆகியவற்றைப் பார்த்து வருணனை முறையில்

எழுதிவிடுகிறார்கள். அவர்களுள் சிலர் மட்டுமே வரலாற்று முறையில் அவர்களை ஆராய்வதில் ஈடுபடுகின்றனர். அவர்களும்கூட சுவடி களை ஆய்வுக்கு எடுத்துக் கொள்வதில்லை. அங்கங்கே பழங்குடி மக்களைப் பற்றிச் சொல்லவேண்டியிருக்கும் பொழுது, முன்னோர் குறிப்பிட்டுச் சென்ற சுவடி ஆதாரங்களை, பொதுவான வரலாறு எழுதும்போது குறிப்பிட்டுச் சொல்கிறார்களே தவிர, பழங்குடி மக்கள் ஆய்வுக்கு ஆதாரமாகச் சுவடிகளை எடுத்துக்கொள்வதில்லை. அதற்கு இரண்டு காரணங்கள் இருக்கின்றன. முதலாவதாகச் சுவடியில் இடம் பெற்றுள்ள செய்திகள் முழுக்க உண்மையானவைதாமா என்பதில் ஐயப்பாடு; இரண்டாவதாகச் சுவடியைப் படித்தறிந்து கொள்வதில் இயலாமை.

சுவடியில் இடம்பெற்றுள்ள செய்திகள் உண்மையானவையா, இல்லையா என்பதைக் கண்டறியச் சுவடியை முதலில் படித்துப் பார்க்க வேண்டும். சுவடியை முழுவதும் படிக்காமலோ ஒரு பகுதியைப் படித்துவிட்டோ அம்முடிவுக்குச் சிலர் வருகின்றனர். ஆனால், பலர் சுவடியைப் பார்க்காமலேகூட அப்படி முடிவுக்கு வந்து விடுகின்றனர். சுவடி மட்டுமன்றி, கல்வெட்டு, பட்டயம் என்று எதை எடுத்துக் கொண்டாலும் உண்மையல்லாத, நம்ப முடியாத செய்திகள் விரவி இருப்பதை நாம் காணலாம். அதற்காக அவற்றை முழுக்கப் புறக் கணித்துவிட்டு வரலாறு எழுதுதல் என்பது முடியாது. இது சுவடிக்கும் பொருந்தும். கல்வெட்டிலும் பட்டயங்களிலும் விரவிக் கிடக்கும் பொய்களை வேறுபடுத்திக் கண்டறிந்து, களைந்து உண்மைச் செய்தி களை வரலாற்றிற்குப் பயன்படுத்திக் கொள்வதைப் போன்று சுவடியை யும் இனம் கண்டறிந்து உண்மைச் செய்திகளை ஆய்வுக்கு எடுத்துக் கொள்ள வேண்டுவது ஆய்வாளர் கடமையாகும்.

அவ்வகையில் இதுவரை சுவடிகளை ஆதாரமாகக் கொண்டு மானிடவியல் ஆராய்ச்சி நடைபெறவில்லை என்பதாலும், ஆங்காங்கே மேற்கோளாகக் கூறப்பட்ட சுவடிகள் முழுமையாக வெளிப்படுத்தப் படவில்லை என்பதாலும் - மெக்கன்சி சுவடிகளில் தமிழகப் பழங்குடி மக்கள் என்னும் ஆய்வுத்திட்டம் மேற்கொள்ளப்பட்டது. இதில் குறும்பர், இருளர், இலம்பாடியார், கரையார், பட்டணவர், வில்லியர், ஏனாதியர், வேடர், குன்னுவர், மலையரசர், குறவர் ஆகியோர் பற்றிய சுவடிகளை அடிப்படையாகக் கொண்டு முதன்முதலாக இந்த ஆய்வு மேற்கொள்ளப்பட்டுள்ளது.

மானிடவியல் ஆய்வு

மனித உயிரின் தோற்றம், வளர்ச்சி, இயற்கை ஆகியவற்றை ஆராயும்

மானிடவியல் ஆய்வை ஆங்கிலத்தில் Anthropology என்றழைக்கின்றனர். இச்சொல் Anthropos (Human Being), Logos (Word) எனும் இரண்டு ஜெர்மானியச் சொற்களின் கூட்டு ஆகும். அதன்பொருள் மானிடவியல் பற்றிய ஆய்வு (The study of Humanity) என்பதாகும். ஆனால், இச்சொல்லை முதன்முதலில் கையாண்டவர்கள் மானிடவியல் ஆய்வாளர்களல்லர். ஜெர்மானியப் பல்கலைக்கழகத்தைச் சேர்ந்த தத்துவவாதிகளே. பதினாறாம் நூற்றாண்டின் இறுதியில், மனித உடல்நிலைபற்றியும், நடத்தை பற்றியுமான முறையான ஆராய்ச்சி எனும் பொருளில் முதன்முதலாகக் கையாண்டுள்ளனர்.

பழங்குடி மக்களின் வரலாறு

காட்டுமிராண்டிகள், ஆதிவாசிகள், பழங்குடிகள், பழைய மரபினர், வரலாற்றிற்கு முற்பட்ட காலத்தினர் என்றெல்லாம் குறிப்பிடப்பட்ட மக்களே இன்று நமது முன்னோர்களின் வாழ்க்கையை நினைவுபடுத்துபவர்கள் என்றும், சமுதாய வரலாற்றின் தொடர்ச்சியையும், மனிதகுல வரலாற்றுத் தொடர்ச்சியையும் அறிவதற்குப் பயன்படுபவர்கள் என்றும் கருதப்பட்டு ஆய்வுக்கு உரியவர்களாகியிருக்கிறார்கள்.

வாழும் இடம், நிலை, சூழல், வாழ்க்கை முறை ஆகியவற்றினால் வேறுபட்டிருக்கும் மனிதர்களிடையே காணப்படும் வேறுபாடுகளை ஆராயும் மானிடவியல் ஆய்வு என்பது மேற்கத்திய நாடுகளின் தற்காலத்திய கண்டுபிடிப்புகளின் விளைவாகத் தோன்றியதாகும்.

உயிர்களின் பரிணாம வளர்ச்சியில் உருவான தொடக்கக்கால மனிதனுக்கும் நமக்கும் இடையே ஐந்து இலட்சம் ஆண்டுகள் கடந்திருக்கின்றன. தென்னாப்பிரிக்காவில் முதன்முதலாக 1924இல் மனிதக் குரங்கு கண்டுபிடிக்கப்பட்டது. அதைப் போன்றே கிழக்கு ஆப்பிரிக்காவிலும் 1954ஆம் ஆண்டில் சில விவரங்கள் வெளிப்பட்டன. வரலாற்றுக் காலத்திற்கு முந்திய மனிதர்களின் புதையுயிர்த் தடயங்களான (Fossils) எலும்புக்கூடுகள் ஆசியா, ஐரோப்பா, ஆப்பிரிக்கா ஆகிய கண்டங்களில் கிடைத்துள்ளன. உலகில் வேறெங்கும் இதுவரை கிடைக்கப்பெறவில்லை. இவற்றைக் கொண்டு மனித உயிரின் பரிணாம வளர்ச்சியில் உள்ள சிக்கல்களைத் தீர்த்துக்கொள் வதற்குரிய ஆய்வாக மானிடவியல் ஆய்வு உருவாகியுள்ளது.

விலங்குகளிலிருந்து மனிதன் வேறுபட்டு, இலட்சக்கணக்கான ஆண்டுகள் ஆகியிருந்தாலும், உலகின் மிகத் தொன்மையான நாகரிகம் கூட ஆறாயிரம் ஆண்டுகளுக்கு முந்தையதன்று. *(ஜார்ஜ் தாம்சன், முதலாளியமும் அதன்பிறகும் ப.71)*

சமுதாய வளர்ச்சிக் கட்டங்களில் பழங்குடி மக்கள் நிலை என்பது புராதனப் பொதுவுடைமைச் சமுதாயமாகும். வர்க்கரீதியாகச் சமுதாயம் பிளவுபடும் காலத்திற்கு முன்பு, சிதறிக்கிடந்த சிறுசிறு குழுக்களாக அவர்கள் வாழ்ந்தனர். அக்குழுக்களும் அடிக்கடி இடம் மாறி வந்தன. தேவையான அளவுக்கு மட்டுமே பொருள் உற்பத்தி செய்தனர். சமூக வேலைப் பிரிவினைகள் இங்கு இருக்கவில்லை. மிக எளிமையான அதிக நுட்பமற்ற கருவிகளைக் கொண்டே உற்பத்தி செய்யப்பட்டது. இச்சமூகங்களில் சமூகக் கட்டமைப்பு இன்னமும் இயற்கையான உறவுகளையே அடிப்படையாகக் கொண்டிருக்கிறது.

குல அமைப்பு, தாய் வழி இரத்த உறவு முறையை அடிப்படையாகக் கொண்டு இருந்தது. ஒவ்வொரு குலமும் இரு பாதிகளாக (Moieties) அமைந்தது. ஒவ்வொரு பாதியும் இரண்டு அல்லது அதற்கு மேற்பட்ட கணங்களைக் (Class) கொண்டிருந்தது. இரு வெவ்வேறு பாதிக்கூறு களைச் சேர்ந்த ஆணும் பெண்ணும்தான் இணைய அனுமதிக்கப் பட்டனர். ஓரிடத்தில் தங்கிக் கூடாரம் அடிக்கும்போது குலஅமைப்பைப் பிரதிபலிக்கும் வகையில் இருப்பிடங்களும் அமைந்தன. வட்டமாக முகாமிட்டு அதை அரை வட்டங்களாகவும் கால் வட்டங்களாகவும் பிரித்து விடுவர். ஒவ்வொரு கணத்திற்கும் ஏற்ற கால்பகுதியில் இடம் ஒதுக்கப்பட்டது. இப்படி நான்கு கால்பாகங்களைக் கொண்ட வட்டமே பிரபஞ்சம் பற்றி பண்டைக் காலத்தில் கொண்டிருந்த கருத்துகளுக்கான ஒரு முன்மாதிரியாக அமைந்தது.

அச்சமுதாயத்தில் எல்லோருக்கும் சமஉரிமை என்ற நிலை இயற்கையாக இருந்தது. பிறகு கணங்கள் குடும்பங்களாக மாறியபோது சமபங்கு என்பது சமுதாய நீதியாக்கப்பட்டது. மேய்ச்சல் நிலங்கள் பொதுவாகவும், விளைச்சல் நிலங்கள் பங்கீட்டுக்கு உரியனவாகவும் மாறின. விளைச்சல் நிலங்கள் குடும்ப உறுப்பினர்களுக்கு ஏற்ப அடிக்கடி மறுபங்கீட்டிற்குரியனவாக இருந்தன.

அச்சமுதாயத்தில் குலப்பேரவை போன்ற அமைப்பு ஒன்று, கணங்களால் நியமிக்கப்பட்டவர்கள் அல்லது முதியவர்களைக் கொண்டு அமைக்கப்பட்டிருந்து. குலமக்கள் அனைவரும் கூடியிருந்து பேரவையின் முடிவுகளைச் சட்டமாக்கிக் கொண்டனர். ஏற்றத் தாழ்வற்ற சமுதாய அமைப்பாக இருந்ததால் சட்டத்தையும் ஒழுங்கை யும் பாதுகாக்கவென்று தனிப்படை அவர்களுக்குத் தேவைப்பட வில்லை.

மக்கள் தொகை அதிகரிக்கவும், மேய்ச்சல் நிலங்களும் விளைச்சல் நிலங்களும் விரிவாக்கப்பட வேண்டியிருந்தன. அதனால் குலங்களுக்கு

இடையே போர்கள் ஏற்பட்டன. போர் என்பது சூறையாடலுக்கான திடீர் தாக்குதலாகவே இருந்தது. அத்தாக்குதலுக்கு உடன் வருபவர்களைக் கொண்டு குலத்தலைவர்களின் பொருள்களைக் கைப்பற்றினார்கள். அப்பொருள்கள் போரில் பங்கெடுத்துக் கொண்டவர்களுக்குப் பிரித்தளிக்கப்பட்டன. அப்போது தலைவருக்கென்று ஒரு தனிப்பங்கு பிரிந்தது. இதுவே அவனுடைய சொத்தாக உருவானது. இவ்வாறு அடிக்கடி தாக்குதல்களை நடத்தியதால் தலைவர்கள் அதிக சொத்துக்கு உடைமையாளர்களாகவும், தாக்குதல்களில் கைப்பற்றப்பட்ட மனிதர்களை அடிமை கொண்டவர்களாகவும், தோற்றவர்களின் நிலத்திற்கு உரிமை உடையவர்களாகவும் மாறினார்கள். சில நேரங்களில் தோற்றவர்களிடமே அவர்களின் நிலத்தைக் கொடுத்து, வென்றவர்களுக்காக பயிரிடக் கட்டாயப்படுத்தப்பட்டார்கள். இப்படிப் பண்ணை அடிமைகள் உருவாயினர்.

கால ஓட்டத்தில் சிறு சிறு குலங்கள் இணைக்கப்பட்டு இராச்சியங்களாக மாறின. அந்த இராச்சியங்களைக் குலத்தலைவர்கள் ஆட்சி புரிந்தனர். அதன் பின்னர் அரசன், பேரரசன் என்று மாறிய சமுதாயத்தில் குலத்தலைவர்கள் கொஞ்சம் கொஞ்சமாய் மறைந்து போயினர். நாளடைவில் பழங்குடி மக்களும் தங்களுக்குரிய தனித்தன்மைகளோடு தனியாக வாழ அனுமதிக்கப்படாமல் மாறிவரும் மக்கள் வாழ்க்கையோடு ஒன்றிப் போயினர். சிலர் மட்டும் தனித்துப் போனார்கள். இன்றும் தனித்தன்மையோடு வாழ்கிறார்கள். அவர்களைப் பற்றிய ஆய்வே மானிடவியல் ஆய்வாகும்.

மானிடவியல் ஆய்வு வரலாறு

படைவீரர்கள், வணிகர்கள், பயணிகள், கிறித்துவப் பாதிரிமார்கள் ஆகியோர் அடிக்கடி பல நாடுகளுக்கும் சென்றுவரும் வாய்ப்பைப் பெற்றிருந்தனர். அதனால் பல்வேறு நாடுகளிலும் பொருளாதார, சமுதாய, அரசியல் நிறுவனங்கள் நிலைபெற்றிருப்பதற்கு ஏற்ப மாறுபட்ட மனிதர்களைச் சந்தித்தனர். இயற்கையிலிருந்து மனிதச் சமுதாயம் செயற்கையாக மாறிய, மாற்றிக்கொண்ட வாழ்க்கை முறைகளையும், அவர்களின் பண்பாடு, சடங்கு ஆகிய விவரங்களையும் அறிந்துகொள்வதில் பழைய கிரேக்கச் சமுதாய வரலாற்று அறிஞர்களும் தத்துவ அறிஞர்களும் அரேபியர்களும் சீனர்களும் ஐரோப்பியர்களும் ஆர்வம் காட்டினர். இவ்வாறு பழங்குடி மக்களைப் பற்றி அறிவதில் பலர் பலகாலத்திற்கு முன்பே நாட்டம் கொண்டிருந்தனர். எனினும் அது விஞ்ஞான முறையிலான ஆய்வாக மாறியது வெகுகாலத்திற்குப் பின்னர்தான்.

15ஆம் நூற்றாண்டில் ஸ்பானிஷ், போர்த்துக்கீசிய நாடுகளைச் சேர்ந்த சாதனையாளர்கள் பூமியைப் பற்றிய முறையான ஆராய்ச்சியில் ஈடுபட்டனர். அதற்காகத் தாங்கள் மேற்கொண்ட கடற்பயணம் பூமியைச் சுற்றி வருவது மட்டுமன்றி மனித இனத்தைச் சுற்றி வருவதாகவும் அமைந்தது. அதற்கு முன்பு உண்மை என்று நம்பப்பட்ட பல செய்திகளை அப்பயணம் பொய்யென்று அவர்களுக்குக் காட்டிற்று.

16 ஆம் நூற்றாண்டில் நிருவாண இந்தியர்களை வெளிநாட்டினர் பார்த்தபோது, மனித இனத்தைச் சேர்ந்தவர்கள் என்றுகூட நம்பிடத் தயாரில்லை. இந்தப் பிரச்சினையில் போப் III 1537இல் நிருவாண இந்தியர்களும் மனித இனத்தைச் சேர்ந்தவர்களே, அவர்களுக்கும் ஆன்மா உண்டு. அவர்களையும் கிறித்துவ மதத்தில் சேர்க்க வேண்டும் என்று கூறியிருக்கிறார்.

17ஆம் நூற்றாண்டின் இறுதியில் கி.பி 1699இல் இலண்டனில் சிம்பாசி எனும் மனிதக் குரங்கினத்தின் அரிய குட்டி ஒன்றை ஆய்வு செய்து, மனிதனுக்கும் அதற்கும் இடையிலிருந்த ஒற்றுமை வேற்றுமை களைக் கண்டறிந்த எட்வர்டு டைசன் எழுதிய நூல் இந்த ஆய்வை அடுத்தக் கட்டத்திற்கு அழைத்துச் சென்றது.

18ஆம் நூற்றாண்டில் ஜார்ஜஸ் பபோன் என்பவர் மனிதர்களை விலங்கின் உயிர்களோடு ஒப்பிட்டு ஆராய்ச்சி செய்து நூல் எழுதினார். உலகின் இருண்ட கண்டம் என்றழைக்கப்பட்ட ஆப்பிரிக்காக் கண்டத்தின் உட்பகுதிகள் 18ஆம் நூற்றாண்டின் இறுதிக்கட்டத்தில் கண்டுபிடிக்கப்பட்டன. அவை மானிடவியல் ஆராய்ச்சியை அடுத்த கட்டத்திற்குத் தள்ளின.

19ஆம் நூற்றாண்டு மானிடவியல் ஆய்வில் திருப்பு முனையை ஏற்படுத்திய ஆண்டாகும். 1859இல் டார்வின் பரிணாமக் கொள்கை யின் வழி மனிதனைப் பார்த்தார். காரல் மார்க்சும் ஏங்கெல்சும் பொருளாதார அடிப்படையில் சமுதாய வளர்ச்சியைப் பார்த்தனர். கிரிகர் ஜோகன் 1865இல் மரபு வழிப்பட்ட விதிகளின் வழி மனிதனைப் பார்த்துப் பாராட்டு பெற்றார். மனித இரத்தத்தை ஏ.பி.சி என்று பகுத்துப் பார்த்தனர். பிராய்டு, பாலியல் உறவுகளின் வழி மனிதர் களைப் பார்த்தார். மார்கன் பழைய சமுதாயத்தை ஆராய்ந்தார். இவை யெல்லாம் மானிடவியல் ஆய்வில் செழுமை ஏற்படத் துணைநின்றன.

மானிடவியல் ஆய்வுக்கான காரணங்கள்

மேற்குறிப்பிட்டவாறு 19ஆம் நூற்றாண்டுக் கண்டுபிடிப்புகளின் துணை கொண்டு, மானிடவியல் ஆய்வாளர்கள் மேலும் மேலும்

ஆய்வில் ஈடுபட்டனர். அத்தகைய ஆய்வுக்குரியதாக மானிடவியலும் மாறியது. குறிப்பாகச் சில நாடுகளில் மானிடவியல் ஆய்வுகள் கட்டாயத் தேவையாக மாறின. அதற்கான காரணங்கள் பலவாகும். அவை வருமாறு:

அரசியல் ரீதியாக உலக நாடுகளைத் தமது காலனி நாடுகளாக மாற்றிக்கொள்ள முயன்ற மேலை நாட்டினர், அந்தந்த நாடுகளில் உள்ள அனைத்து மக்களையும் தமது ஆளுகையின்கீழ் கொண்டுவரும் முயற்சிக்காக மானிடவியல் ஆய்வில் ஈடுபட்டனர்.

உலக நாடுகள் அனைத்தையும் மத அடிப்படையில் கிறித்துவ மாக்கும் எண்ணத்தோடு, கிறித்துவப் பாதிரிமார்கள் பல நாடுகளுக்கும் சென்றனர். அந்தந்த நாட்டு மக்களின் பழக்க வழக்கங்களைக் கண்டறிந்து, அவர்களை மதமாற்றம் செய்வதற்காகவும் மானிடவியல் ஆய்வில் ஈடுபடலாயினர்.

இந்தியா, விடுதலைக்குப் பிறகு பழங்குடி மக்கள் பற்றிய ஆய்வில் தனிக்கவனம் செலுத்தத் தொடங்கிற்று. இருபதாம் நூற்றாண்டின் தொடக்கத்திலிருந்து, பழங்குடி மக்கள் தனியாகப் பிரிந்து, சமுதாயத் தினின்று விலகி, தனித்து வாழ்வது முடிவுக்கு வந்து கொண்டிருக்கிறது. போக்குவரத்துச் சாதனங்கள் காடு, மலைப் பகுதிக்குள் ஊடுருவத் தொடங்கிவிட்டன. இந்திய நாட்டின் மக்கள் தொகை பெருக்கத்தால் மலை, காடுகளில் உள்ள மரங்கள் வெட்டப்பட்டன. சமநிலப் பகுதியிலிருந்த விவசாயிகள் காட்டுப் பகுதிகளிலும் மலைப் பகுதி களிலும் உள்ள நிலங்களை ஆக்கிரமிப்புச் செய்யத் தொடங்கினர். பன்னாட்டு மூலதனத்தினர் அப்பகுதிகளில் பணப்பயிர் விளைச்சலில் ஈடுபட்டனர். இரயில், பேருந்து போன்ற போக்குவரத்து வசதிகள் ஏற்பட்டதனால், வணிகர்களும் கந்து வட்டிக்காரர்களும் அறியாமையி லிருக்கிற பழங்குடி மக்களை நோக்கிச் சென்றனர். கடந்த இருபது அல்லது முப்பதாண்டுகளாகப் பழங்குடி மக்கள் இத்தகைய நெருக்கடி களுக்கு மிகவும் ஆளாகி வருவதால், அவர்கள் தனித்து வாழ்வது முடியாததாகிவிட்டது. மேலும் அவர்களின் நிலங்களும் வாழிடமும் பறிபோயின. கந்து வட்டிக்காரர்களாலும் வணிகர்களாலும் பொருளா தாரச் சுரண்டல் அதிகமாயின. மற்றவர்களின் நெருக்குதலால் தங்களுக்கே உரியதாகக் கொண்டிருந்த பண்பாடும் வாழ்க்கை முறைகளும் மாறத் தொடங்கின.

அவர்களின் உணவுப் பழக்கம், குறைவான உடை, திருமணம் முதலிய சடங்குகள், வழிபாட்டு முறை ஆகியவை கடுமையான விமர்சனத்திற்கும் கேலிக்கும் ஆளாயின. அவர்கள் மீது மற்றவர்களின்

மதமும் வாழ்க்கை முறையும் திணிக்கப்பட்டன. ஜவகர்லால் நேரு போன்றவர்கள் இப்போக்கை மிகவும் கண்டிக்கின்ற அளவுக்கு அவை வளர்ந்தன.

அவற்றிலிருந்தெல்லாம் இந்தியப் பழங்குடி மக்கள் தங்களைக் காப்பாற்றிக் கொள்ளும் முயற்சியில் அங்கங்கே ஈடுபடத் தொடங்கினர். காட்டில் சத்தியாகிரகப் போராட்டங்களைப் பல்வேறு பழங்குடி மக்கள் தொடங்கினர். மேற்கு இந்தியப் பகுதிகளிலும், பீகார், மத்தியப்பிரதேசங்களிலும் தொடங்கிய இப்போராட்டங்கள் அசாம் நாகர்களிடத்து ஆயுதம் தாங்கிய போராட்டமாக உருவெடுத்தது.

அவ்வாறு ஒரிசா மாநிலத்தில் தாங்கள் இழந்த நிலத்தைச் சத்தியா கிரகப் போராட்டத்தால் அவர்கள் ஓரளவுக்கு மீட்டுக் கொண்டுள்ளனர்.

சந்தால் பழங்குடி வரலாற்றில், பல போராட்டங்களைக் காண்கிறோம். வட்டிக்குப் பணம் கொடுத்து பழங்குடி மக்களைச் சுரண்டிக் கொண்டிருந்த மகாஜனங்களை எதிர்த்து 1855ஆம் ஆண்டு அவர்கள் மாபெரும் போராட்டம் நடத்தினர். பணம் கொடுக்க இயலவில்லையென்றால் அடிமை போன்று வேலை செய்ய வேண்டும். மகாஜன வீடுகளை அவர்கள் தாக்க ஆரம்பித்துவிட்டனர். அன்று சிந்து, கண, சந்து, பைரால் என்ற நால்வர் போராட்டத்திற்குத் தலைமை தாங்கினர். அதிகார வர்க்கத்திற்கு அடிபணிய மறுத்துத் தங்களின் வீரத்தைக் காட்டிப் போராடினர். அதில் ஓரளவு வெற்றியும் பெற்றனர். இன்றும்கூட சந்தால் பழங்குடியைச் சேர்ந்த சிலர் தீவிர பொதுவுடைமை இயக்கத்தில் பங்குகொண்டிருப்பது குறிப்பிடத்தக்கதாகும்.

இந்தியா, பழங்குடி மக்களைச் சரியாக புரிந்துகொள்ளாவிட்டால், ஆயுதம் தாங்கிய போராட்டங்களில் ஈடுபடுவதன் வழி தங்கள் பிரச்சினைகளைத் தீர்த்துக்கொள்ளும் நிலைக்கு அவர்கள் தள்ளப் பட்டு விடுவார்கள் என்று பல முனைகளிலிருந்தும் அறிவுரைகள் கூறப்பட்டன.

இவ்வாறு விடுதலைக்குப்பிறகு இந்தியாவில் பழங்குடி மக்கள் பிரச்சினைகளுக்கு ஆளானதோடு அவர்களும் இந்தியாவுக்குப் பிரச்சினை யானார்கள். இது இந்திய வரலாற்றில் குறிப்பிடத்தக்க ஒன்றாகும்.

வேறு நாடுகளைப் போலன்றி, இந்தியாவுக்கு இது ஒரு மாறுபட்ட அனுபவமாகும். இந்தியா பல மொழிகளையும் பல இனங்களையும் கொண்டதோடு, பல்வேறு பண்பாடுகளையும் கொண்டிருக்கிறது. மக்கள் அனைவரும் ஒரு மனதாக ஏற்றுக்கொள்ளும் கருத்தோ, மதமோ மற்ற நாடுகளைப்போல் இந்தியாவில் இல்லை. பண்பாட்டு

அடிப்படையில் ஒருதார மணமா, பலகணவன் மணமா என்றெல்லாம் ஒரு குறிப்பிட்ட விதிகளை இந்தியா கொண்டிருக்க முடிவதில்லை. ஆகவே பழங்குடி மக்கள் பிரச்சினையிலும் அவ்வாறே இந்தியா ஒரே முடிவை எடுப்பதில் சிக்கல்கள் எழுந்தன. இந்தியா, விடுதலை அடைவதற்கும் முன்பே இவர்களுக்குச் சலுகை அளிப்பது தொடர்பாக நடவடிக்கைகள் மேற்கொள்ளப்பட்டன.

பிரச்சினைகளைத் தீர்ப்பதற்காகப் பழங்குடி மக்களில் ஒரு சிறு பிரிவினரை, நாட்டில் நிலவி வரும் சாதிய அமைப்புக்குள் கொண்டு வந்தனர். ஆனால் அது எதிர்பார்த்த அளவுக்குத் தீர்வாக அமையவில்லை.

மேலும் பல்வேறு அமைப்புகளின் வழி பழங்குடி மக்கள் பிரச்சினை களை ஆராய்வதற்கு முயற்சிகள் மேற்கொள்ளப்பட்டன. இந்திய அரசியல் சட்டத்தில் பழங்குடி மக்கள் பிரச்சினைகளைத் தீர்ப்பதற்குப் பல்வேறு வகையான நலப்பணித் திட்டங்கள் சேர்க்கப்பட்டன. அவர் களின் வளர்ச்சிக்கும் தனித்தன்மைக்கும் அவர்களுக்கிடையேயான நிருவாகத்திற்கும் ஏற்ப அரசியல் சட்டத்தில் தனி விதிகள் சேர்க்கப் பட்டன. அவர்கள் வாழும் பகுதி நார்த் ஈஸ்ட் ஃபிரான்டிர் ஏஜென்சி (NEFA) என்று இந்திய அரசின் தனிக் கவனத்திற்கு உரிய பகுதியாகியது. அவர்களுக்கு நாடாளு மன்றத்திலும் சட்டமன்றங்களிலும் பிரதிநிதித் துவமும் கல்வி மற்றும் வேலை வாய்ப்புகளில் சிறப்புச் சலுகைகளும் அறிவிக்கப்பட்டன.

மேலும் அவர்களின் மேம்பாட்டுக்கென்று தனித்துறை ஏற்படுத்தப் பட்டு, ஆணையாளரும் நியமிக்கப்பட்டுள்ளார். இந்திய நாட்டின் மற்ற மக்களோடு அவர்களை இணைத்துக் கொள்வதற்காகப் பல்வேறு நலப் பணித் திட்டங்களும் அவ்வப்போது உருவாக்கப்பட்டு வருகின்றன.

கிறித்துவப் பாதிரிமார்களும் இந்து மதச் சமுதாய சீர்திருத்தவாதி களும் பழங்குடி மக்களை ஆராய்ந்து மத மாற்றத்தின் வழி அவர்களின் வாழ்நிலையை மாற்ற முயற்சி மேற்கொண்டு வருகின்றனர். கல்வி யாளர்களும் மானிடவியல் ஆய்வாளர்களும் சமூகவியலாய்வாளர் களும் பிறரும் பழங்குடி மக்கள் பிரச்சினைகளைத் தீர்ப்பதற்காக விஞ்ஞான முறையிலான ஆய்வுகளில் முனைந்து வருகின்றனர். பழங்குடி மக்கள் ஆய்வு நிறுவனங்கள் தொடங்கப்பெற்று அவர்களின் பிரச்சினை களை முறையாக அறிந்துகொள்ள வழி செய்யப்படுகின்றன. பல்வேறு அரசியல் கட்சிகளும் தேர்தல் நேரத்து வாக்குக்காக பழங்குடி மக்கள் பிரச்சினைகளில் கவனம் காட்டத் தொடங்கியுள்ளன. அவர்கள் வாழும் பகுதிகளில் ஆங்காங்கே பல்வேறு அமைப்புகள் அவர்களின் உரிமைக்கான இயக்கங்களாகச் செயற்படத் தொடங்கியுள்ளன. சில

இடங்களில் பழங்குடி மக்களே தமக்குள் அமைப்பாகத் திரண்டு தமக்குரிய சலுகைகளைப் பெற்று வருகிறார்கள்.

மானிடவியல் ஆய்வு வகைகள்

இரண்டு வகையான உற்பத்தி முறைகள், வேறு வேறு வகையான சமுதாய அமைப்புகளாகத் தமக்குள் சந்தித்துக்கொள்ளும் பொழுது அவர்களின் வேறு வேறு வகையான சமுதாயப் பொருளாதார நிலைகளும் வரலாறும் அவர்கள் அவ்வாறிருப்பதற்கான காரணங்களும் அவர்களின் செயல்களும் சடங்குகளும் பண்பாடும் ஆய்வுக்கு உள்ளாகின்றன. அத்தகைய ஆய்வுகள் நுணுக்கமாக ஆராயப்பட வேண்டி, பலவகைகளாகக் கால ஓட்டத்தில் பிரிந்து விடுகின்றன. மானிடவியல் ஆய்வும் அவ்வாறே பலவகைகளாகப் பிரிந்திருக்கின்றது.

மானிடவியல் ஆய்வில் ஈடுபட்டுள்ள அமெரிக்க நாட்டு ஆய்வாளர்களும் ஐரோப்பிய நாட்டு ஆய்வாளர்களும் தங்களுக்கென்று சில பாகுபாடுகளை வகுத்துக்கொண்டுள்ளனர்.

மானிடவியல் ஆய்வு என்பது மனிதர்கள், அவர்கள் வாழும் சமுதாயத்துடன் கூடிய ஆராய்ச்சி என்பதால், உடலியல் ரீதியான பரிணாம வளர்ச்சிகளோடு பண்பாட்டு அடிப்படையிலான மாற்றங்களையும் ஆய்வுக்கு உட்படுத்த வேண்டியுள்ளது. எனவே மானிடவியல் ஆய்வைப் பொதுவான ஆய்வென்றும் சிறப்பான ஆய்வென்றும் இரண்டாகப் பகுத்துக்கொள்ளலாம். பொதுவான ஆய்வில் அவர்களின் உடல் உறுப்புகளின் அளவு, மொழி, வாழ்க்கை, பண்பாடு, தொழில், சடங்குகள் ஆகிய அனைத்தையும் பற்றிப் பொதுவாக ஆய்வு மேற்கொள்ளப்படுகிறது. சிறப்பான ஆய்வில் தனித்தனிப் பிரிவுகளாக ஆக்கிக் கொண்டு ஆய்வு மேற்கொள்ளப்படுகிறது.

அவ்வகையில் மானிடவியல் ஆய்வு என்பது உடலியல், பண்பாட்டியல், சமூகவியல், தொல்லியலும், மொழியியலும் எனும் நான்கு பெரும் பிரிவுகளைக் கொண்டுள்ளது.

உடலியல் அடிப்படையிலான மானிடவியல் ஆய்வின் தந்தை என்று ஜெர்மனி நாட்டைச் சேர்ந்த சோகன் புளூமென்பச் (Johann Blumenbach 1752-1840) என்பவர் அழைக்கப்படுகிறார். அவர் உலகில் வாழும் மனிதர்களைக் காகசியன் (Caucasian), மங்கோலியன் (Mangolian), எதியோப்பியன் (Ethiopian), அமெரிக்கன் இந்தியன் (Amercian Indian) மலையான் (Malayan) என்று ஐவகை இனங்களாகப் பகுத்துள்ளார். அவர் ஆராய்ச்சி ஜெர்மனியில் 1856இல் கண்டெடுக்கப் பட்ட பழங்கால மனித எலும்பின் புதையுயிர்த் தடத்தினால்

உறுதிப்பட்டது. தொடர்ந்து 1868இல் குரோமேக்னன் எலும்புக்கூடும், 1891இல் ஜாவா மனித எலும்புக்கூடும், 1927இல் சீன மனித எலும்புக் கூடும் கண்டறியப்பட்டு உடலியல் அடிப்படையிலான மானிடவியல் ஆராய்ச்சி வளர்ந்தது. இவ்வாராய்ச்சி, மரபு வழிப்பட்ட கூறுகளின் பரிணாம வளர்ச்சியை அறியப் பயன்பட்டது. இருபதாம் நூற்றாண்டின் மத்தியில் மனிதர்களின் நடத்தை, அறிவுநிலை ஆகியவற்றில் மரபு வழிப்பட்ட கூறுகளின் பங்கு எவை என்று ஆராயத் தொடங்கினர். இவ்வாராய்ச்சியிலும் வேறு சில உட்பிரிவுகள் தோன்றியுள்ளன.

பண்பாட்டு அடிப்படையிலான மானிடவியல் ஆய்வு என்பது மேற்கத்திய சமூக மதிப்புகளுக்கும் புதிதாகக் கண்டறியப்பட்ட நாகரிகங்களுக்கும் இடையிலான போராட்டத்தில் உருவானதாகும். பண்பாட்டை விளக்காமல், விளங்கிக்கொள்ளாமல் மனிதர்களை ஆராய்வது இயலாது என்பதால் மானிடவியல் ஆய்வில் பண்பாட்டாய்வு சிறப்பான இடத்தைப் பெறுகிறது. பல்வேறு மனிதர்களிடையே காணப்படும் ஒற்றுமைகளும் வேற்றுமைகளும் பல கேள்விகளை ஆய்வில் எழுப்புகின்றன. பண்பாட்டின் இயற்கையைப் பற்றியும், அது தனிமனித ஆளுமையை உருவாக்குவதில் வகிக்கும் பங்குபற்றியும், தனிமனித சாதனைகளில் பண்பாட்டின் கூறுபற்றியும், மனித உடலியல் ரீதியான பரிணாமத்தில் பண்பாட்டின் செல்வாக்கு பற்றியும், பண்பாட்டின் பரிணாமத்தின் நிலைப்பாடு பற்றியும் மனிதர்களுக்கும் இயற்கைக்குமான உறவுகளைப் பண்பாடு அமைத்திருப்பது பற்றியு மான ஆய்வுகள் மானிடவியல் ஆய்வுக்கு மிகவும் தேவையாகின்றன.

எனவே மானிடவியல் ஆய்வின் மையப்பகுதியாகப் பண்பாட்டு மானிடவியல் ஆய்வு அமைந்துள்ளது. எவ்வகையிலான ஆய்வுக்கும் இந்த வகை ஆய்வு உதவும் வகையில் உள்ளது. அதனால் பண்பாட்டு மானிடவியல் ஆய்வு வரலாறு, இலக்கியம், கலை, இசை என்று பல்வேறு துறைகளையும் தன்னகத்தே கொண்டுள்ளது எனலாம்.

மானிடவியல் ஆய்வு என்பது சமூக விஞ்ஞானத் துறையாகக் கருதப்படுகிறது. அதனால் மானிடவியல் என்பது சமூகவியல், உளவியல், புவியியல், பொருளியல், அரசியல் ஆகிய துறைகளோடு நெருக்கமான தொடர்பு கொண்டு ஆய்வதற்குரியதாக அமைந்துள்ளது.

தொல்லியல் ஆய்வாளர்கள் அகழ்வாராய்ச்சிகளின் வழியாக வரலாற்று ஆய்வுக்குச் சான்றுகளைத் தருகிறார்கள். அவற்றின் வழியாக பழைய கால மனிதர்களின் வாழ்க்கைமுறை, வரலாற்றுநிலை ஆகியவற்றை மறுஉருவாக்கம் செய்திட முடிகிறது. தொல்லியல் ஆய்வாளர்கள் கண்டறியும் புதிய சான்றுகளின் காலத்தை அறிவதற்கும்

மனிதர்களை அறிவதற்கும் புதிய நெறிமுறைகள் பின்பற்றப்படுகின்றன. அவற்றின் வழி பழங்கால மனிதர்களைப் பற்றிய ஆய்வு செழுமை அடைகிறது. இவ்வகை ஆய்வும் வேறு சிலதுறை ஆய்வுகளின் துணையுடன் சிறப்படைந்து வருகிறது. மொழியியல் அடிப்படையிலான மானிடவியல் ஆய்வும் பண்பாடு, சமூகவியல் தொடர்பான மானிடவியல் ஆய்வில் மேற்கொள்ளும் உத்திகளைக் கொண்டே மனிதர்களின் மொழிகளை ஆய்வு செய்வதாகும்.

இவ்வாறு மானிடவியல் ஆய்வு நான்கு பெரும் பிரிவுகளாகி நுட்பமான ஆய்வுப் பார்வையைப் பெற்று வருகிறது.

மானிடவியல் ஆய்வின் பயன்கள்

மானிடவியல் ஆய்வினால் உலகில் உள்ள மனிதரினம் அனைத்தும் இப்படி ஒரு கால கட்டத்தைக் கடந்துதான் வந்திருக்கிறது என்ற உண்மை வெளிப்படுவதாலும், உடல் அமைப்பு அடிப்படையில் ஐந்து வகைகளுக்குள் மனிதக்கூட்டத்தை அடக்கி விடுவதாலும், பரிணாம வளர்ச்சி விதிகளின்படி நாம் வளர்ந்து வந்திருக்கிறோம் என்றறிவதாலும் குறுகிய உணர்வுகளிலிருந்து விடுபட்டு, மனிதன் உலகளாவிய மனித நேயத்தோடு வாழும் விருப்பத்திற்கு மாற்றப்படுகிறான்.

நாம் கடந்து வந்த சமுதாயத்தை, அதன் பண்பாட்டை, சடங்குகளை, நமது மூதாதையர்களை நமக்கு அறிவிப்பது மானிடவியல் ஆய்வாகும்.

நாம் உயிரினமாக, விலங்காக, மனிதக்கூட்டமாக மாறிவந்த கால இடைவெளிகளில் நமது குணநலன்கள், மொழிகள், சமுதாய அமைப்புகள், எண்ணங்கள், மரபுகள், வரலாற்றுக் காலத்திலிருந்த/ வரலாற்றுக் காலத்திற்கு முந்திய வாழ்க்கை முறைகள், சமூக நீதிகள் இயற்கையோடு நமக்கிருந்த உறவுகள் ஆகியவற்றைப் பற்றிய அறிவை மானிடவியல் ஆய்வு தருகிறது.

தொடக்கக் கால மனிதனுக்கும் இன்றைய மனிதனுக்கும் இடைப்பட்ட பண்பாட்டு வரலாற்றை அறிந்துகொள்ளவும் இவ்வாய்வு பயன்படுகிறது. இன, மொழி, நாடு அடிப்படைகளில் ஏற்படுகின்ற ஆரவாரமான உணர்வுகளை மானிடவியல் ஆய்வு மாற்றிக்கொள்ள வகை செய்கிறது.

அரசு உருவாக்கம் நிகழ்ந்த காலத்திய சமுதாய அமைப்பைக் காணும் வகையில், அரசியல் துறைக்கு மானிடவியல் ஆய்வு பயன்படுகிறது. பழங்குடி மக்களிடம் காணப்படும் கொடுக்கல் வாங்கல் முறைகளும், மதிப்பிற்குரிய பொருள்களாக அவர்கள் கருதுகின்றவையும்,

அவற்றைப் பழைய காலத்தில் நடைமுறைப்படுத்திய முறையும் பற்றிய மானிடவியல் ஆய்வு, பொருளாதாரத் துறைக்குப் பயன்படுகிறது.

உளவியலில் ஆளுமை பற்றியும் ஆளுமை உருவாக்கம் பற்றியு மாகப் பல புதிய அடிப்படைகளை மானிடவியல் ஆய்வு வெளிக் கொணர்ந்திருக்கிறது. சமுதாய வரலாறு, பண்பாட்டு வரலாறு ஆகியவற்றை எழுதுவதற்கும் எழுதிய வரலாற்றை மறுஉருவாக்கம் செய்திடவும் மானிடவியல் ஆய்வு முடிவுகள் பயன்படுகின்றன. எழுத்து ஆதாரங்கள் கிடைக்க முடியாத பழங்கால மனிதர்களைப் பற்றிய ஆய்வுக்கு மானிடவியல் மிகவும் பயன்பட்டு வருகிறது.

பரிணாம வளர்ச்சியில் விடுபட்ட கண்ணிகளை வெளிக் கொணர்தலில் மானிடவியல் ஆய்வின் பங்கு மகத்தானதாகும்.

பழங்குடி மக்களைத் தமது ஆட்சிக்கு உட்படுத்துவதற்கும் அவர் களுக்காக அரசு பல்வேறு நலத்திட்டங்களை உருவாக்குவதற்கும் செயல்முறைப்படுத்துவதற்கும் மனநிலையைக் கண்டறிந்து அவர் களின் பண்பாட்டிற்கு ஏற்பக் கல்வியறிவைக் கொடுப்பதற்கும் அவர்களுக்குரிய சலுகைகளை அவர்கள் புரிந்துகொள்வதற்கும் அவர்களின் மரபு வழிப்பட்ட சிறந்த பண்பாட்டுக்கூறுகள் காப்பாற்றப் படுவதற்கும் மற்ற மக்களோடு அவர்களை இணைத்துக் கொள்வதற்கும் மானிடவியல் ஆய்வு தேவையாகிறது.

அவ்வகையில் ஐதராபாத்தில் செஞ்சு (Chenchu) இனப் பழங்குடி மக்கள் பற்றி கிறிஸ்டோப் வான்பூரர் ஆய்வு செய்து எழுதிய நூலை, அவர்களைப் பாதுகாத்தற்குரிய கொள்கையாக அரசு ஏற்றுக்கொண்டது.

பழங்குடி மக்களின் மொழி, மானிடவியல் ஆய்வினால் அழியாமல் பாதுகாக்கப்படுகிறது. அவ்வகையில் சந்தால் பழங்குடி மக்களின் மொழி சந்தாலி. இதற்குக் கிறித்துவ மிஷனரிகள் எழுத்து வடிவம் உண்டாக்கி யுள்ளனர். பைபிள் இம்மொழியில் மொழி பெயர்க்கப்பட்டுள்ளது.

பழங்குடி மக்களைப் பற்றி ஆராய்ந்து நாம் அறிந்துகொண்ட முடிவுகளைக்கொண்டு இன்றைய மக்கள் பிரச்சினைகளைத் தீர்த்துக் கொள்ள வழியைக் கண்டறிவதற்கும் மானிடவியல் ஆய்வு பயன் படுகிறது. இவ்வாறே மேலும் ஒப்பியல் ஆராய்ச்சிக்கும் மானிடவியல் ஆய்வு பயன்பட்டு வருகிறது.

மானிடவியல் ஆய்விற்கான தரவுகள்

இவ்வாறு பலவகையிலும் பயன்பாடுடைய மானிடவியல் ஆய்வில் ஈடுபடுபவர்கள் கள ஆய்வில் கண்டு அறிந்தவை, எழுத்து ஆதாரங்கள்,

மானிடவியல் அகழ்வாராய்ச்சிச் சான்றுகள் என்று தமது ஆய்வுக்காகப் பயன்படுத்தும் தரவுகளை மூவகைகளாகப் பகுத்துக்கொள்ளலாம்.

அவற்றுள் கள ஆய்வில் கண்டறிந்தவை என்பது ஆய்வாளர் தாமே நேரில் கண்டு, கேட்டு அறிந்தவையாகும். எழுத்து ஆதாரங்கள் என்பவை கல்வெட்டு, பட்டயம், சுவடி போன்றவற்றிலிருந்து இதுவரை அச்சாகாமல் இருப்பனவும், இலக்கியம், இலக்கணம், பயணக் குறிப்புகள், வரலாற்று நூல்கள் என்று அச்சானவையுமாகும். அகழ்வாராய்ச்சிச் சான்றுகள் என்பவை, புதையுயிர்த் தடயங்களாகக் (Fossils) கண்டெடுக்கப்பட்ட எலும்புக் கூடுகளும், வரலாற்றுக் காலத்திற்கு முற்பட்ட பிற சான்றுகளுமாகும்.

மேற்குறிப்பிட்ட எழுத்து ஆதாரங்களுள் ஒன்றான சுவடியை ஓலைச் சுவடி, தாள் சுவடி என்று இரண்டாகப் பகுத்துக்கொள்ளலாம். மூலச் சுவடி ஓலைச் சுவடியாக இருக்குமானால் இலக்கியம், இலக்கணம், சோதிடம், மருத்துவம் தொடர்பான நூல்கள் அதில் இடம் பெறும்.

தாள் சுவடியே மூலச்சுவடியாக இருக்குமானால் ஆட்சித்துறை ஆவணங்கள், வரலாற்று ஆவணங்கள், அயல் நாட்டார் குறிப்புகள், பயணக் குறிப்புகள், தன் வரலாறுகள், விண்ணப்பங்கள், கடிதங்கள், நீதிமன்றக் குறிப்புகள், பாதிரியார் குறிப்புகள் போன்ற செய்திகள் அதில் அடங்கும்.

மானிடவியல் ஆய்வுக்கு இதுவரை சுவடிகள் தரவுகளாக முழுமையாகப் பயன்படுத்தப்படவில்லை. இந்நூலில் மெக்கன்சி சுவடிகள் தரவுகளாகப் பயன்படுத்தப்பட்டுள்ளன.

சுவடிகள்

அரசினர் கீழ்த்திசை சுவடிகள் ஆய்வு நூலகத்தில் உள்ள மெக்கன்சியின் சுவடிகளிலிருந்து தமிழகப் பழங்குடி மக்களைப் பற்றிய 16 சுவடிகள் ஆய்வுக்கு எடுத்துக்கொள்ளப்பட்டுள்ளன. அவற்றுள் பதினொன்று மூலச் சுவடிகளாகும். ஐந்து படியெடுக்கப்பட்ட சுவடிகளாகும். அச்சுவடிகளில் குறும்பர், வேடர், இருளர், ஏனாதியர், குறவர், வில்லியர், கரையர், பட்டணவர், இலம்பாடியர், மலையரசர், குன்னுவர் ஆகிய மக்களைப் பற்றிய செய்திகள் இடம் பெற்றுள்ளன. அச்சுவடிகளின் விவரம் பின்வருமாறு:

1. குறும்பர் எனும் இடைச்சாதியர் வரலாறு (டி. 3114)
2. குறும்பர் கைபீது (டி.2867)

3. பட்டிப்புலக் கிராமக் கைபீது (டி.2864)

4. (சந்நியாசிக்) குறும்பர் சரித்திரம் (டி.2862)

5. குறும்பர் வரலாறு (டி.3035)

6. படுவூர் பாண்டுக்குழி வரலாறு (டி.2866)

7. கூத்த நாய்ச்சித் தோப்பில் சந்தை கூடிய வரலாறு (டி.3252)

8. வேடர் சரித்திரம் (டி.2861)

9. வேடர் ஏனாதி வில்லியர் இருளர் (டி.3082)

10. வில்லியர் இருளர் மலையரசர் சரித்திரம் (டி.2865)

11. பன்றிமலை விருபாட்சி குன்னுவர் வரலாறு (டி.3174)

ஆகிய பதினொன்றும் மூலச் சுவடிகளாகும். பின்வரும் ஐந்து சுவடிகளும் படியெடுக்கப்பட்ட சுவடிகளாகும்:

1. படுவூர் பாண்டுக்குழி வரலாறு (ஆர்.8172)

2. குறும்பர் கைபீது (ஆர்.8173)

3. வில்லியர் இருளர் மலையரசர் சரித்திரம் (ஆர்.8171)

4.வேடர் சரித்திரம் (ஆர்.8167)

5. குறும்பர் சரித்திரம் (ஆர்.8168)

படியெடுக்கப்பட்ட சுவடிகள் சிதைவுபட்ட மூலச்சுவடிகளின் பகுதிகளை விளங்கிக் கொள்வதற்கும், படியெடுத்தவர் புரிந்து கொண்டிருக்கும் செய்திகளின் தன்மையைப் புரிந்துகொள்வதற்கும் பயன்படுத்திக் கொள்ளப்பட்டுள்ளன.

சுவடிகளின் காலம்

மெக்கன்சியின் சுவடிகள் என்றழைக்கப்படும் சுவடிகளைக் கால அடிப்படையில் மூன்றாகப் பகுக்கலாம். அவை மெக்கன்சியின் காலத்திற்கு முன்னரே எழுதப்பட்டவை; அவர் காலத்தில் எழுதப் பட்டவை; அவருக்குப்பின் எழுதப்பட்டவை எனலாம்.

மெக்கன்சிக்காக மெக்கன்சியின் உதவியாளர்கள் சுவடித் தொகுப்பில் ஈடுபட்டபோது, அங்கங்கே தொகுக்கப்பட்ட சுவடிகள் மெக்கன்சியின் காலத்திற்கு முன்னர் எழுதப்பட்டவையாகும்.

மெக்கன்சி உதவியாளர்கள் தென்னிந்தியக் கோயில்களிலிருந்த கல்வெட்டுகளைப் பார்த்துப் படி எடுத்தவையும் அப்போது எழுதித் தரப்பட்டுத் தொகுக்கப்பட்டவையும் மெக்கன்சியின் காலத்தைச் (கி.பி.1783-1821) சேர்ந்த சுவடிகளாகும்.

அவற்றுள் இங்கு ஆய்வுக்கு எடுத்துக் கொள்ளப்பட்டுள்ள மூலச் சுவடிகள் பதினொன்றும் மெக்கன்சியின் காலத்தில் எழுதப்பட்டவை யாகும். குறிப்பாக 1816ஆம் ஆண்டுக்கும் 1818ஆம் ஆண்டுக்கும் இடைப் பட்ட காலத்தில் எழுதப்பட்டவையாகும். ஒப்புநோக்கிப் புரிந்துகொள் வதற்காகப் பயன்படுத்தப்பட்ட படி எடுக்கப்பட்ட ஐந்து சுவடிகளும் மெக்கன்சியின் காலத்திற்குப் பின்னர் எழுதப்பட்டவையாகும்.

சுவடி எழுதப்பட்ட விவரம்

ஆய்வுக்கு எடுத்துக்கொள்ளப்பட்டுள்ள அடிப்படைச் சுவடிகள் பதினொன்றிலும் இடம்பெறும் செய்திகளைக்கொண்டு நோக்கும் பொழுது அவை தொடர்புடையவர்களால் நேரிடையாக எழுதித் தரப் பட்டவையல்ல என்பது தெரியவருகிறது.

சான்றாக டி.2862ஆம் எண்ணுள்ள சந்நியாசிக் குறும்பர் சரித்திரம் என்னும் சுவடியின் தலைப்பில் 'Collected by Apavoo, Translated by Apavoo' என்று எழுதப்பட்டுள்ளது. அதனால் செய்திகளைத் தொகுத்து தமது வார்த்தைகளில் அப்பாவு என்பவர் கொடுத்துள்ளார் என்பது தெரிய வருகிறது. அவர் மெக்கன்சியின் உதவியாளர்களுள் ஒருவராவார். டி.2866ஆம் எண்ணுள்ள படுவூர் பாண்டுக்குழி வரலாறு எனும் சுவடியின் தொடக்கத்தில் 'Translated by Apavoo' என்று எழுதப் பட்டுள்ளது. இதிலிருந்து அப்பாவு அச்சுவடியைத் தொகுத்தவர் இல்லை என்பதும், எழுதித் தந்தது மட்டும் அவருடைய பணியாக இருந்திருக்கிறது என்பதும் தெரியவருகின்றன.

டி.2864ஆம் எண்ணுள்ள பட்டிப்புலக் குறும்பர் கைபீது எனும் சுவடியின் தொடக்கத்தில் Kaifieth of Kooroomper's fort at manimedu in Pattipulam என்று எழுதப்பட்டுள்ளதே தவிர தொகுத்தவர் எழுதியவர் பெயர் இடம் பெறவில்லை.

இத்தகைய குறிப்புகளிலிருந்து சுவடியை எழுதியவர் வேறு, சுவடியில் குறிப்பிடப்பட்டுள்ள மனிதர்கள் வேறு என அறிய முடிகிறது. மேலும் சுவடியின் இறுதியில், 'இவாள் பிறும் கைவிரல்' என்று எழுதப் பட்டுள்ளது. அதிலிருந்து குறிப்பிட்ட மக்களிடமிருந்து செய்திகளைச் சொல்லக்கேட்டு எழுதிய பின்னர், அவர்களிடம் படித்துக்காட்டி அப்பக்கத்தின் இறுதியில் கைரேகை வாங்கி இருக்கிறார்கள் என்பது உறுதிப்படுகிறது.

எனவே சுவடிகளில் இடம்பெறக்கூடிய செய்திகளைப் பிறர் கூற மெக்கன்சியின் உதவியாளர் எழுதியிருக்கிறார். மெக்கன்சியின் உதவியாளர் தவிர பிறர் எழுதித் தந்திருப்பார்களாயின் எழுதியவர்கள்

தமது பெயரைக் குறிப்பிட்டு 'அறிவேன்' என்று மெக்கன்சியின் மற்ற சுவடிகளில் குறிப்பிட்டிருப்பதைப்போன்று குறிப்பிட்டிருப்பார்கள். ஆனால் ஆய்வுக்கு எடுத்துக்கொண்டுள்ள சுவடிகளில் அத்தகைய குறிப்பு இடம்பெறவில்லை.

சுவடி எழுத்து

அடுத்து சுவடிகள் எழுதப்பட்டுள்ள முறைகளின் அடிப்படையில் காணப்படும் பொதுத்தன்மைகள் பின்வருமாறு:

1. இடைவெளியின்றி தொடர்ந்து எழுதப்பட்டுள்ளமை
2. நிறுத்தக் குறியீடுகள் இடம் பெறாமை
3. மெய்யெழுத்துகள் புள்ளியிட்டு எழுதப்படாமை
4. இரட்டைச் சுழிக் கொம்பு (ே), ஒற்றைச் சுழிக்கொம்பு (ெ) வேறுபாடு அறிந்து பயன்படுத்தப்பட்டுள்ளமை.
5. துணை எழுத்து (ா), உயிர் மெய் எழுத்து (ர), மெய்யெழுத்து (ர்) வேறுபாடு காணப்படாமை
6. ர, ற மயங்கி எழுதப்பட்டுள்ளமை
7. ல, ழ, ள மயங்கி எழுதப்பட்டுள்ளமை
8. எண்கள் தமிழ் எண்களாகக் கொடுக்கப்பட்டுள்ளமை
9. கிரந்த எழுத்துகள் விரவி வந்துள்ளமை; பெரும்பாலும் மகர ஒற்றுகள் கிரந்தத்தில் எழுதப்பட்டுள்ளமை; சில இடங்களில் மகர ஒற்று, தமிழிலேயே இடம் பெற்றுள்ளமை.
10. இகரத்திற்குப் பதில் யிகரமும் எகரத்திற்குப் பதில் யெகரமும் எழுதப்பட்டுள்ளமை.
11. தமிழ் மொழியில் சொற்களின் முதலில் வாராத எழுத்துகளும் வந்துள்ளமை.

மொழி நடை

சுவடியில் பேச்சு மொழியே இடம் பெற்றுள்ளது. சான்றாக டி.2862 ஆம் எண்ணுடைய 'சந்தியாசிக் குறும்பர் சரித்திரம்', எனும் சுவடி 'சன்னியாசி குறும்பர் சரித்திரமென்று பேரையுடைய பொஸ்தகத்தைக் கண்டு வாசித்தவர் சொன்னதாவது' என்று தொடங்குகிறது.

அதில் வாசித்தவர் சொன்னதை எழுதியிருக்கிறார்கள் என்பது வெளிப்படுகிறது. மேலும் பேச்சுமொழி என்பது குறிப்பாக அதை எழுதியவரின் பேச்சு மொழியும் கலந்திருக்கிறது. அதற்குச் சான்று களாக 'அவாள், இவாள்' போன்ற சொற்களைக் கூறலாம்.

அக்காலத்தில் புழக்கத்திலிருந்த பல சொற்களும் சுவடியில் விரவி வந்துள்ளன. படிப்பவரை மயக்கும் வகையில் பல சொற்கள் உள்ளன.

டி.2862ஆம் எண்ணுள்ள சுவடியில் 'மகா பிலமான கோட்டை பொளவிலே கட்டி ஆண்டார்கள்' என்று குறும்பர்களைப் பற்றிய செய்தி இடம் பெற்றுள்ளது. பின்னர் அச்சுவடியைப் பாதுகாக்கும் நோக்குடன் படி எடுத்தவர் 'மகாபிலமான கோட்டை பொன்னிலே கட்டி ஆண்டார்கள்' (ஆர் 8168) என்று எழுதிவிட்டார்கள். புழலிலே கட்டப்பட்டக் கோட்டை, பொன்னிலே கட்டப்பட்ட கோட்டையாக பொருள் மயக்கம் தரும்வகையில் சுவடியில் எழுதப்பட்டுள்ளது. குறும்பர்கள் எப்படிப் பொன்னினால் கோட்டை கட்ட முடிந்திருக்கும் என்று ஆராய்ந்தபோதுதான் புழலிலே கோட்டை கட்டிய விவரத்தை அறிய முடிந்தது.

அதைப் போன்றே அதே சுவடியில், 'பெத்தரிக்க மாதரிக்கப் படாததாயிருந்து' எனும் தொடர் மயக்கம் தரும் வகையிலிருந்தது. தொல்லியல் துறைப் பேராசிரியர் முனைவர் எ. சுப்பராயலு, அத்தொடர் தெலுங்கு கலந்ததாக இருக்கலாம் என்று கருதி 'பெத்தரிக்கம் என்பதற்கு மேலாண்மை என்று பொருள் உண்டென்று கூறி குறும்பர்களின் மேலாண்மை அங்குள்ள மக்களால் ஆதரிக்கப் படாமலிருந்தது என்று விளக்கம் தந்தார்.

டி.2866ஆம் எண்ணுள்ள படுவூர் பாண்டுக்குழி வரலாறு எனும் சுவடியில் படுவூரில் சுவடி எழுதப்பட்ட காலத்தில் (1816) இருந்த கல்வெட்டுப் பகுதி இடம் பெற்றுள்ளது. கிரந்த எழுத்து கலந்த அப்பகுதியைப் படிப்பதில் ஏற்பட்ட குழப்பத்தைப் பேராசிரியர் புலவர் செ. இராசு தெளிவுபடுத்தினார்.

இவ்வாறு சுவடியைப் படித்துப் புரிந்துகொள்ளுவதிலே ஏற்பட்ட பல்வேறு வகையான இடர்ப்பாடுகளும் தக்கவர்களின் உதவியுடனும், தக்க நூல்களின் உதவியுடனும், களப்பணி உதவியுடனும் களையப் பட்டன.

கள ஆய்வுப்பணி

மெக்கன்சி சுவடிகளில் குறிப்பிடப் பெறும் பழவேற்காடு, புழல், நெடுமரம், நெரும்பூர், அணைக்கட்டு, மாமல்லபுரம், இடையன்படல், சாலவன்குப்பம், பட்டிப்புலம், படுவூர் ஆகிய பத்து இடங்களிலும் கள ஆய்வுப்பணி மேற்கொள்ளப்பட்டது.

சுவடியில் இடம்பெறும் செய்திகளின் உண்மைத் தன்மையை உணர்வதற்கும், அவற்றின் இன்றைய நிலையைக் கண்டறிவதற்கும் கள

ஆய்வுப்பணிகள் மிகவும் பயன்பட்டன. சுவடியில் இடம் பெற்றுள்ள செய்திகளை அவ்வூர் மக்களிடம் கூறியபோது அவர்களிடம் கிடைத்த மறுமொழிகளும் கிடைத்த புதிய செய்திகளும் வரலாற்று நினைவுகளும் நாட்டுப்புறப் பாடல்களும் தொகுக்கப்பட்டுப் பயன்படுத்தப் பட்டுள்ளன.

பிற நூல்கள்

உலகளாவிய மானிடவியல் ஆய்வைப் புரிந்துகொள்வதற்கும், அதனுடைய இன்றைய நிலையைத் தெரிந்துகொள்வதற்கும், இந்தியா விலும் தமிழகத்திலும் மானிடவியல் ஆய்வின் நிலையைத் தெரிந்து கொள்வதற்கும் தொடர்புடைய நூல்கள், கட்டுரைகள், அச்சாகாத ஆய்வறிக்கைகள் ஆகியவை பயன்பட்டன.

இவ்வாறு மெக்கன்சி சுவடிகள் முதன்மைச் சான்றாதாரங்களாகவும், கள ஆய்வுப் பணியும் மானிடவியல் அறிஞர்களின் நூல்களும் அடுத்த கட்டச் சான்றாதாரங்களாகவும் பயன்பட்டுள்ளன.

பல்துறை ஆய்வுப் பயன்கள்

தமிழகப்பழங்குடிமக்கள் பற்றிய மெக்கன்சி சுவடிகள் மானிட வியல் ஆய்வுக்கு மட்டுமன்றி மொழியியல், தொல்லியல், வரலாறு, வணிகவியல், சமூகவியல், பொருளியல், நாட்டுப் புறவியல் ஆகிய வேறு பல துறைகளின் ஆய்வுக்கும் பயன்படுகின்ற விவரங்களைக் கொண்டுள்ளன.

மொழியியல்

சுவடிகளில் 187 ஆண்டுகளுக்கு முற்பட்ட பேச்சுத் தமிழ் பதிவாகி யுள்ளது. மொழிநடையில் செய்தி கூறியவரின் சொற்களும் எழுதியவரின் சொற்களும் இனம் காணும் வகையில் எழுதப்பட்டுள்ளன.

சான்றாக, பிறவுத்துவம், கிரோதம், போதினை, கடையாந்திரம், யிப்போ, சுற்றுப்புறம், சாகிறவரைக்கும், வையாமல், யதிலே, யிந்த, அதற்கடுத்தாப்போலே போன்ற சொற்கள், சுவடிகளில் இடம்பெறும் செய்திகளைக் கூறியவர்களின் பேச்சு மொழியிலும் 'அவாள், இவாள் திஷ்டாந்தரம்' போன்ற சொற்கள் விவரங்களைத் தொகுத்தவர்களின் பேச்சு மொழியிலுமாக அமைந்துள்ளன.

எனவே 187 ஆண்டுகளுக்கு முற்பட்ட பேச்சுத் தமிழைப் பற்றியும் அதன் தொடரமைப்பு பற்றியும், அதன் வரலாறு பற்றியுமான மொழியியல் ஆய்வுக்குச் சுவடிகள் பயன்படும் வகையில் உள்ளன.

தொல்லியல் ஆய்வு

படுவூர் எனும் ஊரில் முதுமக்கள் தாழிகள் நிறைந்த பாண்டுக்குழிப் பகுதியில் 1816ஆம் ஆண்டு மெக்கன்சியின் உதவியாளர்கள் தோண்டிப் பார்த்துள்ளனர். உடைந்துபோன முதுமக்கள் தாழிகளையும் அதனுள் வைக்கப்பட்டிருந்த சிறு சிறு மண்பாண்டங்களையும் பொருள் களையும் பட்டியலிட்டுள்ளனர்.

புழல், நெடுமரம், நெரும்பூர், அணைக்கட்டு, பட்டிப்புலம் என்று சுவடியில் இடம்பெறும் ஊர்களில் கோட்டைக்கரை, கோட்டைமேடு, குறும்பர்க்கோட்டை என்று ஏதாவது ஒரு பெயரில், மேட்டுப்பகுதிகள் அழைக்கப்படுகின்றன. அங்கு இரண்டாயிரம் ஆண்டு காலத்திற்கு முற்பட்ட கருப்பு சிவப்புப் பானை ஓடுகளும், முதுமக்கள் தாழியின் உடைந்த பகுதிகளும் கிடைக்கின்றன. அவை தொல்லியல் ஆய்வுத் துறையின் அகழ்வாராய்ச்சிக்கு உரிய இடங்களாகும். அவ்வகையில் அச்சுவடிகள் தொல்லியல் ஆய்வுக்குத் துணைபுரியும் வகையில் உள்ளன.

வரலாறு

குறும்பர்களுடன் போரிட்டு வென்ற ஆதொண்டைச் சக்கரவர்த்தி, பெயர் குறிப்பிடப்படாத சோழ அரசர், மயிலாப்பூர் கந்தப்பராசன், கிருட்டிண தேவராயர் ஆகியோரைப் பற்றியும் தோமையர் (St.Thomas) பற்றிய செய்திகளையும் டி.2862ஆம் எண்ணுள்ள சுவடி கொண்டுள்ளது.

படுவூர், பாண்டித்தேவர் என்ற அரசரால் ஆளப்பட்டது. அங்கு அவரால் சமணக் கோவில் கட்டப்பட்டது. அக்கோயிலுக்கு அவ்வூர் சர்வ மானியமாகக் கொடுக்கப்பட்டது என்ற விவரங்களை 2864ஆம் எண்ணுள்ள சுவடி கொண்டுள்ளது. கேரளத்துக் கோட்டையின் அரசர் பற்றி டி.2861ஆம் எண்ணுள்ள சுவடி குறிப்பிடுகிறது. இவை வரலாற்று ஆய்வறிஞர்களுக்குப் பயன்படும் விவரங்களாகும்.

அடுத்ததாக ஊர்ப்பெயர் - இடப்பெயர் ஆய்வுகளில் ஈடுபட்டுள்ள வர்களுக்குப் (Place, Name & Society) பயன்படும் வகையிலும் சுவடிகளில் செய்திகள் இடம்பெற்றுள்ளன.

முன்பு அவ்வூரில் குறும்பர்கள் அதிகம் பேர் வாழ்ந்து வந்தனர். அவர்களின் முக்கியத்தொழிலாக ஆடு மாடு மேய்த்தல் இருந்தது. அந்த ஆடுமாடுகள் அதிகமாகப் பெருகிப் பட்டிகளில் அடைக்கப்பட்ட இடம் பட்டிப்புலம் என்றழைக்கப்பட்டது.

சாணார்கள் அதிகம் பேர் குடியிருந்ததால் சாணான்குப்பம் என்ற பெயர் உண்டாயிற்று. அவ்வூர் பட்டிப்புலத்திற்கு அருகில் தற்போது சாலவன்குப்பம் எனும் பெயரில் அமைந்துள்ளது.

அதற்கருகே 'இடையன்படல்' என்றோர் இடம் உள்ளது. ஆடுமாடு களை இரவில் அவ்விடத்தில் அடைத்து வைத்துப் பிற விலங்குகளிட மிருந்து அவற்றைப் பாதுகாப்பதற்காகப் பெரிய கற்பாறை மேல் பொத்தல்களை ஏற்படுத்தி அதில் தீமூட்டி வைத்திருக்கிறார்கள். இவ்விடம் இடையன்படல் என்றழைக்கப்படுகிறது.

அவர்களின் மந்தைகளாகிய ஆடுமாடுகள் இருந்த இடம் மந்தை வெளி என்று அழைக்கப்படுகிறது. இந்தச் செய்திகள் டி.2864ஆம் எண்ணுள்ள சுவடியில் இடம்பெற்றுள்ளன.

படுவூரில் இடுகாட்டில் பாண்டுக்குழிகள் என்ற பெயரில் கல் வட்டங்கள் காணப்படுகின்றன. அவை முதுமக்கள் தாழிகள் புதைக்கப் பட்ட இடங்களாகும். அவை பாண்டுக்குழி, பாடைகுடி, பாடுகுடி என்றழைக்கப்படுகின்றன. அந்தக் கல்லறைகள் பாண்டுத்தேவர் என்ற அரசரின் பரம்பரையினருக்காகப் பயன்பட்டதால் பாண்டுக்குழி என்றும், உயிர் போகும் முன்னரே சிலரை அவ்வாறு தாழிகளில் வைத்துப் புதைத்ததால் அவர்கள் அவற்றிலே பாடுபடுகிற காரணத்தால் பாடுகுடி என்றும் பாடைகுடி என்றும் அழைக்கப்படுவதாக டி.2866 ஆம் எண்ணுள்ள சுவடியில் செய்திகள் இடம் பெற்றுள்ளன.

கம்பத்திற்குத் தென்கிழக்கே, கூத்தநாச்சித் தோப்பு கூத்தநாச்சி மேடை என்று அழைக்கப்படும் பகுதிக்குப் பெயர்க்காரணத்தை டி.3252ஆம் எண்ணுள்ள சுவடி பின்வருமாறு விவரிக்கிறது:

> முன்பு அப்பகுதியில் நடைபெறும் சந்தையை அரசன் வேடிக்கைப் பார்ப்பதற்காக அங்கே கறட்டின் மீது ஓர் அரண்மனை கட்டப் பட்டது. அங்கே பலவகையான வணிகங்களும் நடந்து வந்தன. அந்தச் சந்தையில் சிவகிரியிலிருந்து இடையரினத்தைச் சேர்ந்த பெண் ஒருத்தி வந்து மோர் விற்றுக் கொண்டிருந்தாள். அவள் பெயர் கூத்தநாய்ச்சியாகும். ஒருமுறை சந்தைக்கு வந்தபோது அந்த நாட்டு அரசன் அவளைக் கட்டாயப்படுத்தியதில் அவள் இறந்து போனாள். இறக்கும் முன்னர் அவளிட்ட சாபத்தில் அப்பகுதி அழிந்து போயிற்று. இப்போது அப்பகுதியில் கறட்டின்மீது கட்டப்பட்ட மேடை இருக்கிறது. அதற்குக் கூத்தநாய்ச்சி மேடையென்று பெயராகும்.

இவ்வாறு ஊர்ப்பெயருக்கும் இடப்பெயருக்கும் 187 ஆண்டு களுக்கு முன்னர் வழக்கிலிருந்த விவரங்களைச் சுவடிகள் கொண்டுள்ளன.

இவை ஊர்ப்பெயர், இடப்பெயர் ஆய்வுகளில் ஈடுபடுபவர்களுக்குப் பெரிதும் பயன்படுவனவாகும்.

கல்வெட்டாய்வு

> இங்கேயொரு பிலந்த கல்சாசனமிருக்குது, யிது குறும்பரால் பண்ணப் பட்டதாயறியப்படுது. ஆனாலிந்த எழுத்தை வேடர் அறியயிட மில்லை. சிறீவர்மன் ஒத்தாசை பண்ணினால் அதில் உள்வயணமறிய யிடமாயிருக்கும்

என்று டி.2864ஆம் எண்ணுள்ள சுவடி பட்டிப்புலத்தில் உள்ள ஒரு கல்வெட்டைப் பற்றி குறிப்பிடுகிறது. இப்போதும் அக்கல்வெட்டு அங்கே இருக்கிறது.

'படுவூரில் பாண்டித்தேவர் தம் ஆட்சிக்காலத்தில் அங்கு ஒரு சமணக் கோயில் கட்டி, அதற்கு அவ்வூரைச் சருவ மானியமாகக் கொடுத்த தற்குக் கல்வெட்டு ஒன்று சான்றாக இருக்கிறது. அக்கல்வெட்டில், 'ஸ்வஸ்தி ஸ்ரீ உலகாளுடைய நாயனர் தேவதானம் படுவூரும் இவ்வூர் கம்பற்றுப்பட்டம் சந்திராதித்தர்வரை சர்வமானியம்' என்றெழுதி யிருக்கிறது என்று டி.2866ஆம் எண்ணுள்ள சுவடி குறிப்பிடுகிறது. மேலும் அவ்வூரில் பாண்டுக்குழிக்கு சமீபத்திலிருந்து ஒரு சிலையில் ஒரு சாசனமிருக்குது. ஆனால் பூரங்கடைத்தானதால் பித்தியுங் காண வில்லை' என்றும் அச்சுவடியில் விவரம் தரப்பட்டுள்ளது.

இவ்வாறு கல்வெட்டுகள் இருக்கும் இடம் பற்றியும் கல்வெட்டுச் செய்திகளைப் பற்றியும் கல்வெட்டுகள் பற்றியும் அவ்வூர் மக்களிடம் அப்போது விசாரித்து அறிந்த செய்திகளும் இடம் பெற்றுள்ள சுவடிகள் கல்வெட்டாய்வாளர்களுக்குப் பயன்படுவனவாகும்.

சமூகவியல் ஆய்வு

மதச் சண்டையில் இடிபட்ட சமணக் கோயில் பற்றியும் நொண்டி யாக்கப்பட்ட சமண விக்கிரகம் பற்றியும், சமணர்கள் வைணவர்களாக மதமாற்றம் செய்யப்பட்டது பற்றியும், குறும்பர்களுக்கும் வெள்ளாளர், முதலியார் ஆகிய சாதியினர்களுக்குமிடையே நடந்த சாதிச் சண்டைகள் பற்றியும் டி.2862ஆம் எண்ணுள்ள சுவடியில் செய்திகள் இடம்பெற்றுள்ளன. மேலும் குறும்பர்களுக்கும், வெள்ளாளர்கள், முதலியார்கள் ஆகியோருக்கும் நடந்த சாதித் தகராறுகள் பற்றி விளக்கமாக டி.3114ஆம் எண்ணுள்ள சுவடி விவரிக்கிறது. குறும்பர்கள் மதமாற்றம் செய்யப்பட்டது பற்றியச் செய்திகளை டி.2864ஆம் எண்ணுள்ள சுவடியும் குறிப்பிடுகிறது. ஆதொண்டைச் சோழன்,

மற்றவர் அறிவுரைகளைக் கேட்டுச் சமணர்களை அழித்த செய்தி டி.2866ஆம் எண்ணுள்ள சுவடியில் இடம் பெற்றுள்ளது.

டி.3252ஆம் எண்ணுள்ள சுவடியில் சந்தை நிகழ்ந்த இடம், முறை பற்றிய செய்திகள் இடம் பெற்றுள்ளன. அவ்வாறு இடம் பெறும் செய்திகள் சமூகவியல் ஆய்வில் ஈடுபடுபவர்களுக்குப் பெரிதும் பயன்படுவன ஆகும்.

நாட்டுப்புறவியல் ஆய்வு

இறந்தவர்களைத் தாழிகளில் வைத்துப் புதைப்பதும், வயது முதிர்ந்து தளர்ந்து போனவர்களை உயிர் போவதற்கு முன்பே தாழிகளில் வைத்து இறந்த பின்னர் அவர்களின் எலும்புகளை எடுத்துப் புதைப்பதும், உயிரோடு தாழிகளில் அவர்கள் வைக்கப்படும்பொழுது அவர்களுக்குத் தேவையான உணவு, நீர் ஆகியவற்றைச் சிறு சிறு மண் கலயங்களில் வைத்துத் தாழிக்குள் வைப்பதும் இறுதிச் சடங்குகள் பற்றிய நாட்டுப்புற வியல் ஆய்வில் ஈடுபடுபவர்களுக்குப் பயன்தரும் குறிப்புகளாக டி.2866 ஆம் எண்ணுள்ள சுவடியில் செய்திகள் இடம் பெற்றுள்ளன.

டி.2867ஆம் எண்ணுள்ள சுவடியில் குறும்ப இடையர்களைப் பற்றிய 'இடப்புத்தி பிடரியிலே' எனும் பழமொழி பின்வருமாறு விளக்கப் பட்டுள்ளது: ஒருநாள் குறும்பிடையருள் ஒருவன் நடக்க முடியாத ஆட்டுக்குட்டி ஒன்றைத் தோளில் சுமந்து கொண்டு ஆடு மேய்த்துக் கொண்டிருந்தான். சிறிது நேரத்திற்குப் பின்னர் ஆடுகளைக் கவனித்தான். ஓர் ஆட்டுக்குட்டியைக் காணாது அலைந்து திரிந்து இறுதியில் அங்கிருந்த பழைய கிணற்றை எட்டிப் பார்க்க உள்ளே ஆட்டுக்குட்டி தெரிய, மற்றவர்களை அழைத்துக் காட்டி, தான் கிணற்றில் குதித்து ஆட்டுக் குட்டியை வெளியே எடுத்துவரப் போவதாகக் கூற, பார்த்து நின்ற வெள்ளாளர், ஆட்டுக்குட்டி அவன் தோளில் இருப்பதை அவனுக்குக் காட்டி, அதன் நிழல்தான் கிணற்றுக்குள் தெரிகிறது என்பதையும் உணர்த்தினார். அதுநாள் தொட்டு இப்பழமொழி வழங்கி வருகிறது.

பழமொழி ஆய்வில் ஈடுபடும் நாட்டுப்புறவியல் ஆய்வாளர்களுக்குப் பயன்படும் செய்திகளைக் கொண்டுள்ளது இச்சுவடி. மேலும் பழங்குடி மக்களிடையே காணப்படும் திருமணம், மகப்பேறுக்கான சடங்கு, வழிபாடு முதலியவை பற்றிய செய்திகளையும் ஆய்விற்கு எடுத்துக் கொண்டுள்ள சுவடிகள் பெற்றுள்ளன.

தமிழகத்தில் பழங்குடி மக்கள்

1991ஆம் ஆண்டு மக்கள்தொகைக் கணக்கின்படி தமிழகத்தில் பழங்குடி மக்களின் எண்ணிக்கை 5,74,194 ஆகும். அப்போதையத் தமிழ்நாட்டின் மக்கள் தொகையில் (55.86 மில்லியன்) 19.18 விழுக் காட்டினர் (10.71 மில்லியன்), ஆதிதிராவிடர்கள் 1.03 விழுக்காட்டினர் (0.57 மில்லியன்) பழங்குடி மக்களாவார்கள். 1981ஆம் ஆண்டு மக்கள் தொகைக் கணக்குடன் ஒப்பிட்டால் ஆதிதிராவிடர்கள் 0.83 விழுக்காடு அதிகரித் துள்ளனர். (18.35 (1981) 19.1 (1991) பழங்குடி மக்கள் 0.04 விழுக்காடு குறைந்துள்ளனர். (1.07 (1981) 1.03(1991) ஆதிதிராவிடர்களும் பழங்குடி மக்களும் (19.18+1.03=20.21%) தமிழகத்தின் மக்கள் தொகையில் ஐந்தில் ஒரு பங்கினராக உள்ளனர் என்பது குறிப்பிடத்தக்கது.

அவர்கள் 1. அதியன், 2. அரநாடன், 3. இரவல்லான் 4. இருளர், 5. காடர், 6. கம்மாரா, 7. காணிக்காரன், 8. கணியன் 9. காட்டுநாயக்கன், 10. கொச்சுவேலன், 11. கொண்டகாபஸ், 12. கொண்டாரெட்டி 13. கோரகா 14. கோரா 15. குடியா 16. குறிச்சன், 17. குறும்பர் 18. குறுமன் 19. மகாமலசர் 20. மலைஅரையன், 21. மலைப்பண்டாரம், 22. மலைவேடன், 23. மலைக்குறுவன் 24. மலயக்கண்டி, 25. மலசர் 26. மலையாளி 27. மன்னன் 28. முதுகர் அல்லது முதுவன் 29. முத்துவன் 30. பள்ளேயன் 31. பள்ளியன் 32. பள்ளியர் 33. பணியன் 34. சோலகா 35. தோடா 36. ஊராளி என்று அழைக்கப்படுகின்றனர்.

பழங்குடி மக்கள்

பழங்குடி மக்கள் என்பதற்குப் பழமையான குடிகள் என்று பொருள் கொள்கின்றனர். தமிழ் லெக்சிகனில் (தொகுதி 2, ப.968) குடி என்பதற்குக் குடியானவன், குடியிருப்போர், குடும்பம், கோத்திரம், குலம், வீடு, ஊர், வாழ்விடம் என்று ஒன்பது பொருள்கள் தரப் பட்டுள்ளன. நாடோடியாக இல்லாமல் வாழ்வை ஓரிடத்தில் அமைத்துக் கொண்டவர்கள் எனும் கருத்து குடி என்பதற்குக் கொடுக்கப்பட்டுள்ள ஒன்பது பொருள்களுக்குள்ளும் பொதிந்துள்ளதை உணரலாம்.

அவ்வாறாயின் நிலைத்த குடியிருப்பை ஓரிடத்தில் அமைத்துக் கொண்ட பழமையான மக்கள் பழங்குடி மக்கள் என்று பொருள்

கொண்டால், சமுதாயத்தின் வளர்ச்சிக் கட்டங்களுள் நிலைத்தக் குடியிருப்பை மேற்கொள்வதற்கு முன்னர் நாடோடிகளாகக் குறிஞ்சி யிலும் முல்லையிலும் நெய்தலிலும் வாழ்ந்த மக்களைப் பழங்குடி மக்கள் என்றழைக்க இயலாது. எனவே, நிலைத்த குடியிருப்பை மேற்கொண்ட மக்கள் நாகரிக வாழ்வின் வட்டத்திற்கு வந்துவிடக் கூடியவர்களாகிறார்கள். அவ்வாறாயின் பழங்குடி மக்கள் என்பதற்குப் பழமையான குடிமக்கள் என்பதை விடவும் குடிமக்களாவதற்கும் முற்பட்ட பழையகாலத்தின் வாழ்க்கையை உடையவர்கள் என்று பொருள் கொள்வதே பொருத்தமாகும்.

நிலவியல் அடிப்படையிலும் பண்பாட்டு அடிப்படையிலும் அவ்வக் காலத்தில் நிலவும் முக்கிய உணவு உற்பத்தியில் பங்கு வகிக்காதவர்கள் நாளடைவில் தனித்த வாழ்க்கையுடையவர்களாக, சமுதாய மாற்றத்திற்கு ஆட்படாதவர்களாக மாறி விடுகிறார்கள். அதனால் உணவுப் பொருளைச் சேகரிப்பது, வேட்டையாடுவது என்ற நிலையோடு தமது வாழ்க்கை முறையை அமைத்துக் கொண்டவர்கள், உணவுப் பொருளை உற்பத்தி செய்யும் வாழ்க்கைமுறை உடையவர் களுடன் ஒன்றுபடமுடியாமல் விலகிப் போயிருக்கின்றனர்.

தமிழகத்தில் பழங்குடி மக்கள்

உயிரினங்களின் பரப்பும் புலம் பெயர்தலும் என்ற தலைப்பிலான அத்தியாயத்தில் பூமியின் மேற்பரப்பில் நிலமும் நீரும் மாறிமாறி இடம்பெயர்தலைப் பற்றிக் குறிப்பிடும்போது ஹயக்கெல் (History of Creations), இந்தியப் பெருங்கடல் சுந்தா தீவுகள் தொடங்கி, ஆசியாவின் தென் எல்லையைச் சார்ந்து, ஆப்பிரிக்காவின் கிழக்குக் கடற்கரைவரை பரந்துபட்ட கண்டமாக விளங்கியது என்கிறார். பழமையான இந்தக் கண்டத்தை ஸ்க்லேட்டர், அங்கு வாழ்ந்த குரங்கு களை ஒத்த விலங்குகளைக் குறிக்கும் வகையில் லெமூரியா எனப் பெயரிட்டழைத்தார். அப்பெயர் மனித இனத் தோற்றத்தின் தொட்டில் எனக் கருதும் வகையில் மிகச் சிறப்பானதாகக் கருதப்பட்டது.

எனவே ஹயக்கெல் (Haeckel) கூற்றுப்படி முதன்முதலில் மனிதன் பரிணாமமடைந்தது இன்றைக்குக் கடலில் மூழ்கிக் கிடக்கும் இந்தியாவின் தெற்குக் கடற்பகுதியாகும். எனவே உலகில் வாழும் பல்வேறு பழங்குடி மக்களிலும் பழமையான மக்கள் இந்தியாவில், குறிப்பாகத் தென்னிந்தியாவில் வாழ்ந்து வருகிறார்கள் எனலாம். அவ் வகையில் ஈழத்தைச் சேர்ந்த வேடர்கள் (Veddahs) பழமையானவர்களாக உள்ளனர். ஆனால் கேரளாவைச் சேர்ந்த நிலம்பூர் (Nilambur) காடுகளில் வாழும் அரனாடர்கள் (Aranadars) அந்த வேடர்களை விடவும்

பழமையானவர்களாவார்கள். இப்போதும் மிகப் பழைய காலத்து விவசாயத் தொழிலைக்கூட அவர்கள் அறியாமல் உள்ளனர்.

ஹயக்கெல் தமது நூலில் (History of Creations) உலகில் உள்ள மனிதர்களைப் பன்னிரண்டு வகையினராகப் பகுத்துக் கொண்டுள்ளார். அந்தப் பன்னிரண்டு வகையினருள்ளும் திராவிடர்கள் (தக்கணர், சிங்களவர்) நுபியன்கள், மத்தியத் தரைக்கடல் பகுதியினர் (காக்காசியின்கள், பாங்குகள், செனமட்ஸ், இந்தோ ஜெர்மானியப் பழங்குடிகள்) போன்றோர் பல கூறுகளில் ஒப்புமையுடையவர்களாகக் காணப்படுவது அவர்களிடையே உள்ள நெருங்கிய உறவை உறுதிப்படுத்துவதோடு அவர்களை மற்றப் பிரிவினரிடமிருந்து வேறுபடுத்துகிறது. எனவே திராவிடர்கள் மிகத் தொன்மையானவர்கள் என்பது உறுதிப்படுகிறது.

இந்தியாவில் வாழும் பழங்குடி மக்களை நில எல்லை அடிப்படையில் வடக்கு, கிழக்கு, வடகிழக்குப் பகுதியில் வாழ்பவர்கள், மத்திய இந்திய மலைப்பகுதியில் வாழ்பவர்கள், தென்னிந்தியாவில் மேற்குத் தொடர்ச்சி மலைப்பகுதியில் வாழ்பவர்கள் என மூன்று வகையினராகப் பகுத்துக்கொள்வர். அவர்களுள்ளும், தென்னிந்தியப் பிரிவினரே ஆதிவாசிகளில் மிகத் தொன்மையானவர்கள் எனத் தோன்றுகிறது. தங்களைவிட முன்னேறியக் கூட்டங்கள் மேன்மேலும் வந்ததன் விளைவாக இவர்கள் ஒதுங்கி ஒதுங்கி மேற்கு மலைப் பகுதிகளில் தஞ்சம் புகுந்திருக்க வேண்டும் என்று பி.எஸ். குஹா கூறுகின்றார்.

ஆரிய-திராவிடக் கலப்பு நேர்ந்த பிறகே தென்னிந்தியாவின் தெளிவான வரலாறு கிடைக்கிறது. அதற்கும் முற்பட்ட பல செய்திகள் சங்க இலக்கியங்களில் கிடைக்கின்றன. எனினும் வரலாறு எழுதுவதற்குப் போதுமான செய்திகளாக அவற்றை வரலாற்றிஞர்கள் கருதுவதில்லை.

தென்னிந்திய மக்களிலும் பூர்வீகக் குடிகளாகத் திராவிடர்களை ஏற்றுக்கொள்ளாத கருத்தும் நிலவிவருகிறது. அதன்படி திராவிடர்களுக்கு முற்பட்டவர்கள் வாழ்ந்த காலம், அவர்களைத் திராவிடர்கள் வென்று அடிமைப்படுத்திய காலம், அதன் பின்னர் திராவிடர்களை அடிமைப்படுத்திய ஆரியர்களின் காலம் என்று தென்னிந்திய வரலாற்றை மூவகையாகக் கொள்வர்.

வி. கூர்கி திராவிடர்கள் ஆப்பிரிக்காவிலிருந்து இந்தியாவில் வந்து குடியேறிய இனத்தின் பிரதிநிதிகளாக உள்ளனர் எனக் கூறியுள்ளார். ஆரியர்கள் இந்திய மண்ணுக்குரிய பழங்குடிகளைக் காடுகளுக்கு ஓட்டியவர்கள் என்ற கோட்பாடு அவருக்கு உடன்பாடில்லை. ஆரியர்கள் இந்தியாவில் இன அடிப்படையில் புகுந்து வேரூன்றவில்லையென்றும், சமூகத் தாக்கத்தையே நிகழ்த்தியுள்ளனர் என்றும்,

இந்தியா ஆரியர்களிடமிருந்து பழக்க வழக்கங்களையே ஏற்றுக் கொண்டுள்ளது என்றும் அவர் கருதுகின்றார். இக்கண்ணோட்டத்தின் படி பார்த்தால், பழங்குடிகளின் பழக்க வழக்கங்களை மாற்றி உயர்த்தியதால் இந்தியாவில் பழங்குடிகளே மேனிலையடைந்தனர் எனக் கொள்ள வேண்டியதாகின்றது. தங்கள் பழக்க வழக்கங்களை மாற்றிக் கொள்ளாது பழமையை இறுகப் பற்றியிருந்தவர்களாயிருந்த பழங்குடி இனத்தவர்களே வாழ்க்கைப் போரில் இன்று பின்தங்கியவர் களாக உள்ளனர்.

எனவே தென்னிந்தியப் பழங்குடி மக்கள் என்பவர்கள், திராவிட ருக்கும் முற்பட்டவர்களாயிருந்த – திராவிடர்களால் காடுகளுக்கும் மலைக்கும் விரட்டப்பட்டவர்கள் என்ற கொள்கையைச் சிலர் கொண்டிருக்கின்றனர்.

இப்போதும் மலைகளில் வாழும் பழங்குடி மக்களைக் கேட்டால், அவர்கள் தாங்கள் அரசர் பரம்பரையென்றும், போராலும் கலவரத் தாலும் மலைக்கு ஓடி வந்தவர்கள் என்றும் கூறுகிறார்கள்.

ஆனால் அவை முழுவதும் உண்மையல்ல. இன்றைக்குப் பழங்குடி மக்கள் என்று கருதப்படுகிறவர்கள் பெரும்பாலும் மலைவாழ் மக்களாக இருக்கின்றனர். அவர்கள் அனைவரையும் ஒரே வகையினராகக் கருத முடியாது. அவர்களில் மலையையே தமது பரம்பரை வாழிடமாகக் கொண்டவர்கள் இருக்கிறார்கள். போரினாலும் மற்ற கலவரங் களினாலும் மலைக்குச் சென்றவர்களும் இருக்கிறார்கள். அவ்வாறு ஆங்கிலேயக் கிழக்கிந்தியக் கம்பெனிக் காலத்தில் மதுரைப்பகுதியில் இருந்து பாளையக்காரர்கள் பலர் மலைக்குச் சென்று மறைந்திருக் கின்றனர் என்பதை மெக்கன்சியின் சுவடிகள் உறுதிப்படுத்துகின்றன. அடுத்ததாக சமவெளிப்பகுதியிலிருந்து மலைவளங்களை உடைமை யாக்கிக் கொள்வதற்காக மலைக்குச் சென்றவர்களும் இருக்கிறார்கள். மத அடிப்படையிலும் அரசியல் காரணங்களாலும் மலைக்குச் சென்றவர்களும் உள்ளனர்.

எனவே, இவ்வாறு பல்வேறு காரணங்களுக்காகவும் மலையில் வாழும் மக்கள் அனைவரையும் பழங்குடி மக்கள் என்ற நிலையில் கணக்கிடுதல் சரியன்று. பூர்வீகமாக மலைகளை வாழிடமாகக் கொண்டவர்கள் மட்டுமே பழங்குடி மக்களாவார்கள்.

முழுமையான அரசு உருவாவதற்கு முற்பட்டத் தமிழகத்தில் மலைகளில் மட்டும் பழங்குடி மக்கள் வாழ்ந்திடவில்லை. அரசு உருவாக்கத்திற்கு முற்பட்ட சமுதாயத்தை ரிக் வேதத்தில் காண்பதைப் போன்று சங்க இலக்கியப் பாடல்கள் பலவற்றிலும் காணமுடிகிறது.

இந்தியாவின் வரைபடத்தில் கிழக்கடற்கரையின் வடக்கே பரந்தும் தெற்கே சுருங்கியும் காணப்படும் கவர்ச்சி நிலப்பரப்பு தமிழ்நாடாகும். அதன் நிலவியல் அமைப்பை ஆராய்ந்தால் உள்நாட்டிலேயே பல வேறுபாடுகளைத் தோற்றுவிக்கக்கூடிய பலவிதமான வேறுபாடுகள் இருப்பதைக் காணலாம்.

தமிழ்நாடு நிலவியல் அடிப்படையிலும் சமூக அடிப்படையிலும் ஏற்றத்தாழ்வு உடைய நிலைகளில் உள்ளது. பழனிமலை, நீலகிரி, மேற்கு மலைத்தொடர் முதலிய மலைப்பகுதிகளும், தஞ்சாவூரிலுள்ள நன்செய்ப் பகுதிகளும், திருச்சி, மதுரை, சேலம், கோயம்புத்தூர் முதலிய புல்வெளிப் பகுதிகளும், திருநெல்வேலியின் பகுதிகளும் தமிழ்நாடு, சமத்துவமற்ற நிலப்பகுதிகளையும், சமுதாய நிலைகளுள்ள குழுக்களையும் கொண்டுள்ளது என்பதைக் காட்டுகின்றன.

இந்தச் சமச்சீரற்ற நிலவியலே, சமச்சீரற்றப் பொருளாதார, அரசியல் நடவடிக்கைகளுக்குக் காரணமாக அமைந்திருக்கிறது. அதனால் மக்கள் இடம் பெயர்ந்து சென்றிருக்கின்றனர். இடம் பெயரும்பொழுது இரண்டு வகையான உற்பத்தி முறைகளின் வழிவந்தவர்கள் சந்திக்க நேரிடுகிறது. அப்போது பண்பாட்டுப் பரிமாற்றங்களுக்கான வாய்ப்பு அமைகிறது. இதனை பி.டி. சீனிவாச ஐயங்கார், அவ்வாறு இடம் பெயர்ந்து செல்லுங்காலையில் வெவ்வேறு பண்பாடுகளை வளர்த்துக் கொண்டனர். அப்பண்பாடுகளின் தன்மையானது அவ்விடங்களின் உற்பத்தி அளவைப் பொறுத்திருந்தது என்று கருதுகிறார்.

மானிடவியல் தொடர்பான நேரடி ஆய்வுகள், வளர்ச்சி முடங்கிய சமுதாயங்களை வெளிப்படுத்தியிருக்கின்றன. ஒரு குறிப்பிட்ட நிலைக்கு மேல் உற்பத்தி சக்தி வளரமுடியாமல் போனால், வளர்ச்சி முடங்கிப் போகிறது. வளர்ச்சி முடக்கத்திற்கு, உட்சுய தேவைப்பூர்த்தி, பூகோள ரீதியாகவும் சமுதாய ரீதியாகவும் ஒரு சமுதாயம் தனிமைப் பட்டிருத்தல் ஆகியவை சில காரணங்களாகும் என்பர்.

மானிடவியல் கருத்தோட்டத்துடன் சங்க இலக்கியங்களையும் தொல்காப்பியத்தையும் நோக்கும்பொழுது தமிழகத்தில் வாழ்ந்த மக்களின் வாழ்க்கைமுறைகள் மேலும் தெளிவாகின்றன. அவற்றின் அடிப்படையில் இராமசந்திர தீட்சிதர், 'திணைக்கருத்தோட்டம்' என்பது தென்னிந்தியாவின் வரலாற்றுக்கு முற்பட்ட காலம் பற்றிய கருத்துக் குறிப்பாக உள்ளது. வரலாற்றுக்கு முற்பட்ட காலத்தில் தென்னிந்தியா ஏராளமான இனக்குழு மக்களைக் கொண்டிருந்தது. அவர்களுள் ஐந்து குழுவினர் மட்டும் இப்பகுதியின் புவியியல் பிரிவுகளுக்கு ஏற்பச் சிறப்பாக வேறுபடுத்திக் காட்டப்பட்டுள்ளனர்.

தமிழரின் சமுதாய அமைப்பு தனிப்பட்ட இயல்புகளை உடையதா யிருந்தது. இவ்வியல்புகள் சூழ்நிலையின் சிறப்பான தன்மைகளால் உருவாயின என்று கருதினார். ஐந்து திணைப் பாகுபாட்டைப்பற்றி, 'திராவிடர்களுக்கு முற்பட்ட தொன்மையான தமிழ் மக்கள் குன்று களிலிருந்தும் காடுகளிலிருந்தும் வளமான சமவெளிப் பகுதிக்கும் அல்லது கடற்கரைப் பகுதிக்கும் சென்ற வரலாற்று ரீதியான இடப் பெயர்ச்சியையும் அல்லது வேறு வகையில் சொல்லப்போனால் புதிய கற்கால வேடர் நிலையிலிருந்து தொடங்கி இடைப்பட்ட நிலையி லுள்ள ஆட்டுமந்தை மேய்ப்பாளர் நிலையைக் கடந்து நிலைத்த வாழ்க்கையை உடைய உழவன், மீன் பிடிப்பவன் நிலைக்கு வந்த வளர்ச்சியையும், இவ்வைந்து பிரிவுகளும் வெளிப்படுத்துவது சாத்தியமே' என்று கமில் சுவலபில் கருதுகிறார்.

'ஐவகை நிலப்பிரிவுகள் மனிதன் தோற்றத்தையும், மனித இனத்தின் பண்பாட்டு வளர்ச்சியையும் அறிய உதவுகின்றன' என்றார் தனி நாயகம்.

பழந்தமிழர்களின் வாழ்விடம், பழக்கங்கள் பற்றிய விவரங்களைத் தொகுத்த சிங்காரவேலு, திணைக்கோட்பாடு பற்றிச் சிந்திக்கவில்லை. 'மானிடவியல் அடிப்படையில் திணைப்பாகுப்பாட்டைப் பார்ப்பது பொருத்தமற்றது' என்று ந.சுப்பிரமணியம் கூறியுள்ளார்.

ஒருவழிப்போக்கான பரிணாமக் கொள்கையின் அடிப்படையை ஒத்துக்கொண்டு, மேய்ச்சல் நிலங்களைப் பற்றிய ஒரு விரிவான ஆராய்ச்சி யைச் செய்து, மனையாளின் நற்பண்பான இருத்தல் பற்றி சமூகப் பொருளாதார அவசியத்தைக் கா. சிவத்தம்பி நிலை நிறுத்தியுள்ளார்.

சங்க காலம் பற்றிய பொற்காலக் கனவுகளில் வாழ்ந்தவர்கள், மானிடவியல் பார்வையில் சங்க இலக்கியங்களையும் தொல்காப்பி யத்தையும் பார்க்காது விட்டனர்.

நவீன விஞ்ஞான ஆய்வு முறைகளையும் கண்ணோட்டங்களையும் கொண்டு நோக்குபவர்களுக்குப் பழங்குடி மக்கள் பற்றிய இலக்கியங் களாகத் தமிழின் சங்க இலக்கியப் பாடல்கள் பல விளங்குவதைக் காணலாம். அத்துடன் உலக இலக்கிய வரலாற்றில் பழங்குடி மக்களின் வாழ்க்கையைக் கூறும் பழமையான இலக்கியங்களுக்கு உரிய மொழி யாக தமிழ் விளங்குவதையும் உணரலாம்.

அவ்வாறு நிலவியல் அடிப்படையில் பிரிந்து கிடந்த மக்களிடையே யும் பல்வேறு சிறு சிறு குழுக்கள் இருந்திருக்கின்றன. நாளடைவில் சிறுசிறு குழுக்கள் நிலவியல் அடிப்படையில் இணைந்திருக்கின்றன. அப்போது ஒரே நிலத்தன்மையுடைய திணையில் வாழும் குழுக்களுக்கு

இடையிலும் போர்கள் அல்லது சண்டைகள் நிறைய நடந்திருக் கின்றன. அவர்களுக்குள் மன்னர்கள் தோன்றியிருக்கிறார்கள். அதற்கு அக்காலத்திய ஐந்திணைப் பாகுபாடுகளும், நானில மக்கள் பிரிவுகளும் சான்றுகளாகின்றன.

ஐந்து திணையில் பாலைக்கு நிலமின்மையால் நான்கு நிலத்தைச் சேர்ந்த மக்கள் தமக்குள் மன்னர்களைக் கொண்டிருந்தனர். நாளடைவில் உட்சுயதேவைப் பூர்த்திக்காக மக்கள் வேறு நிலத்திற்குச் சென்றுவர வேண்டியவர்கள் ஆனார்கள். நான்கு நிலத்து மக்களுக்கும் வாழ்க்கை முறை வேறு வேறாக அமைந்திருந்தது. குறிஞ்சியிலும் முல்லையிலும் நெய்தலிலும் வாழ்ந்த மக்கள் உணவுப் பொருள்களைச் சேகரிப்பதும் வேட்டையாடுவதுமான வாழ்க்கைமுறைகளை உடையவர்களாக இருந்தனர். ஆனால் மருத நில மக்கள் உணவுப் பொருள்களை உற்பத்தி செய்யும் முறையில் வாழ்க்கையை அமைத்துக்கொண்டிருந்தனர்.

நாளடைவில் பிற நில மக்கள் மருத நிலத்தைச் சேர்ந்த மக்களிடம் தமது நிலத்தைச் சேர்ந்த பொருள்களைக் கொண்டுவந்து கொடுத்து விட்டுத் தமக்குத் தேவையான நெல்லைப் பெற்றுச் சென்றனர்.

மருத நிலத்தில் தேவைக்கு அதிகமாக உணவு உற்பத்தியாகிப் பொருளாதார நிலையில் மேம்பட்டபோது வேந்தர்கள் தோன்றி பிறநில மன்னர்களோடு போரிட்டனர்.

ஆற்றோரப் பகுதிகளில் பேரரசுகள் தோன்றின. தமிழகத்தின் சேர, சோழ, பாண்டியர் எனும் மூன்று பேரரசுகளும் மூன்று ஆற்றோரங் களில் தோன்றியிருத்தல் கருதத்தக்கது. அவர்களுக்கு இடையிலும் நாட்டெல்லையை உருவாக்க வேண்டி போர்கள் நடைபெற்றன.

சங்க இலக்கியத்தில் ஆநிரை கவர்தலுக்காகவும் மீட்டலுக்காகவும் போர் நடைபெற்ற பாடல்களோடு பிறர் நிலத்தின் பொருட்டு மருதத்தில் நடந்த போர் பற்றிய பாடல்களும் உள்ளன. அதேபோன்று குறுநில அரசர்கள் தமக்குள் தாம் போரிட்ட செய்திகளையும், குறுநில அரசர்களுடன் வம்ப வேந்தர்கள் போரிட்டச் செய்திகளையும், பேரரசுகள் தமக்குள் போரிட்டச் செய்திகளையும் கொண்டு சங்க இலக்கியப் பாடல்கள் பல அமைந்துள்ளன.

அன்று தமிழகத்திலிருந்த நிலப்பாகுபாடுகளும் அங்கு வாழ்ந்த மக்களும் பற்றியச் செய்திகள் சங்க இலக்கியத்திலும் தொல்காப்பியத் திலும் விரிவாகக் கிடைக்கின்றன.

சிறுபாணாற்றுப்படையின் *143-222* வரிகளில் நன்னனின் அரண்மனையை அடையும்முன் சிறுபாணன் கடந்துசென்ற பல

இடங்கள் குறிப்பிடப்படுகின்றன. நூலின் **143-163** வரிகள் நெய்தல் நிலப் பகுதியைச் சார்ந்த எயிற்பட்டினத்தையும், **164-177** வரிகள் வேடர்கள் வாழும் குன்றுப்பகுதிகளிலுள்ள வேலூரையும், **178-195** வரிகள் ஆறுபாயும் மருத நிலத்துக் கிராமமான ஆமூரையும், **196**லிருந்து குன்றிலுள்ள நன்னனின் தலைநகரையும் வருணிக்கின்றன. பெரும்பாணாற்றுப்படையில் *46- 392* வரையுள்ள வரிகள் காஞ்சிக்குச் செல்லும் பாதையையும் அப்பாதையில் உள்ள குடியிருப்புகளையும் நகரங்களையும் வருணிக்கின்றன. அவை பின்வருமாறு:

வரிகள் *46-145* உணவு தேடும் வாழ்க்கை நிலையிலுள்ள மக்கள் வாழும் காட்டுப்பகுதி

147-196 ஆயர்கள் வாழும் பள்ளத்தாக்குப் பகுதி

196-262 மருத நிலப்பகுதி

263-283 நாட்டின் உட்பகுதிகளிலுள்ள குளங்களில் மீன்பிடித்து வாழும் மீனவர்கள்

283-351 நீர்ப்பெயர் கடற்கரைப்பட்டினம்

351-362 நெய்தல் நிலப்பகுதியிலுள்ள சாகுபடிக்கேற்ற நிலம்

363-371 கடற்கரைப் பகுதி வழியே செல்லும் சாலை

371-392 திருவெஃகா எனும் சோலையின் வருணனை.

இலக்கியங்களிலும் இலக்கணங்களிலும் காணலாகும் பழந்தமிழ் மக்களின் வாழ்க்கை முறை பின்வருமாறு:

நிலப்பகுதி	உணவு	பொருளாதார வாழ்வு	நீர்வளம்
குறிஞ்சி	தினை மூங்கிலரிசி	தேனெடுத்தல் சிறுகிழங்கு அகழ்தல் தினைக்கதிரையுண்ணும் பறவைகளை ஓட்டுதல்	சிறு நீரோடைகளும் சுனைகளும்
முல்லை	வரகு, சாமை, முதிரை	ஆநிரை மேய்த்தல் தினை சாமை பயிர்களுக்குக் களை எடுத்தல், எருது களைக் கொண்டு தானியக் கதிர்களைப் போரடித்தல்	காட்டாறு
மருதம்	அரிசி	நடுதல், களைகட்டல், அரிதல், கடாவிடுதல்	ஆற்றுநீர், மனைக் கிணறு

நெய்தல்	மீனும், உப்பும் விற்றுப் பெற்ற உணவுப் பொருட்கள்	மீன் பிடித்தல் உப்பு விளைவித்தல் அவற்றை விற்றல்	மணற்கிணறு ஊற்று நீர் நிறைந்த குட்டை
பாலை	கொள்ளை யடித்தும் வழிப்பறி செய்தும் கிடைத்த பொருள்	வழிப்போக்கர்களைத் தவறாக வழிப்படுத்தி அவர்களை வழிப்பறி செய்தல்	மணற்கிணறு உவர்நீர் நிறைந்த குட்டை, கிணறும் சுனையும்.

மேலும் அளவர், இடையர், இயவர், உமணர், உழவர், எயிற்றியர், கடம்பர், கடைசியர், கம்மியர், களமர், கிளைஞர், கிணைமகள், குயவர், குறத்தியர், குறவர், குறும்பர், கூத்தர், கொல்லர், கோசர், தச்சர், துடியர், தேர்ப்பாகர், நுளையர், பரதவர், பறையர், பாடினி, பாணர், பாணிச்சி, புலையர், பூண்செய் கொல்லர், பூனிலைப்பெண்டு, பொதுவரைமகளிர், பொருநர், மடையர், மழவர், மறத்தியர், மறவர், மோரியர், யவனர், யாழ்ப்புலவர், யானைப்பாகர், யானை வேட்டுவர், வடவடுகர், வண்ணாத்தி, வணிகர், வலைஞர், விலைப்பெண்டிர், வேடர் என்று சங்க காலத்தில் மக்களிடம் நிலவிய வேறுபாடுகளைச் சங்க இலக்கியங்கள் விவரிக்கின்றன. அவர்களில் பலர் இன்றும் பழங்குடி மக்களாகவே காணப்படுகிறார்கள் என்பதும் குறிப்பிடத்தக்கதாகும். அவர்களின் பழக்கவழக்கங்களிலும் பழைய பண்பாட்டுக் கூறுகள் இப்போதும் வெளிப்படுகின்றன. கிறித்துவ சகாப்தத் தொடக்கத்தைச் சார்ந்ததாகக் கருதப்படும் தமிழர்களின் சங்க இலக்கியங்களில், சரித்திரத் தொடக்கத்தில் நிலவிய வழக்கங்களும் இடம்பெற்றுள்ளன என உறுதியாகச் சொல்லலாம். சில பழக்கங்கள் பழங்குடி மக்களிடம் மட்டும் காணப்படுகின்றன எனும் கருத்தும் நோக்குதற்குரியது.

அதியமான் இறந்ததும் ஔவை கசிந்து உருகிப் பாடிய புறநானூற்றுப் பாட்டில் 'நடுகல்லில் பீலிசூட்டி, தெளிந்த மதுவைச் சிறுகலத்தில் ஊற்றவும் அதனைக் கொள்வனோ' எனக் கூறுகிறாரே அது காணிக்காரப் பெண்களின் செய்கையை நினைவுறுத்தும்.

முதுவன் இனத்தைச் சேர்ந்த இளைஞன் திருமணம் உறுதிப்பட்டபின் மணப்பெண் வெளியே தண்ணீர் எடுக்கவோ விறகு வெட்டவோ

வரும்பொழுது தூக்கிச் சென்று காட்டில் ஒரு மறைவிடத்தில் அவளுடன் இரண்டு மூன்று நாட்கள் வாழ்வான். பின்னர் அவர்களை ஊரார் தேடிப்பிடித்துக் கொண்டு வருவர்.

இந்நிகழ்ச்சி தமிழ் இலக்கியங்களில் இடம்பெறும் உடன்போக்கை நினைவுபடுத்துகிறது. இம்முறை மேல் மலைப்பழியர்களிடம் சிறப்பாகக் கருதப்படுகிறது. திருமணம் உறுதி செய்யப்படுவதற்கு முன்பே ஆணும் பெண்ணும் ஊரைவிட்டு ஓடிப்போனால் பெரியவர்கள் அவர்களைத் தேடி அழைத்துவந்து கரும்பாசி அணிவித்துத் திருமணம் நடத்தி வைக்கின்றனர். அத்தகைய திருமணங்கள் உயர்வாகவும் கருதப்படு கின்றன. ஆணும் பெண்ணும் ஊரைவிட்டு வெளியேறி காட்டுக்குகை யில் சில நாட்கள் தங்கியிருந்து பின்பு வீடு திரும்பி மணம் முடித்தலும் சிலரிடத்தில் உள்ளன. இப்பழக்கம் களவின் வழிவந்த கற்பென்றும் இயற்கைபுணர்ச்சி என்றும் இலக்கியங்களிலும் இலக்கணத்திலும் இடம்பெறும் செய்திகளை நினைவுபடுத்துகின்றன.

வேலன் வெறியாட்டு, நடுகல்வழிபாடு, ஆய்ச்சியர் குரவை, குன்றக்குரவை, வள்ளைப்பாட்டு போன்ற பழங்குடி மக்களின் வாழ்க்கை நிகழ்ச்சிகள் தமிழ் இலக்கியங்களில் இடம் பெற்றுள்ளன. கானவர்கள்,

நீடமை விளைந்த தேக்கள் தேரல்
குன்றச் சிறுகுடிக் கிளையுடன் மகிழ்ந்து
தொண்டகச் சிறுபறை குரவை...

ஆடியதைத் திருமுருகாற்றுப்படையின் குன்றுதோறாடல் பகுதி கூறுகிறது. மலைபடுகடாம், மலையன் மேலே குன்றவர்கள் தமது மனைவியரோடு மான் தோல் போர்த்த சிறுபறையை முழக்கிக் கொண்டு ஆடிய குரவையைக் கூறுகிறது. சிலப்பதிகாரம் குரவை யாட்டங்களைக் குறிப்பிடுகின்றன.

இவ்வாறு பல நிலப்பகுதிகளிலும் வாழ்ந்த பல்வேறு வாழ்க்கை முறையை உடையவர்களைப் பற்றியும் இலக்கியங்கள் குறிப்பிடு கின்றன. இத்தகைய வாழ்க்கைமுறையில் வாழ்ந்துவரும் காலத்தில் ஆற்றோரம் அல்லது ஏரிப்பகுதிகளில் இருந்த மருத நிலத்திற்கு அருகேயே முல்லை நிலமாகிய காடுகள் இருந்தன. காடுகளிலிருந்து வந்த விலங்கு களிடமிருந்து விளைச்சல் நிலங்களைக் காப்பாற்றிக் கொள்வதற்காக மருத நில மக்கள் போராடி வந்துள்ளனர். அதன் ஒரு கட்டமாகக் காடுகள் தீக்கிரையாயின. அதனால் விலங்குகளின் தொல்லை களைத் தவிர்ப்பதற்காகத் தீயிடப்பட்ட காடுகளில் இருந்த மக்களின் வேட்டைத் தொழிலும் பறிபோயிற்று. தீக்கிரையான காடுகளும்

விளைச்சல் நிலங்களாயின. முல்லை நில மக்கள் முழுநேர விவசாயத்தில் ஈடுபடத் தொடங்கினர். அருகருகே வளம் சார்ந்த மருத நிலப்பகுதியில் பலர் குடியமர்ந்தனர். இவ்வாறு முல்லை நிலத்திலிருந்த பழங்குடி மக்கள் மருதநில மக்களுடன் கால ஓட்டத்தில் விவசாயத் தொழிலில் இணைந்து போயினர். எனினும் பண்பாட்டிலும் வாழ்க்கை முறை களிலும் அவர்களின் பழைய கூறுகளில் சில இன்றும் வெளிப்படுகின்றன.

மருத நிலமாகிய ஆற்றோரப் பகுதியோடு இணைந்து, ஆறு கடலில் கலக்குமிடத்தில் நெய்தல் மக்கள் வாழ்ந்து வந்தனர். நெய்தல் நில மக்கள் கடற்கரைப் பகுதியில் வாழ்பவர்கள் என்று பொதுப்படக் கூறினாலும், கடற்கரைப் பகுதியாக இருக்கின்ற எல்லா இடங்களிலும் நெய்தல் நில மக்கள் வாழ்வதில்லை. குறிப்பாக அவர்கள் ஆறு கடலோடு கலக்கும் இடங்களிலேயே வாழ்ந்து வந்திருக்கின்றனர். அவர்களின் மீன்பிடித் தொழிலுக்கும் உப்பு விளைச்சலுக்கும் அப்பகுதிகள் பயன் பட்டன. மேலும் தம்மிடம் உள்ள பொருள்களை மருத நிலத்தில் விற்பதற்கும் ஆற்றோரக் கடற்கரைக் குடியிருப்பு அவர்களுக்கு உதவியது. தொடக்கத்தில் உப்பு விளைச்சல் அவர்களிடமிருந்து பறிபோனது. அடுத்ததாக நவீன எந்திரப்படகுகள் அவர்களிடம் எஞ்சியிருந்த மீன்பிடித் தொழிலையும், வாழ்க்கையையும் பறித்துக்கொண்டிருக் கின்றன. உலகச் சந்தையில் விலைபோகும் மீன்களைப் பிடிப்பதில் எந்திரப் படகுகளோடு போட்டியிட முடியாத மீனவர்கள் தமது தொழிலிலிருந்து பிரிந்து வேறு தொழில் செய்யக் கட்டாயப்படுத்தப் பட்டார்கள்.

இவ்வாறு காட்டில் வாழ்ந்தவர்கள் முழுக்கவும் மருதநிலக்குடி களாக மாறிவிட்டனர். நெய்தல் நில மக்கள் மாறிக்கொண்டிருக் கின்றனர். ஆகவே பழங்குடி மக்கள் என்பவர்கள் மலைவாழ் மக்களாக மட்டுமே ஆனார்கள்.

குறிஞ்சியாகிய மலைநிலத்தில் வாழ்ந்த மக்கள், ஐரோப்பியர் வருகைக்குப் பின்னர் பெரிதும் மாறுதலுக்கு ஆளாகி வருகின்றனர். எனினும் சமவெளியில் இருந்த முல்லை, நெய்தல் நில மக்களைப் போலன்றி, மிகவும் மெதுவாகவே மலைவாழ்மக்கள் தங்களின் வாழ்க்கைமுறைகளில் மாற்றங்களை ஏற்றுக்கொண்டு வருகின்றனர்.

தமிழகத்தில் பழங்குடி மக்கள் ஆய்வு

மெக்கன்சியைப் போன்று தனிப்பட்டவர்கள் பழங்குடி மக்களைப் பற்றி அறிந்துகொள்வதில் பதினெட்டுப் பத்தொன்பதாம் நூற்றாண்டு களில் விருப்பம் கொண்டனர். ஆனால் 1885ஆம் ஆண்டு முதல்

சென்னை அருங்காட்சியகத்தில் பணியாற்றிய எட்கர் தர்ஸ்டன் என்பவர் தனிப்பட்ட முறையிலன்றி, அரசின் ஆணையை ஏற்றுக் கொண்டு ஆய்வில் ஈடுபட்டார்.

அக்காலத்திய ஆங்கிலேய அரசு, இந்திய மாநிலங்கள் அனைத்திலும் இத்தகைய ஆய்வில் ஈடுபடுமாறு அலுவலர்களுக்கு ஆணையிட்டது. முதலில் ஐந்து ஆண்டுகளுக்கு ஒப்புதல் அளிக்கப்பட்டுப் பின்னர் எட்டாண்டுகளுக்கு நீட்டிக்கப்பட்டது. சென்னை மாநிலத்தில் அப்பணியின் பொறுப்பை ஏற்ற எட்கர் தர்ஸ்டன் மத்திய இந்தியாவைச் சேர்ந்த கோண்ட் பழங்குடிகள் தொடங்கி, தென் தமிழ்நாட்டைச் சேர்ந்த கோட்டை வேளாளர் முடிய இரண்டாயிரத்திற்கும் அதிகமாக மக்கள் பிரிவினரைப் பற்றிய விவரங்களைத் தொகுத்து **1909**ஆம் ஆண்டு ஏழு தொகுதிகளாக வெளியிட்டார். தர்ஸ்டனின் நூலிலிருந்து சில பகுதிகளை ந.சி. கந்தையாபிள்ளை மொழிபெயர்த்து வெளி யிட்டுள்ளார். தமிழ்ப் பல்கலைக்கழகம் ஒவ்வொரு தொகுதியாகத் தமிழ் மொழிபெயர்ப்பை வெளியிட்டுள்ளது. தர்ஸ்டன் ஆய்வு மேற்கொண்ட அதே காலத்தில் பிற துறையைச் சேர்ந்தவர்களின் ஆய்வுகளும் நடந்தன.

'திருநெல்வேலி மாவட்ட, ஆதிச்சநல்லூரில் புதைபொருள் ஆய்வுத் துறையைச் சார்ந்த திரு எ.ரியா (A. Rea) தோண்டியெடுத்த மண்ணாலான தாழிகளில், புதைபட்ட மனிதர்களின் எலும்புகளும் மண்டையோடு களும் பெரிதும் நல்ல நிலையிலேயே இருந்தன. (Annual Report, Archaeo-Logical Survey of India 1902-03) சென்னை அருங்காட்சியகத்தில் பாதுகாக்கப்பட்டுள்ள இவற்றுள், இரண்டு மண்டை ஓடுகள் நீண்ட தாடைகளையுடையனவாய் உள்ளன.

இந்தப் புதைகுழிகளைப் பற்றி எம்.எல். லபிகூக் பின்வருமாறு எழுதுகிறார்:

> நான் புதைகுழிகளின் மாதிரியாக ஒரு புதை தாழியை அதனுள்ளே பெரும்பாலும் முழுவதுமாக அப்படியே காணப்படும் – சவ அடக்கத்தின் போது உள்ளே இடம்பெறும் பிற பொருள்களுடனும் கொண்டு வந்துள்ளேன்.

இவ்வாறு நடைபெற்ற பிறருடைய ஆய்வுகளின் உதவியாலும் தர்ஸ்டன் தமது ஆய்வுப்பணியைச் செம்மையுறச் செய்திருக்கிறார். எனினும் தர்ஸ்டன் ஆய்வைத் தொடங்கும்பொழுதே பழங்குடி மக்களின் வாழ்க்கை முறைகளில் மாற்றங்கள் வரத்தொடங்கிவிட்டன. அதை,

> வய நாட்டைச் சேர்ந்த பனியன்களும், நீலகிரியைச் சேர்ந்த இருளர்களும் இன்று மலைத் தோட்டங்களில் கூலிகளாகப்

> பணிபுரிகின்றனர். எருமைகளை மேய்ப்பதை விட்டுப் பள்ளியில் மூன்றாம் வகுப்பில் பயிலும் தோடர் சிறுவன் ஒருவனை நான் பார்த்தேன். தோடர் குல இளமங்கை ஒருத்தி ஜெர்மன் முகம் பார்க்கும் கண்ணாடியில் தன் தலைமுடியைச் சுருளாக்கிக் கொண்டிருந்தாள். தோடன் ஒருவன் இந்துக்களுக்குரிய சமயச் சின்னங்களோடு இந்துக்கோயில் ஒன்றில் ஆண்பிள்ளை வரம் வேண்டி வழிபட்டுக்கொண்டிருந்தான். இறக்குமதி செய்யப்பட்ட பருத்தி ஆடையை உடுத்திப் பழகிவிட்ட இவர்கள் இலை ஆடைகளை ஒதுக்கிவிட்டனர். கூரைகள், தகரத் தகடுகளில் வேயப்பட்டுள்ளன. தோடர்களுக்கே உரிய உருமாலையின் இடத்தைத் தட்டையான தொப்பிகளும் வண்ணக் குல்லாய்களும் பிடித்து வருகின்றன. நாட்டுத் தாவரச் சாய வகைகளைக் கைவிட்டு டின்களில் வரும் அனிலின், அலிசாரின் சாய வகைகள் பயன்படுத்தப்படுகின்றன. எளிமையான நாட்டுப்புற அணிகளைவிட்டு இறக்குமதி செய்யப்பட்ட பாசிகளையும், ஐரோப்பாவில் செய்யப்பட்ட போலி மணி வகைகளையும் பயன்படுத்துகின்றனர். இவையெல்லாம் மேற்கத்திய மற்றும் பிற நாகரிகத் தாக்கதால் நிகழ்ந்துள்ள மாற்றங்களுக்கான சில சான்றுகளாம்

எனும் தர்ஸ்டனின் கூற்றால் உணர முடிகிறது.

தர்ஸ்டன் பழங்குடி மக்கள் பற்றிய ஆய்வில் ஈடுபட்டபோது பெற்ற அனுபவங்கள் குறிப்பிடத்தக்கவையாகும். தர்ஸ்டனுக்குப் பிறகு பாதிரிமார்களும் அரசு அலுவலர்களும் தொடர்ந்து பழங்குடி மக்களிடம் நெருக்கமாகச் சென்றனர். 1942க்குப் பிறகு இந்திய அரசும் மாநில அரசுகளும் அவர்களைச் சமுதாயத்தில் உள்ள மற்றவர்களுடன் இணைப்பதற்குப் பல்வேறு திட்டங்களைத் தீட்டி வருகின்றன. அவர்களுக்கு உதவும் வகையில் மானிடவியல் ஆய்வாளர்கள் பல்வேறு பழங்குடி மக்கள் பற்றிய ஆய்விலும் ஈடுபட்டு வருகின்றனர். ஆனால் தமிழ்நாட்டில் இவர்களுக்கெல்லாம் முன்னோடியாக, தர்ஸ்டனுக்கும் முன்னரே அரசாங்கத்தின் ஆணையின்றியே தாமே இந்த ஆராய்ச்சியில் காலின் மெக்கன்சி ஈடுபட்டுப் பழங்குடி மக்கள் தொடர்பான சுவடிகளைத் தொகுத்தும் விவரங்களை எழுதி வாங்கியும் வந்துள்ளார் என்பது குறிப்பிடத்தக்கதாகும்.

மெக்கன்சி சுவடிகளில் தமிழகப் பழங்குடி மக்கள்

மெக்கன்சி சுவடிகளில் இடம்பெற்றுள்ள செய்திகளைக் கொண்டு குறிப்பிட்ட பழங்குடி மக்களின் வரலாற்றுப் பின்னணி, தொழில், சமூகநிலை, மணவினை, சடங்குகள், வழிபாடுகள், நம்பிக்கைகள், மொழி, அவர்களின் இன்றைய நிலை அல்லது அவர்களை நினைவு படுத்தும் சின்னங்கள் ஆகியவற்றை அறியமுடிகிறது.

குறும்பர் பற்றிய சுவடிகள்

மெக்கன்சியின் சுவடிகளுள் பத்துச் சுவடிகளில் குறும்பர் பற்றிய செய்திகள் இடம்பெற்றுள்ளன. அவற்றுள் ஏழு சுவடிகள் மூலச்சுவடி களாகும்; எஞ்சிய மூன்றும் படியெடுக்கப்பட்ட சுவடிகளாகும்.

குறும்பர் பற்றி இச்சுவடிகளில் இடம்பெறும் செய்திகளில் ஆய்வுக்கு உரியவை பின்வருமாறு:

குறும்பர்களின் வரலாற்றுப் பின்னணி

இனங்களின் கலப்புப்பற்றி ஆராயும் க்வார்டரிப் பேச் (Quater fages - Historic Generale des races humaines, 1889) பின்வருமாறு எழுதுகின்றார்:

> பெரும்பாலும் முழுக்க முழுக்கப் பாதுகாக்கப்பட்ட நிலையில் தங்கள் இனக்கூறுகள் அனைத்தையும் கொண்டு விளங்கும் சில பழங்குடி இனத்தவர்களை இப்போதும் சில சமயங்களில் காணுதல் கூடும். மலபாரையும் குடகையும் சேர்ந்த குறும்பர்கள் இன்றும் தங்கள் இனப்பண்பாட்டின் அடிப்படைக்கூறுகளை – வயநாட்டில் உள்ள காடுகளில் – காப்பாற்றிக் கொண்டவர்களாக முழு உரிமை யுடனும், மனித இயல் பண்புகளைப் பேணியவர்களாகவும் வாழ்ந்து வருகின்றார்கள். காட்டில் வாழும் பல பழங்குடிகளின் தனித்ததான உடற்கூறுகளும், மனித இன இயல்சார்ந்த பண்புகளும் சீர்குலைந்து வருகின்றன. இச்சீர்குலைவுகள் காடுகளைத் தோட்டங்களுக்காக

அழித்து, நாகரிகத்தில் முன்னேறிய வெள்ளையர்களும், பிற பழுப்பு இனத்தவர்களும் அவர்களோடு தொடர்பு கொண்டமையால் உண்டாகி, அவர்களே அறிந்துகொள்ள முடியாதபடி மெல்ல நிகழும் மாற்றத்தால் வருந்தத்தக்க வகையில் அவர்கள் சீர்குலைந்து வருகின்றனர்.

'இந்துக்களின் அமைப்பைப் பற்றி விளக்கும் டாபினார்ட், இந்தியத் தீபகற்பத்தில் மக்கள் கறுப்பர், மங்கோலியர், ஆரியர் என்ற மூன்றடுக்கு நிலையினராக உள்ளனர் எனக் கூறியுள்ளார். முதலாவதான கறுப்பர் இன்று மத்திய இந்திய மலைப் பகுதிகளில் பிகில்ஸ், மகயர்ஸ், காண்ட் கோண்ட் என்ற பெயர்களோடு அடைபட்டுக் கிடக்கின்றனர். தெற்கே ஏனாதியர், குறும்பர்கள் எனப் பெயர் பெற்றுள்ளனர். கறுத்த நிறமும் குள்ளமான உயரமும் தவிர, பிற பழங்குடிக் கூறுகளை இவர்களிடையே காண்பது அரிது என்று எட்கார் தர்ஸ்டன் தமது நூலில் மேற்கோள் காட்டிக் குறும்பரைப் பற்றிக் குறிப்பிட்டுள்ளார்.'

குறும்பர் என்பதற்குக் குறுநிலமன்னர், ஒரு பழமையான சாதியார், வேடர், இடைச்சாதியில் முரட்டுக்கம்பளி நெய்யும் ஒரு பிரிவினர், பள்ளச்சாதியில் ஒரு பிரிவினர் என்று தமிழ் லெக்சிகன் பொருள் தருகிறது. மேலும் தமிழ் இலக்கியங்களில் ஒன்றான பெருங்கதையில்,

'குறும்பருங் குழீஇய' என்றும்,

சீவக சிந்தாமணியில், 'கோண்டரு குறும்பர், வெம்போர் குறும்பர்' என்றும் இடம்பெற்றுள்ளனர்.

ஆனால் 'குறும்பு' எனும் சொல், பாலை நிலத்தார் எனும் பொருளில் பிங்கல நிகண்டிலும் ஊர் எனும் பொருளில் திவாகர நிகண்டிலும் இடம்பெற்றுள்ளது. குறுநில மன்னர் எனும் பொருளில் 'குறும்படைந்த வரண்' (97) என்றும், அரண் எனும் பொருளில் 'குறும்பல குறும்பிற றதும்ப வைகி' என்றும் (177), புறநானூற்றில் இடம் பெற்றுள்ளது. பகைவர் எனும் பொருளில் 'இருட்குறும் பெறியும் வெய்யோன்' என்று கூர்ம புராணத்திலும் (பதிகம்10) வலிமை எனும் பொருளில் 'அரவுக் குறும்பெறிந்த சிறு கட்டூர்வை' என்று மலைபடுகடாத்திலும் (504) இடம்பெற்றுள்ளது.

தமிழக வரலாற்றில் அடிக்கடி குறிப்பிடக்கூடிய வேள்விக்குடிச் செப்பேட்டில்,

'காட்டுக்குறும்பு சென்றடைய நாட்டுக்குறும்பிற் செருவென்றும்' (வரி 95) என்று குறும்பர்கள் குறிப்பிடப்பட்டுள்ளனர்.

ஆனாலும் தமிழக வரலாற்று அறிஞர்களிடையே குறும்பர்கள் யார் எங்கிருந்து வந்தவர்கள் என்பனவற்றில் கருத்து வேறுபாடுகள் நிலவி வருகின்றன.

1891ஆம் ஆண்டு சென்னை புள்ளி விவர அறிக்கையில், 'குறும்பர் அல்லது குறுபர் என்று அழைக்கப்படுகிறவர்கள் பழங்காலக் குறும்பர்கள் அல்லது பல்லவர்களின் தற்காலப் பிரதிநிதிகள்; ஒரு காலத்தில் தென்னிந்தியா முழுவதும் வலிவுள்ளவர்களாக இருந்தவர்கள்; ஆனால் அவர்களின் நினைவுச் சின்னங்களாகக் கிடைப்பவை மிகக் குறைவே. ஏழாம் நூற்றாண்டின் ஆட்சியின் உச்சகட்டத்திலிருந்த பல்லவ அரசர்கள் கொங்கு, சோழ, சாளுக்கிய அரசர்களின் பல்வேறு வெற்றிகளுக்குப் பிறகு வலிமையிழந்தனர். இறுதியாக ஏழு அல்லது எட்டாம் நூற்றாண்டைச் சேர்ந்த ஆதொண்டை என்னும் சோழ அரசனால் குறும்பர்கள் பல்வேறு இடங்களுக்குமாகச் சிதறடிக்கப்பட்டார்கள். பலர் மலைகளுக்கு ஓடினார்கள். அவர்கள் நீலகிரி, வேநாடு, கூர்க், மைசூர் ஆகிய இடங்களில் இன்றைக்கும் காணப்படுகிறார்கள்' என்று கூறப்பட்டுள்ளது.

குறுபா என்பவர்களும் குறும்பர் என்பவர்களும் ஒரே பிரிவினரல்லர் என்று எட்கர் தட்ஸ்டன் கருதியுள்ளார். ஆனால் 1901ஆம் ஆண்டின் சென்னைப் புள்ளிவிவர அறிக்கையில், 'குறும்பன் என்பது தெலுங்கு அல்லது கன்னட மொழியின் குறுபா எனும் சொல்லின் தமிழ் வடிவம்' என்று குறிப்பிடப்பட்டுள்ளது. இரண்டு பெயர்களுக்கு இடையிலும் குழப்பங்கள் நிலவிவருகின்றன. ஆனால் குறுபா என்பவர்கள் தெலுங்கு அல்லது கன்னட மொழி பேசுகின்றனர். குறும்பர்கள் தமிழ் பேசுகிறார்கள். அவர்களுக்குள்ளும் நீலகிரி போன்ற மலைப்பகுதிகளில் வாழ்பவர்கள் குறும்ப மொழியையும், சமநிலத்தில் வாழ்கிறவர்கள் கன்னட மொழியையும் பேசுகின்றனர்.

1891ஆம் ஆண்டைச் சேர்ந்த மைசூர்ப் புள்ளிவிவர அறிக்கையில், 'ஆதிகால மனிதர்களின் வளர்ச்சியில் ஆடு மாடு வளர்ப்பவர்கள் குறும்பர்கள் என்றும், பின்னர் வேளாண்மைத் தொழிலையும் அவர்கள் மேற்கொண்டனர்' என்றும் கூறப்பட்டுள்ளது. மேலும் நீலகிரி போன்ற இடங்களில் வாழும் தமிழ்க் குறும்பர்களும் மைசூரில் வாழும் காட்டுக் குறும்பர்களேயாவார்கள் என்று அப்புள்ளிவிவர அறிக்கையில் கூறப்பட்டுள்ளது.

நீலகிரியில் வாழும் குறும்பர்கள் ஆடுமாடுகள் வளர்க்கும் குறும்பர்களினின்றும் வேறுபட்டவர்கள் என்றும், மொழி, உடை, பழக்கம் போன்றவற்றிலும் வேறுபாடுகளை உடையவர்கள் என்றும் கருத்துகள் உள்ளன.

ஜி. ஒப்பர்ட் தமது நூலில் 'குறும்பர்கள் இந்த நிலத்தின் பூர்வீக மக்கள்' என்று குறிப்பிடுகிறார். எச்.பி. கிரிக் 'சமநிலத்தில் வாழும் குறும்பர்கள் குறுபா அல்லது கூறுபாறு' என்று அழைக்கப்படுவதாகக் கூறியுள்ளார். ரெவரெண்ட் ஜி. ரிச்சர், மைசூர் குறும்பர்களுக்கும் தமிழகக் குறும்பர்களுக்கும் எந்தவிதத் தொடர்புமில்லை என்று குறிப்பிட்டுள்ளார். வேறுபட்ட பிரிவைச் சார்ந்த குறும்பர்களையும் ஒப்பிட்டுப் பார்க்கும்பொது குறும்பர்களிடையே காணப்படும் வேறுபாடுகள் பிற்காலத்தில் ஏற்பட்டவையாக இருக்கலாம் என்ற ஐய்யம் ஏற்படுகிறது என்று இராபர்ட் சத்தியசோசப் கருதுகிறார்.

'குறும்பர் என்னும் இம்மலைவாழ் மக்கள் தமிழ்நாட்டில் பல பகுதிகளில் வாழ்கின்றார்கள்; எனினும் ஆங்காங்கே அவரவர் வாழிடங் களுக்கேற்ப அவர்தம் பழக்க வழக்கங்களும் அமைகின்றன. குறும்பர் ஒருகால் சிற்றரசர்களாக இருந்தவர்கள் என்று சில வரலாற்ற ஆசிரியர்கள் சொல்லுவதுண்டு. இவர்கள் தமிழ்நாட்டுப் பழங்குடிகளா? அன்று வேற்று நாட்டிலிருந்து தமிழ்நாட்டில் குடியேறியவர்களா? என்று சிலர் ஐயப்பாட்டை எழுப்பிவிட்டிருக்கிறார்கள். எனினும் நான் பெற்ற ஆராய்ச்சியின் வழி இவர்கள் இந்நாட்டுப் பழங்குடிகளே என்று கருதுவது பொருத்தமானதாகும் எனவே கொள்ளக்கிடக்கின்றது' என்று அ.மு. பரமசிவானந்தம் குறிப்பிடுகிறார்.

டி.வி. மகாலிங்கம், குறும்பர்கள் கருநாடகத்தைச் சேர்ந்தவர்கள் என்றும் அவர்கள் திராவிட நாட்டில் தொண்டைமண்டலம் வரை தமது ஆட்சியைக் 'கமண்ட் குறும்பப்பிரபு', 'திராவிடதேசாதிபதி' எனும் பெயர்களுடன் நடத்தி வந்தார்கள் என்றும் குறிப்பிட்டுள்ளார்.

ஆர். சத்தியநாதய்யர், தாலமியின் குறிப்புகளிலும் அசோகனின் கல்வெட்டுகளிலும் அர்த்தசாத்திரத்திலும் இரகுவம்சத்திலும் இடம் பெற்றுள்ள 'புலிந்தர்' என்பவர்கள் குறும்பர்களே என்று குறிப் பிட்டுள்ளார்.

குறும்பர்கள் பல்லவர்களின் பிரதிநிதிகள் என்றால் பல்லவர்கள், பாரசீக நாட்டிலிருந்து இந்தியாவுக்கு வந்த பழங்குடிகள் என்று மீனாட்சி எழுதியுள்ளார். இந்தியாவுக்கு வந்த அவர்கள் வடஇந்தியப் பகுதியில் நீண்டகாலம் தங்க முடியாமல் தெற்கு நோக்கி வரத் தொடங்கினர். அவ்வாறு காஞ்சிபுரம் வந்தடைந்தனர் என்று மைசூர் கெசட்டியரில் குறிப்பிடப்பட்டுள்ளது. வெங்கய்யா இக்கருத்திற்கு ஆதரவாக அவர்கள் தென்னிந்தியாவுக்கு வந்து குடியமர்ந்த காலத்தைக் கூடத் தீர்மானித்துள்ளார். யானைத் தலைபோன்ற முடியைத் தொடக்க காலப் பல்லவ அரசர்கள் அணிந்து கொண்டிருந்தனர் என்பதற்கு

வைகுந்தப் பெருமாள் கோயில் சிற்பங்கள் சான்றாகின்றன. அத்தகைய அமைப்பை ஒத்த முடியை கி.பி. இரண்டாம் அல்லது மூன்றாம் நூற்றாண்டைச் சேர்ந்த பாக்ட்ரியன் அரசர்களும் அணிந்துள்ளனர். அவர்களின் நாணயங்களில் யானைத் தலைபோன்ற முடி இடம் பெற்றுள்ளது. அதன்படி காஞ்சிப் பல்லவர்களாகிய குறும்பர்களின் முன்னோர்களையும் பாக்டிரியன் அரசர்களையும் தொடர்புபடுத்திப் பார்க்கும் போக்கும் இருக்கிறது.

பல்லவ அரசர்களை, கி.பி 150ஆம் ஆண்டைச் சேர்ந்தவர்களாக டூப்ரேனில் கருதுகிறார். இராசநாயகம், பல்லவர்களின் முன்னோர்கள் தென்னிந்தியாவைச் சேர்ந்த தமிழர்களே என்றும் அல்லது ஈழத்தைச் சேர்ந்த சோழர் நாகர் தொடர்பை உடையவர்கள் என்றும் குறிப்பிட்டுள்ளார்.

சகாய் பழங்குடிகளின் இனத்தொடர்புகளைப் பற்றி ஆராயும் ஸ்கியாட்டும், பாலக்டெனும் (Madras Musium Bull. 11.03.1899) பின்வருமாறு எழுதுகின்றனர்: 'விர்ச்சோ (Virchow) போன்ற மூதறிஞர் தரும் மற்றுமொரு கோட்பாடும் உள்ளது. அவர் அதைத் தற்காலக் கோட்பாடாகக் கொள்ளலாம்' என்றே கூறுகின்றார். அது, சகாய்ஸ் பழங்குடிகளை, ஈழத்தைச் சார்ந்த வேடர், தமிழகக் குறும்பர் மற்றும் ஆஸ்திரேலிய இனங்களின் வழிபட்ட புறக்கிளையாகலாம் என்பதாகும். இவர்களிடையே உயரத்தில் வேறுபாடு உண்டு எனினும் இந்நான்கு பிரிவினரையும் ஒப்பிட்டுப் பார்க்கும்போது இவர்கள் உயரம் நீக்ரோட்டா இனத்தாரின் உயரத்தைவிட அதிகமானதே. தோலின் நிறமும் இவர்களிடையே குறிப்பிடத்தக்க அளவில் வேறுபட்டதாகவே உள்ளது. ஆனால் தலைமுடியின் பொது இயல்பு ஒரு படித்தாக நீண்டு, கறுத்து, அலை அமைப்புடையதாய் உள்ளது. மண்டையோட்டின் அளவோ ஒரு படித்தான நீள்வடிவினதாக உள்ளது. இதே அறிஞர்கள் சகாய் இனத்தவரைப் பற்றிக் கூறும்பொழுது இவர்கள் வேடர்களோடு குறிப்பிடத்தக்க உருவ ஒற்றுமையுடையவர்கள் என்பதற்குச் சான்றாக வேடர்களோடு நெருங்கிப் பழகி அவர்களோடு வாழ்ந்த சாரசின் சமயச் சகோதரரிடம் சகாய் இனத்தவன் ஒருவன் ஒளிப்படத்தைக் காட்டியபோது முதலில் அதை வேடன் ஒருவனின் ஒளிப்படம் என்றே அவர் கருதினார் எனக் கூறியுள்ளார். ஸ்கிரிட்டும், பாலக்டெனும் வெளியிட்டுள்ள சகாய் இனத்தவர்கள் ஒளிப்படத்தை முதல் முதல் பார்க்க நேர்ந்தபோது காடர்கள், பனியன்கள், குறும்பர்கள் அல்லது பிற தென்னிந்தியக் காட்டுவாசிகள் படத்தைப் பார்ப்பதாகவே நான் எண்ணினேன் என்று தர்ஸ்டன் குறிப்பிட்டுள்ளார். தொண்டையன் என்பது, தமிழின் பல்லவ எனும் சொல் என்றும், பல்லவ எனும் சொல்

பல்லட என்றும் புலிந்த என்றும் மாறி அசோகனின் கல்வெட்டுகளில் இடம் பெற்றுள்ளதாகவும் கருத்து உள்ளது.

வட ஆற்காடு, கோயம்புத்தூர், திருச்சி, நீலகிரி மாவட்டங்களில் குறும்பர்கள் வாழ்வதாக 1961ஆம் ஆண்டு புள்ளிவிவர அறிக்கை கூறுகிறது. நீலகிரி மாவட்டத்தில் கடலூர், குன்னூர், கோத்தகிரி பகுதிகளில் குறும்பர்கள் இப்போதும் வாழ்ந்து வருகின்றனர். தேனுக் குறும்பர், முள்ளுக்குறும்பர், பெட்டக்குறும்பர், ஊராளிக்குறும்பர், பாலுக்குறும்பர் என்று ஐந்து வகையினர் உள்ளனர் என்றும் புள்ளி விவர அறிக்கை கூறுகிறது. இவ்வகைப்படுத்துதல் சற்று குழப்பத்தைத் தருவதாக உள்ளது. இவற்றுள் பெட்டக்குறும்பர், ஊராளிக்குறும்பர் என்பன ஒரே பிரிவைக் குறிக்கும் இரண்டு பெயர்கள் ஆகும். எனவே அவர்கள் நான்கு வகையினர் எனலாம். அவர்களுக்குள்ளும் முள்ளுக் குறும்பர், பெட்டக்குறும்பர், தேனுக்குறும்பர் ஆகியோர் கடலூர்ப் பகுதியிலும் பாலுக்குறும்பர் கோத்தகிரிப் பகுதியிலும் வாழ்வதாகத் தெரிகிறது என்று இராபர்ட் சத்திய சோசப் ஐயுறுகிறார்.

அய்யப்பன், குறும்பர்களை ஊருகுறும்பர், காடுகுறும்பர் என்றும், காடு குறும்பரைப் பெட்ட(குன்று) குறும்பர், தேரு (ஜேனு) குறும்பர் என்றும் பெட்டக்குறும்பரை ஆன குறும்பர் (Ane=Elephant), பேவின (Bevina=Neen) குறும்பர், கொள்ளிக் (Kolli= Firestick) குறும்பர் என்றும் வகைப்படுத்தியுள்ளார். இக்குறும்பர்களிடையே சமூக அடிப்படை யில் சில ஏற்றத்தாழ்வுகள் காணப்படுகின்றன. இவர்களில் முள்ளுக் குறும்பர்கள் உயர்ந்த இடத்தையும் பெட்டக் குறும்பர்கள் இரண்டாவது இடத்தையும் தேனுக் குறும்பர்கள் மூன்றாவது இடத்தையும் வகிக் கின்றனர். சோமன் என்னும் பெயருடைய வயது சென்ற பெட்டக் குறும்பத் தகவலாளி மேற்கூறிய மூன்று குறும்பர்களும் மூன்று சகோதரிகளின் சந்ததியினர் என்றும் அவர்களில் முள்ளுக் குறும்பர் மூத்த சகோதரியின் சந்ததியினர் என்றும், பெட்டக் குறும்பர் இரண்டாவது சகோதரியின் சந்ததியினர் என்றும், தேனுக் குறும்பர் மூன்றாவது சந்ததியினர் என்றும் கூறினார். இது ஆய்வுக்குரியது.

ஒரே இடத்தில் இருக்கிறவர்களிடையே மட்டுமன்றி உதகமலையில் காணும் குறும்பர்களுக்கும் இந்தக் கொங்குநாட்டு வடகோடியிலுள்ள மஞ்சுமலைக் (தருமபுரி) குறும்பர்களுக்கும் நிறைய வேறுபாடுகள் உள்ளன. இருவருக்கும் யாதொரு பொருத்தமும் கிடையாது. லூயிஸ், 'தற்கால முள்ளுக் குறும்பர்கள் முற்கால குறும்பர் அல்லது பல்லவர் களின் பிரதிநிதிகள்' என்று கூறியுள்ளார். மேலும் முள்ளுக் குறும்பர்கள் தென்னகத்தின் வேடுவர்கள் என்றும், அவர்கள் மலபார் பகுதிக்கு

வந்தபின்னர் குறுமன் என்றும் அழைக்கப்பட்டார்கள் என்றும் கூறியுள்ளார். அய்யப்பன், முள்ளுக் குறும்பர்கள் மிகச் சிறந்த வேட்டைக்காரர்கள் என்றும் வில், அம்புப் பயிற்சியில் மிகத் தேர்ச்சி பெற்றவர்கள் என்றும், கோட்டயம் அரசர் ஆங்கிலேயரை எதிர்த்துச் சண்டை செய்தபோது முள்ளுக் குறும்பர்கள் கோட்டயம் அரசரோடு சேர்ந்து வீரமுடன் போராடினார்கள் என்றும் கூறியுள்ளார்.

*1971*ஆம் ஆண்டுப் புள்ளிவிவர அறிக்கையில்தான் முதன்முதலாகக் குறும்பர்களிடையே காணப்படும் பிரிவுகளின் அடிப்படையில் மக்கள் தொகை கொடுக்கப்பட்டுள்ளது. இவ்வாறு குறும்பர்களைப் பற்றிய ஆய்வுகள் பல வெளிவந்துள்ளன. எனினும் அவ்வாய்வுகள் அனைத்தும் இன்றைக்கு மலைவாழ் மக்களாக மாறிப்போன பழங்குடி மக்களைப் பற்றியனவாகவே பெரிதும் உள்ளன. குறும்பர்களில் சமநிலத்தில், காடுகளில் வாழ்ந்தவர்களைப் பற்றிய ஆய்வுகள் முழுமையாக மேற்கொள்ளப்படவில்லை. அதற்கு இன்றைக்குக் காடுகள் அழிக்கப்பட்டு நாடுகளானதால் அந்நிலப்பகுதிகளில் அப்பழங்குடி மக்களைக் காணல் அரிதாகிப் போய்விட்டமையே காரணமாகும். ஆனால், **1816**ஆம் ஆண்டுக்கு முன்னர் குறும்பர்கள் காடுகளிலும் சமநிலங்களிலும் வாழ்ந்து வந்துள்ளனர் என்பதை மெக்கன்சியின் சுவடிகள் உறுதிப்படுத்துகின்றன.

அவ்வகையில் குறும்பர்கள் பற்றிய ஏழு மூலச் சுவடிகளையும், இடத்தை அடிப்படையாகக் கொண்டு மூன்று பிரிவுகளாகப் பகுக்கலாம். அவற்றுள் சந்நியாசிக் குறும்பர், சஞ்நம் எனும் திருவண்ணாமலையைச் சேர்ந்த சோமாசிப் பாடியில் வாழ்ந்த குறும்பர்களைப் பற்றிய சுவடி முதல் பிரிவாகும். தொண்டை மண்டலத்தில், புழல், படுவூர், நெடுமரம், அணைக்கட்டு, நெரும்பூர், சாலவன்குப்பம், பட்டிப்புலம் ஆகிய இடங்களில் வாழ்ந்த குறும்பர்களைப் பற்றிய சுவடிகள் இரண்டாவது பிரிவாகும். மதுரையைச் சேர்ந்த கம்பத்திற்கு அருகே கூத்தநாச்சித் தோப்பில் மோர் விற்ற இடையர் இனப் பெண்ணின் வாழ்க்கையைப் பற்றிய சுவடி மூன்றாவது பிரிவாகும். இச்சுவடிகளில் இடம் பெற்றுள்ள செய்திகளின் அடிப்படையில் குறும்பர்களின் வரலாறு, அவர்களின் தொழில், மதம், மதமாற்றம், வழிபாடு, பழக்கவழக்கங்கள், நம்பிக்கைகள், திருமணம், மறுமணம், சடங்குகள் ஆகியவற்றைக் காணலாம்.

வடஆற்காடு மாவட்டத்தில் இன்றைக்கும் குறும்பர்கள் வாழ்ந்து வருவதைப் புள்ளிவிவர அறிக்கைகளும் உறுதிப்படுத்துகின்றன. ஆனால் பல்லவர்களுடன் இணைத்துப் பேசப்படுகிற குறும்பர்களுக்கும் தொண்டை மண்டலத்திற்குமான தொடர்புகள் ஆராய வேண்டிய நிலையில் உள்ளன.

தொண்டை மண்டலம் குறிப்பிடத்தக்க வரலாற்றைக் கொண்டதாகும். பிந்துசாரனின் காலம் முதல் தொடர்ந்த படையெடுப்புக்குத் தொண்டை மண்டலம் ஆளாகியுள்ளது. மௌரியர், சாதவாகனர், சோழர், பல்லவர், குப்தர், களப்பிரர், சாளுக்கியர், இராட்டிரகூடர், பாண்டியர், மீண்டும் சோழர், மீண்டும் இராட்டிரகூடர், மீண்டும் பாண்டியர், கெய்சாளர், காகதியர், இசுலாமியர், திருவாங்கூர்அரசர், மீண்டும் காகதியர், மீண்டும் இசுலாமியர், விசயநகர், மீண்டும் பாண்டியர், கசபதி, பாமணி, பீசப்பூரி, மராத்தியர், முகமதியர் என்று தொண்டை மண்டலத்தின் மீது நடந்த படையெடுப்புக்கள் பலவாகும். மேலும் தொண்டை மண்டலம் பல்லவர்களின் இதயமும், சோழர்களின் பாதுகாப்பான இடமுமாகும். அது ஆங்கிலேயர்கள் தென்னிந்தியாவில் அடிவைக்கக் காலூன்றிய நிலமுமாகும். அதனால் தொண்டை மண்டலம் பல்வேறு பண்பாடுகளின் சிதைவுகளையும் கலப்புகளையும் கொண்டு விளங்கி வந்திருக்கிறது.

தொண்டை மண்டலத்தின் எல்லைகளைப் பற்றித் தொண்டை மண்டலச் சதகம் கூறுகிறது. தொண்டை மண்டலத் தளவு, (டி.3089, டி.1569) தொண்டை மண்டல வரலாறு (டி.3102), தொண்டைமான் சக்கிரவர்த்தி வரலாறு (டி.3097), தொண்டைமான் யுத்த சரித்திரம் (டி.3075) எனும் மெக்கன்சியின் சுவடிகளிலும் தொண்டை மண்டல வரலாறும், அங்கு வாழ்ந்த பூர்வீகக் குடிகளாகிய வேடர், குறும்பர்களின் வரலாறும் கூறப்பட்டுள்ளன.

மெக்கன்சி சுவடிகளில் இடம்பெறும் குறும்பர்கள் பெரும்பாலும் தொண்டை மண்டலத்தைச் சார்ந்தவர்களாக உள்ளனர். மேலும் சன்னியாசி குறும்பர் சரித்திரம் எனும் சுவடியில் குறும்பர்கள், தங்கள் 'மதமும் பிரபுத்துவமும், புராதீனமாய் தங்களுக்கேயுடையதென்று கிறோதம் பண்ணிக் கொண்டிருந்தார்கள்' என்றும், படுவூர் பாண்டுக்குழி வரலாறு எனும் சுவடியில் 'இவாளே இந்த ஊருக்குப் புராதீனமான குடிகளாயிருந்தார்கள்' என்றும் இடம்பெற்றுள்ள குறிப்புகள் குறும்பர்கள் எங்கிருந்தோ வந்தவர்களல்லர் எனும் கருத்துக்கு ஆதரவாக உள்ளன. ஆனால் இக்கருத்துகள் அவ்வாறு முடிவெடுப்பதற்குரிய அளவில் வலியுடைய காரணங்களைக் கொண்டிருக்கவில்லை என்பதும் குறிப்பிடுதற்குரியதாகும்.

குறும்பர்கள் ஆட்சியாளர்களாக இருந்திருக்கின்றனர் என்பதை, 'இவாள் ஆளுகைக்குள்ளாகக் காஞ்சிபுரம், சென்னைப் பட்டணம், மாவாலிபுரம், வடபட்டணம், கோட்டைவரை சத்தேரக்குறைய ஆற்காட்டு சபா முழுவதும் அடக்கமாயிருந்தது. (டி.2862) தங்களுக்குண்டாயிருந்த தளங்களுடன் ராச்சியம் பண்ணி சந்ததி வரிசையாய்த்

துடந்து வந்தார்கள். அவாருட பரிபாலனம் துரைத்தனம் வரைக்கும் ஆட்சியிலிருந்ததுக்கு யாதொரு சந்தேகமில்லை.' மெக்கன்சி சுவடி கூறுகிறது.

'குறும்பர்' என்ற இடைய வமிசஸ்தர்களுடைய சரித்திரம், 'இராயர் சமஸ்தானத்திலே குறும்பர் என்ற இடைச்சாதியார் வெகு இடங்களிலே இராச்சியபாரம் பண்ணினார்கள்' எனும் மெக்கன்சி சுவடிகளில் இடம்பெறும் செய்திகளும் உறுதிப்படுத்துகின்றன.

குறும்பர்களின் கோட்டைகள்

குறும்பர்கள் கோட்டை கட்டி ஆண்டார்கள் என்பதற்குரிய இன்றி யமையாத சான்றுகளாக மெக்கன்சி சுவடிகள் விளங்குகின்றன. தொண்டை மண்டலத்தில் பதினாறாம் நூற்றாண்டுவரை முப்பது கோட்டங்கள் இருந்ததற்கான கல்வெட்டுச் சான்றுகள் கிடைக்கின்றன. ஆனால் அந்தக் கோட்டங்களுக்கும் குறும்பர்களின் கோட்டைக்கும் எவ்விதத் தொடர்புமில்லை.

குறும்பர்களுக்கு அறுபத்து நான்கு கோட்டைகள் இருந்தன என்று கூறப்பட்டுள்ளது. ஆனால் அவற்றில் புழல், பட்டிப்புலம், சாலவன்குப்பம், நெரும்பூர், அணைக்கட்டு, ஆமூர், புலியூர், நயீசிகுளம், களத்தூர், சம்பூர், தமுனூர், ஈக்காடு, நெடுமரம் ஆகிய பதின்மூன்றிடங்களின் பெயர்களே தரப்பட்டுள்ளன. அவற்றுள்ளும் புழல், பட்டிப்புலம், சாலவன்குப்பம், நெரும்பூர், அணைக்கட்டு, நெடுமரம் ஆகிய இடங்களில் இருந்த கோட்டைகள் பற்றிய செய்தி களே விரிவாக இடம் பெற்றுள்ளன. மற்ற இடங்களின் பெயர்களைத் தவிர வேறு செய்திகள் தரப்படவில்லை.

பழங்காலத்திலிருந்த வரலாற்றுச் செய்திகளையும் இடங்களையும் தமக்கு முன்னர் வாழ்ந்த குறும்பர்களோடு இணைத்துச் சொல்லப் பட்ட கதையாகப் பேராசிரியர்கள் மீனாட்சியும் சுப்பராயலுவும் கூறியுள்ளனர். டி.வி. மகாலிங்கம் தமது நூலில் மெக்கன்சி சுவடி களையும் டெய்லர் அட்டவணைக் குறிப்புகளையும் ஆதாரமாகக் கொண்டு குறும்பர்கள் கோட்டைகளைக் கட்டிக்கொண்டு ஆண்ட தாகக் குறிப்பிட்டுள்ளார்.

பல்லவர்களின் வரலாற்றையும் தொண்டை மண்டலத்தின் வரலாற்றையும் ஆராய்ந்தவர்கள் தவிர்க்க முடியாத வகையில் குறும்பர்களைப் பற்றிய ஆய்வில் ஈடுபட்டுள்ளனர். அதனால் குறும்பர் களைப் பற்றிய முழு ஆய்வில் அவர்கள் ஈடுபடத் தேவை இல்லாமல் போய்விட்டது. குறும்பர்களைப் பல்லவர்களின் முன்னோர் என்றும்

பல்லவர்களின் பிரதிநிதிகள் என்றும் ஏற்றுக்கொண்டால், அவர்கள் ஆட்சியாளர்களாக இருந்திருக்கிறார்கள் என்பதையும் ஏற்றுக்கொள்ள லாம். அவ்வகையிலும் நேரடி களப்பணி மேற்கொண்ட போதும் சுவடியில் குறிப்பிடப்பட்டுள்ள குறும்பர்களின் கோட்டைகளிலிருந்த இடங்கள் இன்றைக்கும் குறும்பர்களோடு இணைத்துக் கூறப்படுவதைக் காண நேரிட்டது. இவை திட்டமிட்ட செயலாக இருக்க வாய்ப்பில்லை. எனவே குறும்பர்கள் கோட்டை கட்டி வாழ்ந்திருக்கிறார்கள் என்பதில் ஐயம் ஏற்படவில்லை. ஆனால் அவர்களின் கோட்டையின் அமைப்பு பற்றியோ நாட்டெல்லை பற்றியோ விவரங்கள் கிடைக்கப்பெற வில்லை. குறும்பர்களின் கோட்டைகள் இருந்த இடங்களாகக் கூறப்பட்டுள்ள இடங்களைப் பற்றிய விவரங்கள் பின்வருமாறு:

புழல்: சென்னைக்கு அருகில் உள்ள பெரிய ஊராட்சிகளுள் புழல் ஒன்றாகும். அவ்வூரில் பெரும்பான்மையினர் ஆதிதிராவிடர்களாக உள்ளனர். ஆதிதிராவிடர்களில் நாமக்காரர் (வைணவர்), பட்டைக் காரர் (சைவர்) என்ற இரு பிரிவினர் உள்ளனர். அவர்களுக்கிடையே மணவினைத் தொடர்புகள் கிடையா. அவ்வூர் கோயில்களுக்கு ஆதிதிராவிடர்களே அறங்காவலர்களாகப் பல ஆண்டுகளாக இருந்து வருகின்றனர். அங்குள்ள புழல் ஏரி சென்னைக்குக் குடிநீர் வழங்கும் ஏரிகளுள் ஒன்றாகும். ஆனால் அவ்வூர் மக்கள் குடிநீருக்காக மூன்றுகல் தூரம் அலைய வேண்டியிருந்ததை, அவ்வூர் மக்கள் உண்ணாவிரத மிருந்து மாற்றியிருக்கிறார்கள். இப்போது அவர்களுக்குக் குடிநீர்ப் பிரச்சினை கிடையாது என்று புழல் ஊராட்சி மன்றத்தலைவர் விக்டர் துரைராஜ் களப்பணியின்போது கூறினார். புழலில் பெரும் பான்மையான நில உடைமையாளர்கள் முதலியார், ரெட்டியார், நாயுடு, நாடார் வகுப்பினர்களாக உள்ளனர். அங்குச் சாதி வேற்றுமை இல்லாமல் வாழ்கிறார்கள். மேலும் கூடை கட்டிக்குறவர், பன்றி மேய்ப்பவர், பாம்பு பிடிப்பவர் என்று வேறுபல இன மக்களும் வாழ்ந்து வருகின்றனர்.

புழல் ஊராட்சி மன்ற உறுப்பினர் கண்ணப்பன் என்பவருடன் அவ்வூரைச் சுற்றிப்பார்த்து அறிந்து கொண்ட விவரங்கள் பின்வருமாறு:

ஆதிதிருமூலநாதர் கோவில், கந்தசுவாமி கோவில் சிற்பங்கள், கரிய மாணிக்கபெருமாள் கோயில் ஆகியவை வரலாற்றுச் சிறப்புடை யவை ஆகும். இடிபாடுற்ற நிலையில் உள்ள பழைய சிவன் கோவிலில் சிவலிங்கம் இருக்கும் இடத்திற்கு முன்னர் மேல்தளத்தில் உட்பக்க மாகப் படிக்கும் நிலையில் ஒரு கல்வெட்டும், கருவறை மேல்தளத்தின் உட்பக்கத்தில் ஒரு கல்வெட்டும் உள்ளன. அக்கல்வெட்டுகளில் புழல் என்ற வார்த்தை இடம்பெற்றுள்ளது. திருமூலநாதர் கோவிலிலும்

கல்வெட்டுக்கள் உள்ளன. அவ்வூரில் துர்க்கை, ஏகவல்லி, இலக்குமியம்மன், நூக்காலம்மன் கோயில்களும் உள்ளன.

புழல் ஏரிக்குள் நவாப்கோட்டை இடிந்துபோய் அடித்தளத்தோடு காணப்படுகிறது. ஏரிக்கரையில் Jones Tower 1881-1981 Hundred yearsYoung & Still Strong என்று எழுதப்பட்டுள்ள தூண் உள்ளது.

புழலில் குறும்பர்களை நினைவுபடுத்துகிற சின்னங்கள் பல உள்ளன. சுவடி குறிப்பிடும் குறும்பரின் தலைநகர்க்கோட்டை இருந்த இடம் இப்போதும் 'கோட்டைக்கரைமேடு' என்று அழைக்கப்படுகிறது. அவ்வூர் மக்களிடம் விசாரித்தபோது புழலைக் குறும்பர்பூமி என்றும் குறிப்பிட்டார்கள். கோட்டைக்கரை மேட்டைக் குறும்பமேடு என்றும் குறிப்பிட்டார்கள். இப்போது அந்தப் பகுதி மேடாக இல்லை. மேடாக இருந்த அந்தப் பகுதியை அரசு சமப்படுத்தியிருக்கிறது. சமப்படுத்தும்போது அப்பகுதியில் நிறைய சாம்பலும் பானைகளும் முதுமக்கள் தாழியும் வெளிப்பட்டதாகத் தகவலாளி கண்ணப்பன் தெரிவித்தார். இப்போது அப்பகுதி மத்திய சிறைச்சாலைப் பகுதியாகிச் சுற்றுச்சுவர் எழுப்பப்பட்டுள்ளது.

குடிநீர் மற்றும் வடிகாலுக்காக அப்பகுதியில் வெட்டப்பட்டிருந்த மூன்றடி ஆழ வாய்க்கால் பகுதியிலிருந்து சுமார் இரண்டாயிரம் ஆண்டுகளுக்கும் முன்னர் பயன்படுத்தப்பட்ட கறுப்பு, சிவப்பு, கருஞ்சிவப்புப் பானை ஓடுகளும் எலும்புகளோடு கூடிய முதுமக்கள் தாழியின் உடைந்த பகுதிகளும், அழகிய பானைமூடிகளும் சிறுசிறு மண்பாண்டக் கிண்ணங்களும் கிடைத்தன. ஆனால் அவை குறும்பர்கள் பயன்படுத்தியவை என்று உறுதியாகக் கூறமுடியவில்லை. எனினும் இரண்டாயிரம் ஆண்டுகட்கு முற்பட்ட வரலாற்றைப் புழல் கொண்டிருக்கிறது. குறிப்பாகக் குறும்பரின் கோட்டைப் பகுதியில் அவை கிடைக்கின்றன என்பது குறிப்பிடத் தக்கதாகும்.

முதுமக்கள் தாழி குறித்தும் இறந்தவர்களைத் தாழிகளில் இட்டுப் புதைப்பது பற்றியுமான குறிப்புகள் நற்றிணை(271), புறநானூறு (238,364) பதிற்றுப்பத்து (44), மணிமேகலை (6,11,66,67) தக்கயாகப் பரணி (376) குலோத்துங்கச் சோழன் உலா (22, 24) ஆகிய தமிழ் நூல்களில் இடம்பெற்றுள்ளன. இலக்கியக் குறிப்புகளை மெய்ப்பிக்கும் வகையில், தமிழகத்தில் பல தொன்மைமிக்க ஊர்களில் அகழ்வாராய்ச்சிகள் மேற்கொள்ளப்பட்டுள்ளன. அவை பண்டைத் தமிழர்களின் பண்பாடு, பழக்க வழக்கங்கள், அன்றாட வாழ்க்கைத் தேவைகள், அவர்கள் பயன்படுத்திய பொருள்கள், வசித்த வீடுகள் ஆகியவற்றைப் பற்றிய சுவையான குறிப்புகளைத் தருகின்றன.

அவற்றோடு மட்டுமின்றிப் பழங்குடி மக்களின் பொருளாதார, சமய வாழ்க்கை பற்றியும் அவர்கள் வெளிநாடுகளுடன் கொண்டிருந்த வணிகப் பண்பாட்டுத் தொடர்புகளைப் பற்றியும் உணர்த்துகின்றன. தமிழகத்தில் வரலாற்றுத் தொன்மை மிக்கக் கருவிகளையும் சான்று களையும் கொண்டுள்ள ஊர்கள் அதிக அளவில் இப்பகுதிகளில் உள்ளன. சென்னைப் பல்கலைக் கழகத் தொல்பொருள் ஆய்வுத்துறை இதுவரை காஞ்சிபுரம், அய்யங்கார்குளம் (காஞ்சிபுரம் அருகில்), செவிலிமேடு, வசவ சமுத்திரம், உத்திரமேரூர், கூழம்பந்தல், புதுப்பட்டினம், நெய்யாடிப்பாக்கம் ஆகிய இடங்களில் ஆய்வை மேற்கொண்டுள்ளது. இரண்டாயிரம் ஆண்டுகட்கும் முன்பு வாழ்ந்த மக்களின் சவக்குழிகளைக் கொண்டு அமிர்தமங்கலம், அச்சரப்பாக்கம், உத்தமநல்லூர், குன்றத்தூர், கடமலைப்புத்தூர், சானூர், சீதாபுரம், திம்மாபுரம், திரிசூலம், தென்மேற்காடு, தேன்பாக்கம், பெரும்பயர், பெரியநத்தம், வெள்ளியன் மலை, படப்பை ஆகிய ஊர்கள் உள்ளன என்று சா. குருமூர்த்தி குறிப்பிடுகிறார். அவற்றுள் மெக்கன்சி குறிப் பிடும் இடங்கள் அடங்கவில்லை.

ஆனால், புழலில் அத்தகைய சான்றுகள் ஏராளமாகக் கிடைத் துள்ளன. அவற்றுள் குறிப்பிடத்தக்கவை மட்பாண்ட வகைகளாகும். வரலாற்று அறிஞர்கள் மட்பாண்டங்களை 1. கறுப்பு - சிவப்பு நிற மட்பாண்டங்கள் (Black & Red Ware) 2. இரசக்கலவையும் வண்ணமும் பூசப்பட்ட மட்பாண்டங்கள் (Russet Coated & Painted Ware) 3. கறுப்பு நிற மட்பாண்டங்கள் (All Black Ware) 4. பழுப்பு நிற மட்பாண்டங்கள் (Brown Ware) 5. சிவப்பு நிற மட்பாண்டங்கள் (Red Ware) 6. இரவுலடெட் ஆம்போரா, அரிடைன் எனும் ரோமானியர் மட்பாண்டங்கள் என்று வகைப்படுத்துவர். புழலில் கறுப்பு - சிவப்பு நிற மட்பாண்டங்களின் உடைந்த பகுதிகள் கள ஆய்வுப் பணி யின் போது கிடைத்தன. தமிழகத்தில் அரிக்கமேடு, செங்கமேடு, திருக்காம்புலியூர், அலகரை, உறையூர், சானூர், குன்றத்தூர், காஞ்சிபுரம், கொற்கை, காவிரிப்பூம்பட்டினம், வசவ சமுத்திரம் ஆகிய இடங்களில் மெகலிதிய மட்பாண்ட வகை எனும் பெயருடைய கறுப்பு சிவப்பு மட்பாண்டங்கள் கிடைத்துள்ளன என்று வரலாற்று ஆய்வாளர்கள் பட்டியலிட்டுள்ளனர். அப்பட்டியலில் மெக்கன்சியின் சுவடியில் குறிப்பிடப்படும் புழலும் இடம்பெறும் தகுதியைக் கொண்டுள்ளது. ஏனெனில் புழலில் கறுப்பு சிவப்பு மட்பாண்டங்களுடன் மௌரியர் காலத்திற்குட்பட்ட வடநாட்டுக் கறுப்பு மட்பாண்டங்களின் (Northern Black Polished Ware) வகையைச் சேர்ந்த பானை ஓடுகளும் கிடைத் துள்ளன. அங்குள்ள ஏரிக்குள் நீர் வற்றியிருந்தபோது சென்று இடிபாடுற்ற

கோட்டைப் பகுதியைப் பார்த்த போது அருகே சீனப் பீங்கான் துண்டுகள் கிடைத்தன. அவை 17ஆம் நூற்றாண்டைச் சார்ந்தவை ஆகும்.

குறும்பர்கள் வாழ்ந்த பகுதி கன்னடப் பாளையம் எனும் பெயரில் அங்கு இருக்கிறது. அப்பகுதி, ஏரி ஓரத்தில் இருக்கிறது. அங்குக் குடியிருந்தவர்கள் 1942இல் இராணுவம் அப்பகுதியில் முகாமிட்டதைத் தொடர்ந்து தங்கள் குடியிருப்பைக் காலி செய்ய நேரிட்டது. அதன் பின்னர் புழல் ஊருக்குள் வந்து தங்கிக்கொண்டனர். இராணுவம் போன பின்னர் பழைய இடத்திற்குப் போக மறுத்து ஊருக்குள்ளேயே வாழ்ந்து வருகின்றனர். அவர்களைக் கன்னடியர் என்றழைக்கின்றனர்.

அவர்களின் குடியிருப்புப் பகுதிக்குச் சென்று மேம்பண்ண சௌத்ரி எனும் பெயருடைய 65 வயதுக்காரரிடம் விசாரித்தபோது, குறும்பர்கள் புழலை ஆண்ட செய்தியைப் பரம்பரையாகக் கேள்விப்பட்டு வருவதாகச் சொன்னார். அவருடைய தாய்மொழி கன்னடமாக இருந்த போதும் கருநாடகத்தில் வழங்கும் கன்னட மொழியிலிருந்து வேறுபட்டிருப்பதாகச் சொன்னார். சான்றாகச் சோறு என்பதற்குக் கருநாடக கன்னட மொழியில் அன்னம் என்றிருப்பதாகவும் அவர்களின் கன்னடத்தில் பானம் என்றிருப்பதாகவும் கூறினார்.

அவர்களின் முக்கிய தொழில்களாக ஆடுமாடு வளர்த்தலும் விவசாயமும் அமைந்துள்ளன; எனினும் மாடுதான் பிழைப்பு என்றும், தயிர், பால் வியாபாரம்தான் அவர்களின் வாழ்க்கைக்குரிய பொருளைத் தருகிறது என்றும் கூறினார். அவர்கள் பெருமாளைக் குலத்தெய்வ மாகக் கொண்டுள்ளனர். திருமணத்தின்போது கறுப்பு மணியைக் காசுடன் சேர்த்துத் தாலியாகக் கட்டிக்கொள்கின்றனர்.

புழலில் மிகப் பழமையான சமணர் கோயில் உள்ளது. இரண்டாயிரம் ஆண்டுகளுக்கும் முற்பட்டதாகக் கூறப்படும் ஆதிநாத பகவானின் படிமம் உள்ளது.

மன்னியபே ருலகனைத்தும்
    நின்னுள்ளே நீயொடுக்கினை
நின்னின்று நீவிரித்தனை
    நின்னருளின் நீ காத்தனை - எனவாங்கு
ஆதிபகவானை அருகனை
    மாதுயிர் நீங்க வழுத்துதும் பலவே

                        (திருக்கலம்பகம்)

ஆதிபகவன் ஆசோக வசலன்
    சேதிப முதல்வன் சினவரன் தியம்பகன்

                        (திருப்பாமாலை)

அத்தனே என்னை ஆளீர் சரணம்
ஆதி பகவன் அருளே சரணம்

(தோத்திரத்திரட்டு)

போது சாந்தம் பொற்ப வேந்தி
ஆதிநாதர் சேர்வோர்
சோதி வானந் துன்னு வாரே

(யாப்பருங்கலக்காரிகை உரைமேற்கோள்)

அகர முதல எழுத்தெல்லாம் ஆதி
பகவன் முதற்றே உலகு

(திருக்குறள்)

இவ்வாறு தமிழிலக்கியத்தில் ஆதிபகவனும் ஆதிநாதரும் பல இடங்களில் குறிப்பிடப்பட்டுள்ளனர்.

இன்றைக்கும் புழலில் உள்ளது தமிழ்ச் சமணக்கோயில் என்று அழைக்கப்படுகிறது. ஐந்தாண்டுகளுக்கு ஒருமுறை நடைபெறும் விழாவுக்கு இந்தியாவின் பிற மாநிலங்களிலிருந்தும் சமணர்கள் அங்கு வந்து போகிறார்கள். அக்கோயிலின் கருவறை தவிர்த்த பிற இடங்கள் இன்றைக்குப் பழமையின் அடையாளம் தெரியாதவாறு பளிங்குக் கற்களால் கட்டப்பட்டுள்ளன. மிகப் பெரிய அளவிலானதாக இன்றைக்குள்ள அந்தக் கோயிலில் தமிழ்ச் சமணர்களே பூசை செய்பவர்களாகவும் உள்ளனர். கோயிலின் கிழக்குப் பக்கத்தில் ஆதி பகவனின் கால்கள் பளிங்குக் கற்களில் பொறிக்கப்பட்டு வழிபாட்டுக் காக மரத்தடியில் வைக்கப்பட்டுள்ளன.

புழலிலுள்ள சமணர்கோயிலை, அங்கு ஆட்சிபுரிந்த குறும்பர்கள் சமண சமயத்தைச் சார்ந்திருந்ததோடு தொடர்புபடுத்திக் காணுதல் குறும்பர் பற்றிய ஆய்வுக்குத் துணை புரியலாம். புழல்பற்றிச் சமணர்கள் எழுதுகிற நூல்களிலும் குறும்பர்களைக் குறிப்பிடுகிறார்கள். சான்றாக,

'இரண்டாம் பதிப்பாக இப்புத்தகத்தை அச்சிடுமுன், 'கர்நாடகத்தின் கலாச்சாரம்' என்ற சரித்திர ஆராய்ச்சி நூலைப் படிக்கும் வாய்ப்பு எனக்குக் கிடைத்தது. அதில் இப்புழல் கிராமம் ஒரு காலத்தில் கரம்பர் என்ற இனத்தவரின் அரசாட்சியின் தலைநகராகத் திகழ்ந்துள்ளதாக அறிந்தேன். அவ்வினத்தாரின் மதக்கோட்பாடுகள் ஆதிபோதகர், ஆதிபகவனின் அறவழி அமைந்ததாக விவரிக்கப்பட்டுள்ளது' என்று ஸ்வாமி ரிஷபதாஸ் குறிப்பிடுகிறார்.

இவ்வாறு புழல் இன்றைக்கும் குறும்பர்களை நினைவுபடுத்தும் வகையில் உள்ளது.

பட்டிப்புலம்

சென்னையிலிருந்து 51 கி.மீ. தொலைவில் மாமல்லபுரம் செல்லும் சாலையில் கடற்கரை ஓரத்தில் பட்டிப்புலம் உள்ளது. முன்பு அங்கே குறும்பர்கள் அதிகமாக வாழ்ந்தனரென்று சுவடியில் கூறப் பட்டுள்ளது. இப்போது குறும்பர்கள் என்றில்லாமல் இடையர்கள் அதிகமாக வாழ்கின்றனர். 'புராதீனமாயறிந்திருக்கிற கிராமத்துக்கு ஆதீனக்காரனான ஒரு கிராமணி'யிடமிருந்து செய்திகளைப் பெற்று மெக்கன்சியின் உதவியாளர்கள் எழுதி வைத்திருப்பதால், அந்தக் கிராமத்தில் வாழும் 63 வயதுடைய கிருஷ்ணமூர்த்தி கிராமணி என்பவரைக் கண்டு பட்டிப்புலம் பற்றியும் அங்கு வாழ்ந்த குறும்பர்கள் பற்றியும் கள ஆய்வுப் பணியின்போது செய்திகள் தொகுக்கப்பட்டன.

ஏறத்தாழ இரண்டாயிரம் மக்கள் உள்ள அந்தக் கிராமத்தில் கிராமணியார் முப்பது வீட்டினராக உள்ளனர். பட்டிப்புலத்தைச் சேர்ந்ததாகக் காலனியும் குப்பமும் உள்ளன. பட்டிப்புலத்தில் திருப் பட்டீசுவரர் எனும் சிவன்கோயிலும் செல்லியம்மன், பொன்னியம்மன் என்று அம்மன் கோவில்களும் உள்ளன. வெள்ளை நிறக் கல்லிலான சிவலிங்கம் ஒன்று வெட்டவெளியில் உள்ளது. இவ்வூர் மேற்குப்பக்கம் பெரிய ஏரியையும், கிழக்குப் பக்கத்தில் கடலையும் கொண்டுள்ளது. இவ்வூரில் பாலகிருட்டினப் படிமம் இருந்ததாகச் சுவடி குறிப்பிடுகிறது. ஆனால், இப்போது அதன் இருப்பிடத்தைக் கண்டறிய முடியவில்லை. ஆனால், அவ்வூரில் வாழ்ந்த மாசிலாமணி கிராமணியார், பழனிவேல் கிராமணியார் ஆகியோர் திருமால் மீது பாடிய இசைப்பாடல்கள் இன்றைக்கும் அங்குள்ள மக்களால் பாடப்பட்டு வருகின்றன. கள ஆய்வுப் பணியில் முடிந்த அளவு அந்தப் பாடல்கள் தொகுக்கப் பட்டன. அவை பின்வருமாறு:

பாடல் 1:

எதுகுல காம்போதி இராகம் :
பல்லவி
சங்கு சக்கரத்துடன்
    கருடவா கனமேறி
எங்களைக் காத்தருள்வாய்

அனுபல்லவி
செங்கையில் கோதண்டம்
    சீராக வேபிடித்து
சங்காரம் செய்தவரைச்
    சட்டெனவே மடித்து (சங்கு...)

சரணம்

பட்டிப்புலம் தனில்வாழ்
　　பாண்டுரங்க நாதனே
பாலன் மா சிலாமணி
　　பணிந்தேத்தும் போதனே
முத்தி யளித்திடும்
　　முதலைவாய கப்பட்ட
கஜேந்திரனைக் காத்தவனே　　　　　　　　(சங்கு...)

பாடல் 2:

பல்லவி

டையல்லோ டையல்லோ
டையல்லோ டையல்லோ
வென்றான் கிருஷ்ணன்

அனுபல்லவி

நெய்யுண் பவளவாயும்
　　கையில்புல் லாங்குழலும்
டையல்லோ டையல்லோ
டையல்லோ டையல்லோ
மாடும் மணியும் ஆட
ஆடும் இளையாருடன்
ஜாடும் கோலும் கைநாட
பாடும் குழல்கொண்டாட
தேடும் கோபிகளுடன்
வீடும் கண்ணனைக் காண
வாடும் இடையருடன்
ஏடுதயிர் உண்டிட
வீடுமத் தடிஜாட
ஓடும்பாம்பு மேலாட
உறியின் கீழிலிருந்த
இடையர் பயந்தோட
பதறும் பாஞ்சாலிக் கன்று
கதரின்சே லைபோல்நின்று
சிதறும் போர்வீமா வென்று
உதறிப்பேசாதே நின்று
பிதுரன் மனையில் நின்று
சதுர்புஜ தரிசனம் தந்த

டையல்லோ டையல்லோ
டையல்லோ டையல்லோ
பச்சை மரகதம் போல
பாலகிருஷ்ணன் ஜொலிக்க
லெட்சுமி யோடு ராதா
ருக்கு மணியும் கலிக்க
கச்சை கட்டியே கஞ்சன்
கண்டு ஓடி ஒளிக்க
இச்சையுடன் கோபிகள்
இறைவன் தன்னை வலிக்க
அச்ச மதையழித்து
ஆதரி கோவிந்தன் தன்னை
டையல்லோ டையல்லோ
டையல்லோ டையல்லோ

இப்பாடல் கோவிந்த கிராமணி என்பவர் பாடியதாகவும் அவர் முப்பது வயதிலேயே இறந்து போனார் என்றும் கூறினார்கள்.

பாடல் 3:
நாராயண நாராயண
    நாராயண மந்திரம்
பாராயணம் செய்யனு தினம் மனமே
பாருலகில் பஞ்சவர்
    சகாய நின்று
சொல்லு மந்த
    பக்த பரதினான பரம்பொருளை (நாராயண...)
பேருலகினில் பிரியமுடனே
    பாடி தொழும் பழனிக்கு
வன்பாய் சேவைதந் தருள்வான்   (நாராயண...)

இப்பாடல்களைப் பாடிய மாசிலாமணி கிராமணியும் பழனிவேல் கிராமணியும் பாடல்களில் தமது பெயர்களை இடம் பெறும்படியாய்ப் பாடியுள்ளமை குறிப்பிடத்தக்கதாகும்.

பட்டிப்புலத்தில் குறும்பர்களின் நினைவுச் சின்னங்களாக இருப்பவை பற்றியும் சுவடியில் இடம்பெற்றுள்ள விவரங்களின் இன்றைய நிலை பற்றியுமான விவரங்கள் பினவருமாறு:

பட்டிப்புலத்தில் 77 வயதான செல்வராசு முதலியார் என்பவரின் உதவியால் ஊரின் வரலாற்றுச் சின்னங்களைப் பார்வையிட முடிந்தது. சுவடியில் மணிமேட்டில் குறும்பரின் கோட்டை இருந்ததற்கு

அடையாளமாக ஆறுகாணி அளவுக்கு நாற்சதுரமாக அடிப்படை தெரிகிறது என்று குறிப்பிடப்பட்டுள்ளது. இப்போதும் அப்பகுதி மணிமேடு என்றும் வம்பாமேடு என்றும் அழைக்கப்படுகிறது. குறும்பர் மேடு என்பது வம்பாமேடு என்று இப்போது வழக்கில் உள்ளது. அப்பகுதி 15 அடி முதல் 20 அடி வரை உயரம் உடைய மண்மேடாக உள்ளது. மேட்டின்மேல், சுவடியில் குறிப்பிட்டுள்ளவாறு பழைய காலத்துக் கற்கள், ஓடுகள், பானைகள் ஆகியவற்றின் உடைந்த பகுதிகள் கிடக்கின்றன. முதுமக்கள் தாழியின் உடைந்துபோன பாகங்களும் தேடிய போது கிடைத்தன. அவை பல்லவர் காலத்திற்கு முற்பட்டவையாக இருக்கலாமென்று கருதப்படுகின்றன. அறுபது ஆண்டுகளுக்கும் முன்னர் இக்கோட்டை மேட்டுப்பகுதியில் அம்மிக்கல், பானை ஓடுகள், காசுகள் கிடைத்தனவாம். இப்போது வெட்டிப் பார்த்தாலும் கிடைக்குமென்று தகவலாளி செல்வராசு முதலியார் கூறினார். அந்த மணல் மேட்டைப் பார்க்கும்போது கடல் ஊருக்குள் வந்து போனதாகக் தெரிகிறது. கோட்டைப் பகுதிக்கு அருகே மந்தைவெளி என்று ஓரிடம் உள்ளது. அது சுவடியிலும் குறிப்பிடப் படுகிறது. அங்கு மந்தைவெளிக்கல் என்று ஒன்றிருக்கிறது. பாதி புதைந்த நிலையில் அது காணப்படுகிறது. அருகே குறும்பர் காலக் கல்வெட்டுடன் கூடியதாகச் சுவடி குறிப்பிடும் பாறை புதைந்துள்ளது. அதில் உள்ள எழுத்துகளும் தெளிவாக இல்லை.

அடுத்ததாகச் சுவடியில் குறிப்பிடப்படும் சாணான்குப்பம் எனும் பகுதி, இப்போது சாலவான் குப்பம் எனும் பெயருடன் விளங்குகிறது. இங்கே புயல்பாதுகாப்பு இல்லம் ஒன்று அரசால் கட்டப்பட்டுள்ளது. களஆய்வுப் பணிக்குச் சென்றபோது புயல்பாதுகாப்பு இல்லத்திலும் அதற்குப் பக்கத்தில் போடப்பட்டிருந்த புதிய குடிசைகளிலும் ஈழத் தமிழர்கள் அரசால் தங்க வைக்கப்பட்டிருந்தனர். இப்பகுதி பட்டிப்புலத்திலிருந்து மூன்று கி.மீ தொலைவில் மாமல்லபுரம் செல்லும் சாலையில் கடற்கரையோரத்தில் உள்ளது. அடுத்ததாகச் சுவடியில் இடையன்படல் என்று குறிப்பிடப்பட்டுள்ள இடம், இப்போது புலிக்குகை என்று அழைக்கப்பட்டு வருகிறது. இது சாலவான் குப்பத்திற்கும் மாமல்லபுரத்திற்கும் இடையே உள்ளது. ‘யிடையன் படலென்று கூப்பிடப்பட்ட பிருமாண்டமான கல் குறும்பரால் உண்டு பண்ணப்பட்டு அதன் சிகரத்திலிருக்கிற அவாளால் பண்ணப்பட்ட பொத்தல்களிலே படிவழியாய் ஏறிப்போய் தீபங்களை வைத்து அந்த வெளிச்சத்தினாலே தங்களை மந்தைகளைக் கார்த்துக் கொண்டார்கள்’ என்று சுவடியில் (டி.2864) செய்தி இடம்பெற்றுள்ளது.

கள ஆய்வுப் பணியின்போது அந்தக் கல்விளக்கு, தேடிக் கண்டறியப் பட்டது. இப்போது புலிக்குகை எனப்படும் இடத்திற்குச் சற்று வடக்கே

சுமார் நாற்பதடி உயரத்திற்கு ஒரு பாறை உள்ளது. பாறை செங்குத்தாக இல்லாமல் சற்று சாய்வாக உள்ளது. அதன்மேல் ஏறிச்செல்வதற்கு ஒரு கால்வைக்கும் அளவுக்குப் பாறையில் இடம் செதுக்கப்பட்டுள்ளது. படிபோன்று வசதியாக இல்லை எனினும் முயன்றால் ஏறிச் செல்லலாம். இருப்பினும் எந்த நேரத்திலும் வழுக்கி விழும் அளவுக்கு அந்தப் படிகள் இருக்கின்றன. அவற்றின் வழியே முயற்சி செய்து மேலே ஏறிச் சென்று பார்த்தால் பாறையின் உச்சியில் பல பொந்துகள் இருக்கின்றன. பாறையின் ஒரு பக்கம் கடலைப் பார்த்தும் மறுபுறம் ஊரைப் பார்த்தும் உள்ளது. ஊரைப் பார்த்துள்ள பாறையின் மேற்பக்கத்தில் தாம் பொந்துகள் உள்ளன. பொந்துகள் மூன்று வரிசைகளாக மேலிருந்து இடைவெளியிட்டு அமைக்கப்பட்டுள்ளன. முதல் வரிசையில் ஆறு பொந்துகளும் இரண்டாம் வரிசையில் நான்கு பொந்துகளும் கடைசி வரிசையில் ஆறு பொந்துகளுமாக மொத்தம் பதினாறு பொந்துகள் உள்ளன. அவற்றில் விளக்கேற்றி வைத்திருந்ததற்கு அடையாளமாகப் பொந்துகளின் உட்பக்கங்கள் கருமையாக உள்ளன. அந்தப் பாறை இப்போதும் முயன்றால் ஏறிப்பார்க்கக் கூடியதாக உள்ளது. அப்பொந்து களில் விளக்கேற்றுபவர் நிற்பதற்கு வாய்ப்பாக நீளவாக்கில் ஒரு பள்ளம் வெட்டப்பட்டுள்ளது.

அந்தப் பொந்துகளில் விளக்கேற்றி வைத்து இரவு நேரங்களில் தமது ஆடுமாடுகளைக் குறும்பர்கள் பாதுகாத்துக் கொண்டிருக்கிறார்கள். ஒரு புறம் கடலாகவும் மறுபுறம் ஏரியாகவும் இரண்டுக்கும் இடைப் பட்ட நிலப்பகுதியில் ஆடுமாடுகள் வளர்ப்பதற்கேற்ப காடுகளாக அப்பகுதிகள் இருந்திருக்கின்றன. இரவு நேரங்களில் தமது ஆடுகளைக் குறும்பர்கள் இடையன்படலில் கொண்டு வந்து நிறுத்தி, பாறையில் விளக்கேற்றி, பிற விலங்குகளிடமிருந்து பாதுகாத்திருக்கிறார்கள். இதனைக் ‘கல்விளக்கு’ என்றும் அழைக்கின்றனர். ‘குன்றின் மேலிட்ட விளக்கு’ எனும் தமிழ்ப் பழமொழிகூட குன்றுகளில் ஆடுமாடுகளையும் தங்களையும் காப்பாற்றிக் கொள்வதற்காக ஏற்றி வைக்கப்பட்ட விளக்கிலிருந்து தோன்றியிருக்க வேண்டும் என்பது தெரியவருகிறது.

இதன் அருகே வடக்குப் பக்கத்தில் கல்வெட்டுகளுடன் கூடிய கோயில் ஒன்று உள்ளது. பட்டிப்புலத்தில் கிடைத்த முதுமக்கள் தாழி களைக் கடலில் தள்ளிவிட்டதாகவும், கோட்டை அடிச்சுவருக்குக் கீழே புதையல் இருப்பதாகவும் கூறப்பட்டுள்ள செய்திகளையும் ஊர்மக்கள் அறிந்திருக்கிறார்கள். ஆனால் புதையல் பற்றிய செய்தி பொய்யென்று கருதுகிறார்கள். இவை தவிர குறும்பர்கள் காசடித்ததைப் பற்றியோ மேற்கு நாட்டினருடன் வணிகம் செய்ததைப் பற்றியோ இப்போது அந்த ஊரில் உள்ளவர்களுக்கு ஏதும் தெரியவில்லை.

நெடுமரம்

குறும்பர்களின் கோட்டை இருந்த இடங்களில் ஒன்றாக நெடுமரம் என்ற ஊரும் சுவடியில் குறிப்பிடப்பட்டுள்ளது. செங்கற்பட்டு மாவட்டத்தில் மதுராந்தகம் வட்டத்தில் நெடுமரம் என்ற ஊர் உள்ளது.

நெடுமரத்தில் ஏறத்தாழ மூவாயிரம்பேர் உள்ளனர். அவர்களில் 1500க்கு மேற்பட்டவர்கள் ஆதிதிராவிடர்கள். அவர்கள் அனைவரும் கூலி விவசாயிகள். நில உடைமையாளர்களாக முன்பு முதலியார்கள் இருந்தனர். இப்போது ரெட்டியார்கள், நாயுடு, வன்னியர்கள் நில உடைமையாளர்களாக இருக்கின்றனர். முக்கியமான தொழில் நெல், மணிலா போன்ற விவசாயமாகும். நெடுமரம் ஊராட்சி மன்றத் தலைவர் நந்தகோபால் ரெட்டியார் தமக்குத் தெரிந்த விவரங்களைக் கூறிப், பிற விவரங்களை அறிந்துகொள்ள உடன் வந்து உதவினார். அவ்வாறு பெற்ற பிற விவரங்கள் பின்வருமாறு:

நெடுமரத்தில் ஆதிகேசவ பெருமாளுக்கும் அம்புசவல்லிக்குமாக கோயில் உள்ளது. அந்தக் கோவிலின் அறங்காவலராக நந்தகோபால் ரெட்டியாரின் தலைமுறையினர் இருந்து வருகின்றனர். அருகில் உள்ள கொடூர் சிவன் கோவிலில் கட்வெட்டுகள் இருப்பதாகவும் நந்தகோபால் ரெட்டியார் கூறினார். காசிக்குச் செல்பவர்கள், வழியில் தங்கிச் செல்வதற்காக நெடுமரத்தில் சத்திரமும் குளமும் இருந்திருக் கின்றன. இப்போது குளம் மட்டும் உள்ளது.

நெடுமரத்தின் அருகில் உள்ள மடையம்பாக்கத்தில் நிலத்தை உழும்போதே பழைய மட்பாண்டங்கள், அம்மிக்கல், குழவி, நாணயங்கள், வெண்கல விக்கிரகங்கள் கிடைத்தனவாம். நெடுமரத்தில் உள்ள ஆதிகேசவப் பெருமாள் கோவிலில் பணிபுரியும் சீனிவாசப் பட்டாச்சாரியார், அக்கோவில் 90 ஆண்டுகளுக்கு முன்னர் புதுப்பிக்கப் பட்டதாகக் கூறினார். மேலும் கோயிலில் இலட்சுமி நாராயணப் பெருமாள் விக்கிரகம் இப்போதும் இருக்கிறது. முன்னர் இலட்சுமி நாராயணப் பெருமாள் கோயிலாக இருந்தது. பின்னர் ஆதிகேசவப் பெருமாள் கோயிலாக மாறியிருக்கிறது. 1911ஆம் ஆண்டைச் சேர்ந்த இரண்டு கல்வெட்டுக்கள் உள்ளன. அவ்வூரில் ஒரு சிவன்கோயிலும் உள்ளது. அது கட்டப்பட்ட காலத்தை அறிய முடியவில்லை.

நெடுமரம் பற்றி சுவடியில் இடம்பெற்றுள்ள செய்திகளை நினைவுபடுத்தும் குறிப்புகளாக இன்றைக்கும் அவ்வூரிலிருந்து பெறும் செய்திகள் பின்வருமாறு:

குறும்பர்கள் அங்கே கோட்டைக் கட்டி ஆண்டிருக்கிறார்கள் எனும் சுவடிச் செய்திக்குச் சான்றாக, கோட்டைக்கரை என்ற பகுதி உள்ளது.

அது இப்போது சுடுகாடாக உள்ளது. ஊரின் மற்ற இடத்திலிருந்து சற்று மேடாக அப்பகுதி உள்ளது. குறும்பர்களை நினைவுபடுத்தும் வகையில் ஊரின் ஆடுமாடுகளுக்கு அப்பகுதி மேய்ச்சல் பகுதியாக உள்ளது. கோட்டைக்கரை மேட்டில் உள்ள முனியீசுவரன் கோவிலும் அதன் பின்னாலிருக்கும் வேப்பமரமும் பழங்காலத்தைச் சேர்ந்தவையாக உள்ளன. கோட்டைக்கரைமேடு அப்பகுதியின் பிற இடங்களினின்றும் மாறுபட்ட கெட்டியான மண் அமைப்பைக் கொண்டுள்ளது. அதனால் சுற்றுவட்டாரத்தில் சாலை போடுவதற்காகக் கோட்டைக் கரைமேடு வெட்டப்பட்டு வருகிறது. வெட்டப்படும் பகுதியிலிருந்து பழைய காலத்துப் பானை ஓடுகளும் முதுமக்கள் தாழியின் உடைந்த பகுதிகளும் கிடைத்துள்ளன.

அவ்வூரில் இடையர்கள், பிள்ளை என்ற பட்டப் பெயருடன் அதிகம்பேர் வாழ்கின்றனர். அவர்களைக் குறும்பிடையர் என்றும் அழைக்கின்றனர். கோட்டைக்கரைமேட்டில் மண்சுவரால் கோட்டைச் சுவர் கட்டப்பட்டிருந்திருக்கிறது. கோட்டையைச் சுற்றியிருந்த அகழிகள் இப்போது மடுவுகளாகக் காணப்படுகின்றன.

குறும்பர்களுக்கும் வெள்ளாள முதலியார்களுக்கும் தகராறு நடந்ததாகச் சுவடியில் கூறப்பட்டுள்ளதற்கேற்ப, அவ்வூரில் வெள்ளாள முதலியார்கள் வாழ்ந்து வருகின்றனர். விவசாயத் தொழிலை மேற்கொண்ட முதலியார்கள் வெள்ளாள முதலியார் என்றும், வெற்றிலை பயிரிட்டவர்கள் தோட்ட முதலியார்கள் என்றும் அழைக்கப்பட்டுள்ளனர். சுவடியில் வெள்ளாள முதலியார், தோட்ட முதலியார்கள் என்ற இரு பிரிவினர் பற்றியும் குறிப்புகள் இடம் பெற்றுள்ளன.

நெறும்பூர்

குறும்பர்களின் கோட்டை இருந்த இடமாகச் சுவடி குறிப்பிடும் ஊர்களில் நெறும்பூர் ஒன்றாகும். அது செங்கற்பட்டு மாவட்டத்தில் திருக்கழுக்குன்றத்திலிருந்து 16 கி.மீ தொலைவில் உள்ளது. பாலாற்றின் கரை ஓரத்தில் உள்ளது.

ஐம்பது வயதுடைய திருமதி. மைதிலி இராசகோபாலாச்சாரியார் உதவியுடன் அங்கிருந்த கல்வெட்டுடன் கூடிய நீலமாணிக்கப் பெருமாள் கோவில் பற்றிய செய்திகள் அறிந்துகொள்ளப்பட்டன. கமலவல்லித் தாயாரும் நீலமாணிக்கப் பெருமாளும் எழுந்தருளியுள்ள அக்கோவில் குறும்பர்கள் வைணவத்திற்கு மாற்றப்பட்ட விவரத்தோடு தொடர்புடையதாகத் தோன்றுகிறது.

கிராம அலுவலர் அரங்கநாதனும் அவருடைய துணைவியாரும் அவ்வூரைப் பற்றிய மற்ற விவரங்களை அறிந்துகொள்ளவும், காணவும் உதவினார்கள். அவர்கள் வழிபெற்ற விவரங்கள் பின்வருமாறு:

நெறும்பூரில் இப்போது ஏறத்தாழ மூவாயிரம்பேர் உள்ளனர். அவர்களுள் ஆதிதிராவிடர்கள் நூறு வீடுகளிலும், பார்ப்பனர்கள் ஐந்து வீடுகளிலும், ரெட்டியார்கள் இருபது வீடுகளிலும், வன்னியர்கள் ஐம்பது வீடுகளிலும், முதலியார்கள் ஐந்து வீடுகளிலும், யாதவர்கள் நாற்பது வீடுகளிலும், இருளர்கள் அல்லது வில்லியர்கள் எனப்படுவோர் மூன்று வீடுகளிலும், முஸ்லிம்கள் இரண்டு வீடுகளிலும் வாழ்ந்து வருகின்றனர்.

நெறும்பூர் மேலம்மையூர் ஜமீனுக்கும் குணாம்பேட்டை ஜமீனுக்கு மான தகராறில் இருந்தது. பின்னர் நீதிமன்றம் வரை சென்று குணாம்பேட்டை ஜமீனுக்கு முழுவதும் உரியதாகி விட்டது. பின்னர் மேலம்மையூர் ஜமீனிடமிருந்து பெற்ற பகுதிகளைக் குணாம்பேட்டை ஜமீன் பி.வி. கஜபதிராஜா எனும் விஜயநகர அரசர் பரம்பரை யினிடத்தில் விற்று விட்டாராம். இப்போதும் அவர்கள் அங்கு வாழ்ந்து வருகின்றனர். அவ்வூரின் முக்கியத் தொழில் விவசாயமாகும்.

அவ்வூரில் உள்ள திருவாலீசுவரர் சிவன்கோவில் பழமையானதாகும். அவ்வூரில் உள்ள சிவன்கோவிலுக்கும் வைணவக் கோயிலுக்கும் சேர்த்துப் பொதுவாக நிலங்கள் கொடுக்கப்பட்டுள்ளன. சிவன் கோவிலின் கருவறைச் சுவரின் வெளிப்பக்கத்தில் தென்பக்கம் நின்ற கோலத்தில் விநாயகரும் மேற்குப்பக்கத்தில் திருமாலும் வடக்குப் பக்கத்தில் நான்முகனும் துர்க்கையம்மனும் இடம் பெற்றுள்ளனர். சிவன் கோவிலில் உள்ள பெருமாள் சிலை சிறப்பாகக் குறிப்பிடத்தக்கதாகும். கோயிலைச் சுற்றி வடக்குப்பக்கம் தவிர மற்ற பக்கங்களில் கல்வெட்டுகள் உள்ளன. கருவறை முழுவதும் கருங்கற்களால் கட்டப்பட்டுள்ளது.

இனி, குறும்பர்களுடன் தொடர்புடையதாக அவ்வூரில் கண்டறிந்த வையும் சுவடி குறிப்பிடும் செய்திகளின் இன்றைய நினைவுகளும் பின்வருமாறு:

அங்கு யாதவர்க்கென்று தனியாக ஒரு தெரு உள்ளது. 'புறங்காலைப் பிடித்தவன்' என்பது அவர்களைப் பற்றிய பழமொழியாக அங்கு வழங்கப்பட்டு வருகிறது. 'அட்டவாக்கம் நெறும்பூர்' என்று எழுதப் பட்ட பெரிய கல் ஒன்றும் எழுதப்படாத தூண் ஒன்றும் அத்தெருவில் கவனிக்கப்படாமல் புதையுண்டு நிற்கின்றன.

குறும்பர்களின் கோட்டையாக இருந்த இடம் இப்போது வெற்று நிலமாக உள்ளது. அங்குப் பழங்காலத்தைச் சேர்ந்த கற்களும் ஓடுகளும்

வரப்புகளில் குவிந்து கிடக்கின்றன. குறும்பரின் கோட்டைப் பகுதி யாகக் கூறப்படும் இடத்தைச் சுற்றிலும் உள்ள அகழி, அகழிப்பள்ளம் என்றும் அகழிக்குட்டை என்றும் அழைக்கப்படுகிறது. அருகில் உள்ள பகுதிகள் வயல்களாக உள்ளன.

நெறும்பூர் ஜமீனில் மேலாளராக இருக்கும் 52 வயதுடைய இராசன் என்பவர் கோட்டை மேட்டிலிருந்து மூன்று கி.மீ தொலைவில் இருக்கும் நிலத்தைச் சரிசெய்யும்போது கிடைத்த ஐந்து முகம் கொண்ட அழகிய, பழைய மண் விளக்கு, திருவைக்கல், செங்கல், உடைந்து போன மண்ணாலான குதிரையின் கால் ஆகியவற்றை வைத்திருக்கிறார்.

மண்விளக்கு 18 அங்குல விட்டத்திற்கு வட்டவடிவில் வழவழ வென்று சிவப்பு வண்ணத்தில் உள்ளது. திருவைக்கல்லின் ஒருபகுதி மட்டும் கிடைத்துள்ளது. செங்கற்கள் மிகப் பெரியனவாகவும் அதிக எடையுடனும் உள்ளன. 'சங்க காலத்திலும் அதற்குப் பிந்திய பல்லவர், சோழர் காலத்திலும் தமிழகத்தில் இத்தகைய நீளமும் அகலமும் கொண்ட செங்கற்கள் பயன்படுத்தப்பட்டு வந்தன' என்பது அகழ்வாராய்ச்சி காட்டும் உண்மையாகும். இவற்றைப் போன்ற செங்கற்கள் உறையூர், காவிரிப்பூம்பட்டினம், அரிக்கமேடு, நத்தமேடு, சோழ மாளிகை, காஞ்சிபுரம் ஆகிய ஊர்களில் கிடைத்துள்ளன. நெறும்பூரில் கிடைத்துள்ள செங்கற்கள் மேலே குறிப்பிட்டுள்ள செங்கற்களுடன் ஒப்பிட்டுப் பார்க்கும் தகுதியை உடையனவாகும். சுவடியும் பூர்வம் கண்ட கற்கள் என்று அவற்றைக் குறிப்பிடுகின்றது.

குறும்பர்களின் கோயில் இருந்த இடமாகச் சுவடியில் கூறப் பட்டுள்ள இடம், இப்போதும் கோரி என்றழைக்கப்படுகிறது. ஆனால் அது விவசாய நிலமாக மாறியுள்ளது. அவ்வூரைச் சேர்ந்த 'ஒட்டங்காச்சிக்களம்' என்று அழைக்கப்படும் பகுதியில் பழைய காலத்தைச் சேர்ந்த பானை ஓடுகள் நிறையக் குவிந்து கிடக்கின்றன. அங்குள்ள மலட்டாற்றங்கரையில் ஓடு, செங்கல், முதுமக்கள் தாழியின் சிதைந்த பகுதிகள் கிடக்கின்றன. முதுமக்கள் தாழியை அவ்வூர் மக்கள் 'குறும்பர் உறைகல்' என்றழைக்கின்றனர். சிலர், வீடுகளில் இத்தாழிகளை வைத்திருக்கிறார்கள்.

நெறும்பூரில் குறும்பரைக் கொன்ற இடம் என்ற பெயருடன் ஒரு பகுதி உள்ளது. யாதவர் இனத்தைச் சேர்ந்த வேதாச்சலம் பிள்ளையின் மகன் கன்னியப்பன் என்பவர் அந்த இடம்பற்றி 'குறும்பரினத்தில் ஒருவன் இறந்துபோன அன்று ஏற்பட்ட தகராறில் குறும்பர்கள் பலர் கழுத்தறுக்கப்பட்டுக் கொல்லப்பட்டார்கள் என்றும், இறந்தவர்களைப் பக்கத்திலிருந்த கிணற்றில் தூக்கிப் போட்டு விட்டார்கள் என்றும்

அதனால் அந்த இடத்திற்கு குறும்பரைக் கொன்ற இடம் என்று பெயர் வந்ததாகவும் தெரிவித்தார். குறும்பரைப் பற்றியுள்ள மூன்று சுவடிகளில் 'அம்பட்டரால் குறும்பர் கொல்லப்பட்ட நிகழ்ச்சி' சொல்லப்பட்டுள்ளது.

வெள்ளாள முதலியார்களுக்கும் குறும்பர்களுக்கும் நடந்த தகராறுகள் சமாதானமடைந்தபோது, அதை ஏற்றுக்கொள்ளாத குறும்பரில் சிலர் வெளியேறி விட்டதாகவும், ஏற்றுக்கொண்டவர்கள் வெள்ளாள முதலியாருடன் சேர்ந்து வாழ்ந்ததாகவும் கூறப்படுகின்றன. குறும்பர் களின் ஒருவன் இறந்தபோது, இழவுக்கு வந்திருந்த சேர்ந்து வாழாத குறும்பர்களை, அவர்கள் மரபுப்படி இழவுக்கு வந்தவர்களுக்குத் தலையை மொட்டை அடிக்கும்போது, அம்பட்டர்கள் வெள்ளாள முதலியார்களின் ஆதரவால் அவர்களின் கழுத்தை அறுத்து விட்டனர். அந்த இடம் குறும்பரைக் கொன்ற இடமாக இன்றைக்கும் அழைக்கப் பட்டு வருகிறது என்றும் கன்னியப்பன் தெரிவித்தார். அந்த இடத்தில் இந்நிகழ்ச்சியை நினைவுபடுத்தும் வகையில் கழுத்தறுக்கப்படும் காட்சியல் அமைந்த நடுகல் ஒன்று இருந்ததாகவும் சென்னையிலிருந்து வந்தவர்கள் அதை எடுத்துச் சென்றுவிட்டதாகவும் அவர் கூறினார். கழுத்தில்லாத ஒரு கற்சிலை 'மொட்டப் பார்ப்பாத்தியம்மா கல்' என்ற பெயருடன் அங்குள்ளது.

அவ்வூரில் ஆடு மாடுகளுக்கு நோய் வந்தாலும் மனிதர்களுக்குக் காலரா, அம்மை போன்ற தொற்றுநோய் வந்தாலும் ஒருவகையான வழிபாட்டை மேற்கொள்கிறார்கள். இதை எண்ணெய்க்கல் பூசை என்று அழைக்கிறார்கள்.

அவ்வூரில் மந்தைவெளி என்றழைக்கப்படும் இடத்தில் எண்ணெய்க்கல் உள்ளது. ஊரில் நோய் வந்தால் சாமியாடி என்பவர் எண்ணெய்க்கல் பூசை செய்து சோதனையிட வேண்டும் என்று மக்களிடம் கூறுவார். மக்கள் கூடி நாள் குறித்து வழிபாட்டுக்குரிய விரதமிருந்து பூசையைத் தொடங்குகிறார்கள்.

மந்தைவெளிக்குச் சென்று சாமியாடி நிலத்தைத் தோண்டி உள்ளே உள்ள எண்ணெய் குறைந்திருக்கிறதா என்று பார்க்கிறார். எண்ணெய் குறைந்திருந்தால் பிறகு சில சடங்குகளைச் செய்து எண்ணெய் ஊற்றி வைக்கிறார். அதனால் ஊருக்குள் வந்த நோய் ஓடிப்போய்விடுகிறது என்று நம்புகிறார்கள். ஆடுமாடுகளை அடிப்படையாகக் கொண்டு நடத்தப்படுகிற இவ்வழிபாடு, குறும்பர்களுடன் தொடர்புபடுத்தி ஆராயவேண்டிய ஒன்றாகும்.

வட்டவடிவத்தில் பெரிய இட்டலி பானை போன்ற மண்பாண்டத் திற்குள் ஒரு மண்பாண்டத்தை வைத்து, அதற்குள் ஒரு மண்குடத்தை

வைத்து, அதற்குள் சுத்தமான நல்லெண்ணெய்யை ஊற்றி, அதன் மேல் மண்பாத்திரத்தால் மூடி, அதன்மேல் உலைமூடியால் மூடி, அதன்மேல் மண் ஓடுகளைக் கவித்துப் பூமிக்கடியில் மூன்றடி ஆழத்தில் புதைத்து விடுகிறார்கள். அதில் எண்ணெயின் அளவு குறைந்தால் ஊருக்குக் கெடுதி என்று நினைக்கிறார்கள். இப்போதும் இப்பழக்கம் நடைமுறையில் உள்ளது. பாபு என்கிறவர் பூசாரியாக இருக்கிறார். பூசையின் போது,

ஊர்பேர் நெறும்பூர்
உத்தமிபேர் காரச்செம்மன்
பாலொழும் நெறும்பூர்
பரமர் தொழும் மாரிமுத்தம்மன்

என்று தொடங்குகிற பாடலைப் பாடுவதாக அவர் கூறினார். அவ்வூரிலிருந்த தருமர் கோவிலின் முன்னே கூத்து, நடந்து வந்ததாகவும் கூறினார். தருமர் கோவில் இடிந்து கிடககிறது.

நெறும்பூரில் இப்போதும் இருளர் அல்லது காட்டுக்காரர் என்றழைக்கப்படும் இரண்டு குடும்பங்கள் உள்ளன. இவர்களின் தாய்மொழி தமிழ். தொழில் சவுக்கு மரம் வெட்டுதலும், பாம்பு பிடிக்கிறதுமாகும்.

அணைக்கட்டு

அணைக்கட்டில் குறும்பர்களின் கோட்டை இருந்ததென்ற குறிப்பு மட்டுமே இரண்டு (டி.*2867*, டி.*3114*) சுவடிகளிலும் இடம்பெற்றுள்ளன. அங்கிருந்த குறும்பர்கள் பற்றிய பிற விவரங்கள் எவையும் இடம்பெற வில்லை. செங்கற்பட்டு மாவட்டத்தில் மதுராந்தகத்திலிருந்து 25 கி.மீ தொலைவில் அணைக்கட்டு என்ற ஊர் உள்ளது. பாலாற்றின் மறுகரையில் அவ்வூர் அமைந்துள்ளது. நெறும்பூரிலிருந்து புதுப்பட்டினம் செல்லும் பேருந்தில் இரண்டு கி.மீ பயணத்தில் பனங்காட்டுசேரி சென்று, அங்கிருந்து பாலாற்று மணலில் இரண்டு கி.மீ நடந்து சென்றால் அணைக்கட்டை அடையலாம். பேருந்திலேயே அணைக் கட்டுக்குச் செல்ல செம்பூரிலிருந்தும் மதுராந்தகத்திலிருந்தும் வசதி உண்டு.

சேவூர் கிராமத்திலிருந்து தொடங்கும் பல்லவன் குளம் ஏரி தண்டரையில் முடிகிறது. அதைக் கொண்டு அப்பகுதியில் உள்ள இருபது கிராமங்களில் விவசாயம் நடக்கிறது. சேவூர் அருகில் அணை ஒன்றுள்ளது. அதனருகே ‘சோழக்கட்டு’ எனும் பெயரில் ஒரு கிராமம் உள்ளது. அருகில் உள்ள மற்றொரு கிராமத்தின் பெயர் பரமேசுவர மங்களமாகும். அங்குள்ள மிகப்பெரிய ஏரி, பல்லவன் குளம் ஏரியாகும். அங்கு வில்லியர் எனப்படுபவர்கள் இருக்கிறார்கள்.

ஐம்பத்திரண்டு வயதுடைய பார்த்தசாரதி பிள்ளை என்பவரின் உதவியால் பெற்ற விவரங்கள் பின்வருமாறு:

'அணைக்கட்டில் ஏறத்தாழ 700 பேர் வாழ்கின்றனர். கோட்டைக் கரை என்று அழைக்கப்படும் பகுதியில் குறும்பர்களின் கோட்டை இருந்தது. அப்பகுதியில் இப்போதும் யாதவர்கள் வாழ்ந்து வருகின்றனர்.

ஐந்து ஏக்கர் அளவில் கோட்டைக்கரை உள்ளது. சுற்றிலும் அகழி உள்ளது. இரண்டு ஆள் உயரமான மேடாகக் கோட்டைக்கரை மேடு உள்ளது. கோட்டையின் அடிப்படைச்சுவர் செங்கற்களால் ஆனது. இப்போதும் சில இடங்களில் செங்கற்கள் தென்படுகின்றன.

இரண்டு தலைமுறை முன்புவரை யாதவர்களின் வீடுகள் கோட்டைக் கரைமேட்டில்தான் இருந்தன. கிராமப் பொது நிலமாக இருந்த கோட்டைமேடு இப்போது தனிநபரின் உடைமையாகி விட்டது. மழைக்காலங்களில் முன்பு ஆடுமாடுகளைக் கொண்டு போய் யாதவர்கள் கோட்டை மேட்டில்தான் நிறுத்துவார்களாம். இப்போது கோட்டைக்கரை மணிலா விளைச்சல் நிலமாக மாறியுள்ளது.'

படுவூர்

சென்னையிலிருந்து 33 கி.மீ தொலைவில் திருப்போரூர் பேரூராட்சி யைச் சேர்ந்ததாகப் படுவூர் உள்ளது. ஊருக்கு அருகில் பெரிய ஏரி உள்ளது. மக்கள்தொகை ஏறத்தாழ மூவாயிரம் பேர். அவர்களில் ஆதிதிராவிடர்கள் இரண்டாயிரம் பேர்கள். அங்கு வெள்ளாள முதலியாரின் குடும்பம் ஒன்றும் நாயக்கர்கள் குடும்பங்கள் ஐந்தும் உள்ளன. பெரும்பான்மையோரின் தொழில் விவசாயமாகும். இடையர்கள் சுமார் 500 பேர் வாழ்கின்றனர்.

சுவடியில் படுவூரின் பெயர்க் காரணங்கள் பல கூறப்பட்டுள்ளன. ஆனால், அவ்வூரைச் சேர்ந்த கஜபதி என்பவர் 'அருகே உள்ள பக்கிங்காம் ஆற்றில் படகு ஓட்டுபவர்கள் வாழ்ந்த காரணத்தினால் அவ்வூருக்குப் படகூர் என்று பெயர் வந்ததாக'க் குறிப்பிட்டார்.

இடிபாடுற்ற நிலையில் கூரையின்றி நிற்கும் சிவலிங்கத்தைச் சுற்றியுள்ள கருவறைச் சுவர்களின் தெற்கு, மேற்குப் பக்கங்களில் உள்ள கல்வெட்டில்,

> ஸ்வதிஸ்ஸ்ரீ ஸ்ரீவிக்கிரம சோழ தேவர்க்காண்டு ஒன்பதாவது ஜயங்கொண்ட சோழ மண்டலத்து அமூர் கோட்டத்து படுவூர் நாட்டுப் படுவூர்

என்று ஊரின் பெயர் இடம்பெற்றுள்ளதால் விக்கிரமசோழன் ஆட்சிக்

காலத்திலேயே அவ்வூர் படுவூர் என்று அழைக்கப்பட்டு வந்தது உறுதியாகிறது. அதனால் அந்த ஊருக்குப் படுவூர் என்பதே பழைய பெயராகும். இப்போது அது 'படூர்' என்றழைக்கப்பட்டு வருகிறது. படுவூர்க் கோட்டத்தில் மூன்று நாடுகளும் இருபத்தைந்து நத்தமும் அடங்கியிருந்தன என்று ஐரோப்பிய நாடுகளில் உள்ள சுவடியில் செய்தி இடம்பெற்றுள்ளது.

படுவூர் ஊராட்சி மன்றத் தலைவர் சின்னக்குட்டி என்பவர் கள ஆய்வுப் பணியின் போது உடன் வந்து விவரங்கள் தொகுக்க உதவினார். அவ்வாறு அறிந்துகொண்ட விவரங்கள் பின்வருமாறு:

அவ்வூரில் கன்னியம்மன், பழவேட்டம்மன், அங்காளம்மன், துலுக்காணத்தம்மன், வேம்புலியம்மன் என்று அம்மன் கோயில்கள் உள்ளன. அங்கு ஒரு பிள்ளையார் கோயிலும் ஒரு சிவன் கோயிலும் இருக்கின்றன. தொடக்கப் பள்ளிக்கூடத்தின் எதிரே பழங்காலக் கட்டடம் ஒன்று இருந்ததற்கான அடித்தளம் காணப்படுகிறது. அதன் மேல் பழங்காலத் தூண்கள் இரண்டு நிற்கின்றன. மேலும் கல்வெட்டுகளுடன் இரண்டு தூண்கள் உள்ளன. சுவடியில், 'பூர்வத்தில் இந்த ஊரில் கொண்டை கட்டிகளும் குறும்பர்களும் இன்னவெகுபேரும் சயின மதத்துக்குள்பட்டவர்களும் இவ்விடத்தில் குடியிருந்தார்கள்' என்று கூறப்பட்டுள்ளது. குறும்பர் என்ற பெயரில் இப்போது யாரும் அங்கில்லை. ஆனால் இடையர்கள் வாழ்கிறார்கள்.

அந்த ஊர் சமண அரசர்களால் ஆளப்பட்டு வந்ததாகவும் அதற்குச் சான்றாக அங்குள்ள சமணர் கோயிலுக்கு அருகில் உள்ள கல்வெட்டில் அவ்வூர் சமணக்கோயிலுக்குச் சருவ மானியமாக விடப்பட்ட செய்தி இடம் பெற்றுள்ளதாகவும் சுவடி குறிப்பிடுகிறது. இப்போது கல்வெட்டைக் கண்டறிய முடியவில்லை. ஆனால், சமணர் வழிபட்ட படிமத்தை நினைவூட்டும் வகையில் இரண்டு பாம்புகளைக் கொண்ட படிமங்கள் உடைந்து போய்க்கிடக்கின்றன. இவை இன்றைக்கும் அவ்வூர் மக்களின் வழிபாட்டுக்கு உரியவையாக இருக்கின்றன. அம்மை வந்தால் அப்படிமங்களை அவ்வூர் மக்கள் வழிபடுகிறார்கள். அப்படிமங்கள் மாங்கனி என்ற குளக்கரையில் உள்ளன.

ஆதொண்டைச் சோழன் காலத்தில் படுவூரிலிருந்த சமணர் கோயில் இடிக்கப்பட்டதாகவும், சமணர்களின் ஆதிக்கம் அடக்கப்பட்டதாகவும் இரண்டு சிவலிங்கங்கள் பிரதிஷ்டை செய்யப்பட்டதாகவும் சுவடியில் குறிப்பிடப்பட்டுள்ளன. ஆனால் அங்கு இடிபாடுற்றிருக்கும் சிவன் கோயிலின் கருவறைச் சுவரின் கல்வெட்டுகள் விக்கிரமச் சோழன்

காலத்தைச் சேர்ந்தவையாக உள்ளன. ஆதொண்டைச் சோழன் காலத்தில் பிரதிஷ்டை செய்யப்பட்ட சிவலிங்கங்களுக்கு விக்கிரமச் சோழன் கோயில் எடுப்பித்திருக்க வேண்டும்.

அதன் பின்னர் விசயநகர ஆட்சிக்காலத்தில் குறிப்பாகக் கிருட்டிண தேவராயர் காலத்தில் அங்கு 'விஷ்ணு தேவஸ்தானம்' பிரதிஷ்டை செய்யப்பட்டதாகச் சுவடியில் கூறப்பட்டுள்ளது. இப்போது சிவலிங்கத் திற்கு அருகில் உள்ள மரத்தடியில் விஷ்ணு சிலை சார்த்தி வைக்கப் பட்டுள்ளது. அருகே தாயார் சிலையும் உள்ளது. அவற்றின் எதிரே உள்ள குளத்திற்குச் 'செங்காங் குட்டை' என்பது பெயராகும்.

இவ்வாறு படுவூர், சமணம், சைவம், வைணவம் என்று மத மாற்றங்களுக்கு ஆட்பட்டு வந்திருக்கிறது. படுவூரில் நிறைய முதுமக்கள் தாழிகள் புதைக்கப்பட்டுள்ளன. அவை புதைக்கப்பட்டிருக்கும் இடம் பாண்டுக்குழி என்றழைக்கப்பட்டது என்றும் 'படுவூருக்குக் கிழக்கிலே எழுபத்தஞ்சு பாண்டுக் குழிகளிருக்குது. படுவூருக்குத் தெற்கு காளாம் பாக்கத்துக்கு வடக்கு அறுபது பாண்டுக்குழிகளிருக்குது' என்றும் சுவடியில் கூறப்பட்டுள்ளன.

இப்போது உத்தரபூமி என்றும் சுடுகாடு என்றும் படுவூருக்குக் கிழக்கிலே உள்ள பாண்டுக்குழிகள் அழைக்கப்படுகின்றன. அங்கே 'பாண்டு தேவ வமுசஸ்தாரும் இன்னம் சில பாக்கியவந்தரும் தாங்கள் தங்கள் பேரை யும் பிரபல்யத்தையும் பெருனாள் நினைப்பூட்ட யிந்த இடங்களிலே கல்லறைகளைக் கட்டியதிலே தங்கள் வமுசஸ்தாரை வைத்தார்கள்' என்று சுவடியில் குறிப்பிட்டுள்ள செய்தியின்படி, கல்லறைகள் காணப்படவில்லை. ஆனால் கல்வட்டங்கள் காணப்படுகின்றன.

சவக்குழிகளின் அமைப்புக்கு ஏற்றவாறு அவை பலவகையாகப் பிரிக்கப்பட்டுள்ளன. அவற்றுள் *1.* கல்வட்டம் (Cairn Carcle) *2.* கல்லறை (Dolmenoid Cist) *3.* குடைக்கல் (Umberalla Stone) *4.*தொப்பிக்கல் (Toppikkal) *5.* குடைவரைக் குகை (Rockout) *6.* குத்துக்கல் (Menhir) *7.* நடுகல் (Hero stone) *8.* ஈமத்தாழி (Urn) ஆகியவை குறிப்பிடத்தக்கவை. மேற்கூறிய முதல் இரண்டு வகைகள் செங்கற்பட்டு மாவட்டம், பழைய புதுக்கோட்டை பகுதிகளில் அதிகமாகக் காணப்படுகின்றன. குடைக்கல், தொப்பிக்கல், குடைவரைக் குகை போன்றவை கேரள மாநிலத்தில் மட்டும்தான் காணப்படுகின்றன. குத்துக்கல் வகை சேலம், தருமபுரி மாவட்டங் களிலும் கேரளத்திலும் காணப்படுகின்றது. நடுகல், தாழி போன்றவை தமிழகத்தில் பரவலாக எல்லாப் பகுதிகளிலும் காணப்படுகின்றன.

அவ்வகையில் படுவூரில் காணப்படுபவைக் கல்வட்டங்களாகும். முதுமக்கள் தாழியைப் புதைத்த இடத்தைச் சுற்றிலும் சிறு கற்பாறைகளைக்

கொண்டு வட்டமாக அமைத்துள்ளனர். பாறை வட்டம் வெளியில் தெரியும்படி உள்ளது. கல்வட்டத்திற்குள் வெட்டினால் முதுமக்கள் தாழி மனித எலும்புகளுடன் கிடைக்கின்றது. அவ்வாறு மெக்கன்சியின் உதவியாளர்கள் *1816*ஆம் ஆண்டு ஒரு கல்வட்டத்தை வெட்டிப் பார்த்து, அதற்குள் இருந்த முதுமக்கள் தாழியைத் திறந்து பார்த்து உள்ளே இருந்த சிறு மண்கலங்கள், எலும்புக்கூடு பிற பொருள்கள் ஆகியவற்றைப் பட்டியலிட்டுள்ளனர். *1823*ஆம் ஆண்டில் தான் முதல் முதலில் இத்தகைய பாண்டுக்குழிகள் ஆய்வுக்கு உட்பட்டன என்று கே.எஸ்.இராமச்சந்திரன் எழுதியுள்ளார். மெக்கன்சி சுவடியில் அதற்கும் முன்பே *1816*ஆம் ஆண்டே, பாண்டுக்குழிகள் ஆய்வு செய்யப் பட்டுள்ளன என்பதற்குச் சான்றுள்ளது.

முதுமக்கள் தாழிக்குள்ளிருக்கும் பிணத்தைப் பிற விலங்குகள் எடுத்துவிடக்கூடாது என்பதற்காகவும், அதன்மேலேயே வேறு முதுமக்கள் தாழியைப் புதைத்துவிடக்கூடாது என்பதற்காகவும் அத்தகைய கல்வட்டங்கள் அமைக்கப்பட்டிருக்க வேண்டும். அவ்வாறே பிணத்தைக் குழியிலிருந்து நாய், நரி போன்றவை தோண்டி எடுத்துவிடக்கூடாது என்பதற்காக அதன்மேலே நடப்பட்ட கல், பிறகு இறந்தவர்களின் பெருமையோடு நடுகல் ஆகியிருக்க வேண்டும். இவை மேலும் ஆய்விற்குரியவையாகும்.

படுவூர் மக்கள் வீடு கட்ட மண்வெட்டிய பாண்டுக்குழிப் பகுதியிலிருந்து கள ஆய்வுப் பணியின்போது பெரிய அளவிலான பானை ஓடுகள் கண்டறியப்பட்டன. அவை இரண்டாயிரம் ஆண்டுகளுக்கு முற்பட்டவையாகும். அத்தகைய கல்வட்டங்கள் இப்போதும் காணும் வகையில் உள்ளன. அப்பகுதிகளில் புதையல் இருப்பதாக ஊர்மக்கள் சிலர் இன்னமும் நம்பிக் கொண்டிருக்கின்றனர். படுவூருக்குத் தெற்கே காளம்பாக்கத்திலும் அத்தகைய பாண்டுக் குழிகள் உள்ளன.

செங்கற்பட்டு மாவட்டத்தில் இரண்டாயிரம் ஆண்டுகட்கு முன்னர் வாழ்ந்த மக்களின் சவக்குழிகள் அமிர்தமங்கலம், அச்சரப்பாக்கம், உத்தமநல்லூர், குன்றத்தூர் (கல்வட்டம்), கடமலைப்புத்தூர், சானூர், சீதாபுரம் (கல்வட்டம்) திம்மாபுரம், திரிசூலம் (கல்வட்டம்), தென்மேற்காடு, தேன்பாக்கம், பரும்பயர் (கல்வட்டம்), பெரியநத்தம் (கல்வட்டம்), வெள்ளியன் மலை (கல்வட்டம்), படப்பை (கல்வட்டம்) ஆகிய ஊர்களிலும் காணப்படுகின்றன.

இனி தொண்டை மண்டல வரலாறு (ஆர்.*3822*), தொண்டை மண்டல வேடர் குறும்பர் வரலாறு (ஆர்.*3827*), நெரூர் கிராமப்பூர்வ வரலாறு (ஆர்.*3605*) ஆகிய சுவடிகளில் குறும்பர்களைப் பற்றி

இடம்பெற்றுள்ள செய்திகள் பின்வருமாறு:

கருநாடகத்திலிருந்து வந்த குறும்பர்கள் தொண்டை மண்டலத்தில் குடியமர்ந்தனர். அவர்களுக்கு மண்டலப் பிரபு தலைவனாக இருந்தான். அவனுடைய நாடு குறும்ப பூமி என்றழைக்கப்பட்டது. நாளடைவில் குறும்ப பூமி பல பிரிவுகளாய்ப் பிரிந்து அவை குறும்பர்கள் பலரால் ஆட்சி செய்யப்பட்டன. இருபத்து நான்கு இடங்களில் கோட்டைகளைக் கட்டி ஆண்டனர். ஆலம்பரை, கடலூர், சாலக் குப்பம், சாலப்பாக்கம், பட்டிப்புலம், மரக்காணம், மெய்யூர் ஆகிய இடங்களில் மேலைநாட்டினருடன் வியாபாரம் செய்வதற்காகக் கோட்டைகளைக் கட்டினார்கள். அவர்கள் காவிரிப் பட்டினத்துச் செட்டியார்களுடன் சேர்ந்து மேலை நாட்டினருடன் வியாபாரம் செய்தனர்.

குறும்பர்கள் தங்களின் தொழிலுக்கேற்ப அண்டைக்குறும்பர், கண்ணாக்குறும்பர், வேடர்குறும்பர், குறும்பக்கொல்லர் என்றழைக்கப் பட்டனர்.

காடாக இருந்த தொண்டைமண்டலத்தில் ஆடுமாடுகளை மேய்த்துக் கொண்டிருந்த குறும்பர்களையும், அரசர்களாக இருந்த குறும்பர்களையும் அக்காட்டிலிருந்த முனிவர் ஒருவர் சமண மதத்திற்குக் கொண்டுவந்தார். சமண மதத்திலிருந்த குறும்பர்களைப் பல சிற்றரசர்களும் பேரரசர்களும் எதிர்த்துப் போரிட்டுத் தோற்றனர். இறுதியில் ஆதொண்டைச் சோழன் படையெடுத்துத் தோற்றுச் சோழன்பேடு எனுமிடத்தில் தங்கியிருந்து, சிவனின் அருளால் மீண்டும் படையெடுத்து வெற்றிபெற்றான்.

அதன் பின்னர் ஆதொண்டைச் சோழன், குறும்பர்களையும் அவர்கள் மதத்தையும் அடியோடு அழித்துவிட்டு, அங்கு வேறு சாதிக்காரர்களைக் குடியேற்றினான். சமணக் கோயில்களை அழித்துவிட்டுத் தமது மதக்கோயில்களைக் கட்டினான்.

ஆதொண்டைச் சோழனிடம் தோற்றோடிய குறும்பர்கள் செங்கற்பட்டு மாவட்டத்தில் உள்ள மருதங்கோட்டையில் வாழ்ந்து வந்தனர். அவர்களை விசயநகர அரசன், கிருட்டின தேவராயரின் ஆளுகைக்குட்பட்ட சிற்றரசன் திருபுலிவனம் என்ற இடத்தில் போரிட்டு வென்றான். அதன் பின்னர் மருதங்குறும்பரின் கோட்டை கோவிந்தராஜன் என்பவருக்கு ஜாகிராகக் கொடுக்கப்பட்டது.

மேலும் காளஹஸ்தி, சத்தவேடு, செம்பேடு, திருமுல்லைவாயில், தொவளியூர், நாகலாபுரம், நாராயணவனம், நின்னையூர், பொன்னேரி, மாமல்லபுரம், மருதம், வீரபுரம், வேலூர் ஆகிய இடங்களிலும்

குறும்பர்கள் கோட்டைகள் இருந்தனவாகக் கூறப்பட்டுள்ளன.

குறும்பர்களின் தொழில்

குறும்பர்களின் தொழிலைப் பற்றி டி.2864, டி.2867, டி.3035, டி.3114 ஆகிய எண்களையுடைய நான்கு சுவடிகளிலும் கீழ்க்கண்டவாறு செய்திகள் இடம்பெற்றுள்ளன:

> 'குறும்பர் அதீக பிறபலியமாயிருந்து தங்கள் சாதித் தொழிலாகிய ஆடுமாடுகள் மேய்த்துக் கொண்டிருந்ததில் இந்த கிறாமத்து பட்டி கோளாகிய ஆடுமாடுகள் தீகமாய் பலுகிப் பெருகினத்தினாலே பட்டிப்புலமென்ற பேர் வந்தது ' *(டி.2864)*
>
> '...தீபங்களை வைத்து அந்த வெளிச்சத்தினாலே தங்கள் மந்தைகளை காா்த்துக் கொண்டார்கள்...
>
> ...தங்கள் மந்தை வைத்திருந்த இடம் மந்தைவெளி என்று யின்னம் அறியப்பட்டிருக்குது ' *(டி.2864)*
>
> 'இந்தக் குறும்பர்கள் ஆட்டுமந்தைகள் மிச்சமாயிருந்து வெகு கிராமங்களிலே மந்தை பறித்துக் கொண்டிருந்தார்கள் ' *(டி.2867)*
>
> 'குறும்பர் யாதவ வமிசத்தைப் பத்தினவர்கள்' என்று சொல்லிக் 'குறும் இடையர்' என்று அழைக்கப்படுகிறார்கள்' *(டி.3035)*
>
> 'குறும்பர் என்ற இடைய வமிசஸ்தர்களுடைய சரித்திரம்' *(டி.3114)*

மேற்குறிப்பிட்ட செய்திகளின் அடிப்படையில் செங்கற்பட்டு மாவட்டத்தில் வாழ்ந்த குறும்பர்களின் தொழிலாக ஆடுமாடு வளர்த்தல் உள்ளது. குறும்பர்கள், இடையர்கள் என்றழைக்கப் பட்டுள்ளனர். கர்நாடகத்தில் வாழும் குறும்பர்களைப் பற்றி முனைவர் பட்ட ஆய்வேடு ஒன்றிலும் இச்செய்தி கூறப்பட்டுள்ளது.

கர்நாடக மாநிலத்தில் காப்புக்கல்லு என்னும் கிராமத்தில் வாழும் குறும்பர்களைக் குறிப்பிடும்போது குறுபா என்பதற்கு மேய்ப்பர்கள் என்று பொருள் என்றும் அவர்களின் பாரம்பரியத் தொழில் ஆடுமாடு வளர்த்தல் என்றும் மாமிசத்தை உணவாகவும் ரோமத்தைப் போர்வை தயாரிக்கவும் பயன்படுத்துவர் என்றும் கூறப்பட்டுள்ளன. ஆனால் காப்புக்கல்லு கிராமத்தில் வாழும் குறும்பர்களுக்கு ஏனைய சாதிகளை விட, ஆடு ஒரு பொருளாதார முக்கியத்துவம் வாய்ந்ததாக இல்லை என்றும் அவர்கள் நிலம் உடையவர்களாகவும் விவசாயிகளாகவும் காணப்படுகின்றனர் என்றும் மைசூர் மாநிலத்தில் காணப்படும் குறும்பர்கள் பொதுவாகச் சிறு நில உடைமையாளர்களாகவும்

விவசாயிகளாகவும் காணப்படுகின்றனர் என்றும் கூறப்பட்டுள்ளனர். அங்குக் குறும்பர்கள் தங்கள் பாரம்பரியத் தொழிலை விட்டுவிட்டு வேறு தொழிலில் ஈடுபடுவதைக் காண முடிகிறது.

கொங்கு நாட்டின் வடகோடியிலுள்ள மஞ்சுமலை (தருமபுரி)யில் வாழும் குறும்பர்களில் 'ஆடுகளைச் சிலர் நூற்றுக்கும் மேலும் வைத்திருக்கின்றனர்; சிலர் பத்து இருபது என்ற எண்ணிக்கையிலும் வைத்திருக்கின்றனர். பெரும்பாலோர் ஆடுகொண்டே வாழ்வு நடத்துகின்றனர்.

அவர்கள் வளர்க்கும் ஆடுகளில் பலவகை உண்டு எனக்காட்டினர். வாடிகுறி, யாடிகுறி, ஜன்னிகுறி, மொள்ளகுறி என்பன முறையே கொம்பு வளைவாகவும், தொடையில் வெள்ளையாகவும், வயிற்றில் வெள்ளையாகவும், காதில் வெள்ளையாகவும் இருக்குமாம். இவை யன்றி ஜன்னா, ஜாலி என்ற வகைகளும் உண்டாம். பொங்கல் கழிந்த மறுநாள் கொண்டாடும் மாட்டுப் பொங்கல் விழா இவர்களுக்கு மிகமிக முக்கியமானது. ஆம் இவர்கள் அதை ஆட்டுப்பொங்கலாகவே கொண்டாடுவர். அதில் இக்குறியாடு அதிக பூசை பெறும். அவைதாம் நிறையக் கம்பளிக்களுக்குரிய மயிர்தரும் போலும். எனினும் மற்ற வற்றையும் விடமாட்டார்கள். இவர்தாம் ஆட்டுப்பொங்கல் விழா மிகச் சிறந்தது என வீறுதோன்றக் கூறுகின்றனர்.

எனவே மருத நிலத்தில் கொண்டாடப்படும் மாட்டுப் பொங்கல் விழாவும் ஜல்லிக்கட்டும் முல்லை நில வாழ்வின் பண்பாட்டுக் கூறுகளாக இருக்கலாமென்று தோன்றுகிறது.

இனி நீலகிரியில் குறும்பர்கள் வாழும் இடம் யானைகள் வாழும் பெருங்காடுகளாக உள்ளமையின் அவற்றைப் பழக்குவதற்கும் சில சமயம் காட்டு யானைகளிடமிருந்து தப்புவதற்கும் ஒலி எழுப்பும் வகையில் மரபுவழிப்பட்ட பல்வகை ஒலிக்குறிகளை இவர்கள் கையாளுகின்றார்கள் என்பதால் அவர்களுக்கு யானையைப் பழக்குவித்தலும் இருக்குமிடத்திற்கு ஏற்பத் தொழிலாகப் போய் விட்டது. மேலும் நீலகிரி மாவட்டத்தில் வாழும் முள்ளுக் குறும்பர், பெட்டக் குறும்பர், தேனுக் குறும்பர் ஆகியவர்களில் எந்த ஒரு பிரிவைச் சேர்ந்தவர்களும் மேய்ப்பவர்களாக இல்லை. முள்ளுக் குறும்பர்கள் மட்டும் வேட்டை, விவசாயம் ஆகிய தங்கள் பாரம் பரியத் தொழில்களோடு ஆடுமாடு வளர்த்தலையும் ஒரு சிறு தொழிலாகக் கொண்டுள்ளனர். பெட்டக் குறும்பர்கள் பெரும்பாலும் விறகு வெட்டுதல், கூலி வேலை ஆகியவற்றில் ஈடுபடுகின்றனர். மேலும் குறும்பர்கள் வாழும் பகுதிகள் கடல் மட்டத்திலிருந்து சுமார்

3500 முதல் 4000 அடிவரை உயரமுடையதாகவும் சுமார் 25 அல்லது 30 ஆண்டுகளுக்கு முன்னால்வரையிலும் கொடிய வனவிலங்குகள் நிறைந்த அடர்ந்த காடுகளுடையதாகவும் காணப்பட்டன.

எனவே குறும்பர்கள் ஆடுமாடுகள் மேய்த்தலையும் வளர்த்தலையும் தமது வாழ்க்கையின் பொருளாதாரத்திற்குரிய தொழில்களாகக் கொண்டிருந்திருக்கின்றனர். கடந்த காலத் தமிழர்களின் திணைப் பாகுபாட்டில் முல்லை நில மக்களுக்குரிய தொழிலை அவர்கள் மேற்கொண்டிருந்திருக்கின்றனர்.

இனி அவர்களின் மதம்பற்றிய செய்திகளைக் காணலாம்: 'பழங்குடி மக்களை அவர்கள் பேசும் மொழி, அவர்கள் பின்பற்றும் சமயம், வாழ்க்கைக்கு வேண்டியவற்றை ஈட்டிக்கொள்கின்ற முறை போன்றவற்றை அடிப்படையாக வைத்து வகைப்படுத்துவர் என்பதற்கேற்பக் குறும்பர்களின் மதமும் குறிப்பிடத்தக்கதாக உள்ளது.'

குறும்பர்களின் மதத்தைப் பற்றியும் மதமாற்றத்தைப் பற்றியும் வழிபாட்டைப் பற்றியும் டி.2862, டி.2864, டி.2866, டி.2867, டி.3035ஆம் எண்ணுள்ள சுவடிகளில் செய்திகள் இடம்பெற்றுள்ளன:

'யாதொண்டை சக்கிரவர்த்தி நாளில் குறும்பரின்னம் சயின மதத்துக்குள்பட்டிருந்தார்கள்'

'இவர்கள் முழுவதும் சயின மதத்துக்குள்பட்டவாளாயிருந்து' என்று குறும்பர்கள் சமண சமயத்தைச் சேர்ந்தவர்கள் என்று சுவடிகள் குறிப்பிடுகின்றன. ஆனால் அவர்கள் சைவ மதத்திலாவது வைணவ மதத்திலாவது சேர்ந்தவர்கள் என்று டி.3035 ஆம் எண்ணுள்ள சுவடி திருவண்ணாமலையிலிருந்த குறும்பர்களின் மதம்பற்றிக் குறிப்பிடுகிறது.

குறும்பர்கள் தொடக்கத்தில் சமணர்களாக இருந்து பின்னர், சயிவ பிறாமணாளுடைய போதனையால் சோழ அரசனால் தோற்கடிக்கப்பட்டனர் என்றும் ஆதொண்டைச் சோழன் காலத்தில் சமண மதத்திலிருந்து வைணவ மதத்திற்கு மாற்றப்பட்டார்கள் (டி.2864) என்றும் சுவடிகளில் கூறப்பட்டுள்ளன. மேலும் தோற்கடிக்கப்பட்ட குறும்பர்களின் சமண மதமும் சமணர் கோயில்களும் அழிக்கப்பட்டன என்றும் 'ஒரு சயின விக்கினம் யிப்போ எரிப்பினாலே பிறாமணாளாலே நொண்டியாக்கப்பட்டிருக்குது' என்றும் சுவடியில் கூறப்பட்டுள்ளன.

குறும்பர்களின் வழிபாட்டு முறை பற்றி டி.3035 ஆம் எண்ணுள்ள சுவடியில் மொழிநடை சரியாக இல்லை, எனினும் அதில் இடம் பெற்றுள்ள செய்திகளின் விவரம் பின்வருமாறு:

குறும்பர்களின் வழிபாட்டிற்குரியது வீரபத்திரர் தெய்வமாகும். வீரபத்திரர் இருக்கத் தனியாக ஒரு வீடும் அமைக்கப்பட்டு அது சுத்தமாகவும் வைக்கப்பட்டிருந்தது. அமாவாசையன்று அந்த வீட்டுக்குள்ளிருந்து வீரபத்திரசாமியை எடுத்துப் புளியினால் துலக்கி நீரிட்டுச் சுத்தம் செய்து பாவாடை விரித்து அதன்மேல் சாமியை நிறுத்தி, அர்ச்சனை செய்து, பட்டினாலே ஆடை நைவேத்யம் வைத்து, சாம்பிராணி தூபமிடுவார்கள். புதுப்பானையை அடுப்பில் வைத்துத் தண்ணீர் விட்டு, பச்சரிசி பொங்கலிட்டுச் சாமியின் முன்னே இலை போட்டு, நெய் வைத்துத் தேங்காய் உடைத்துப் பழம், பாக்கு, வெற்றிலை முதலானவற்றை நைவேத்தியத்தில் வைத்து வழிபடுவர். முடிந்தபின்னர் சாமியை எடுத்துப் பெட்டியில் வைத்துத் தனி வீட்டில் கொண்டுபோய் வைத்துவிட்டு வருவார்கள்.

பொன்னேரிக்கருகில் உள்ள குறும்பரின் கோட்டை என்று கூறப்படுகிற பகுதியில் வீரபத்திர சாமி கோயில் ஒன்றும் இரதிகோயில் ஒன்றும் காணப்படுகின்றன. சாமிக்குத் திருநாள், ஆண்டுக்கு மூன்று நாட்களில் நடக்கும். அப்போது குறும்பர்கள், திருநாளிற்கு எட்டு நாட்களுக்கு முன்பிருந்தே பெண்களுடன் உறவுகொள்ளாமலும், அசைவ உணவு உண்ணாமலும் வழிபாட்டில் ஈடுபட்டு விரதம் இருப்பார்கள். விரத மிருந்து பூசை நடத்துகிற பூசாரியை உட்கார வைத்து, அவன் தலையில் தேங்காயை உடைத்து அதனை அவன் மடியிலே போடுவர். நடை பூசாரியின் கையிலே உடைத்தத் தேங்காயைக் கொடுப்பதும் உண்டு.

தலையிலே தேங்காயை உடைக்கும்போது சிலமுறை தலை நசுங்கிப் போவதும் உண்டு. அவ்வாறு தலை உடைந்தால் பூசாரியின் விரதத்தில் ஏதோ குறை இருப்பதாகவும் அவன் தீட்டுப்பட்டவன் என்றும் கருதுவார்கள். அதனால் மறுபடியும் விரதமிருந்து தூய்மை யடைந்து திருநாள் நடத்துவார்கள்.

முனீசுவரனையும் அவர்கள் 'தவில் முழங்க வானம் இரண்டாக' மகிழ்ச்சியில் வழிபடுவர். இதேபோன்ற வழிபாட்டு முறை தருமபுரியில் உள்ள குறும்பர்களிடமும் பின்வருமாறு காணப்படுகிறது:

> கோயிலுக்குக் காணிக்கை இடும் வழக்கம் ஒவ்வொரு குடும்பத் திலும் உண்டு. ஊர்தோறும் மக்கள் கூடி இக்காணிக்கையை வீடு வீடாகச் சென்று வசூல் செய்வர். இதற்குப் படி எடுத்தல் என்று பெயர். பெரும்பாலும் இது தானியமாகவே தரப்பெறும். இந்தப் படியினைக் கொண்டு இவர்கள் விழா எடுப்பது வழக்கம். அறுவடைக்குப் பிறகு ஆண்டுதோறும் இவர்கள் மாரியம்மனுக்கு விழா எடுப்பது வழக்கம்.

இவ்விழா பெரும்பாலும் தைத்திங்களில் நடைபெறும். நில அறுவடையில் பெற்ற வளத்தைக் கொண்டே மாரியம்மன் விழாவை இவர்கள் கொண்டாடுகின்றனர். அவ்விழாவில் பலியிடும் வழக்கமும் இருந்ததாம். அதைத் தவிர்த்துப் பொங்கலிட்டு, பூவிட்டு வணங்கும் வணக்கமே முக்கிய இடம்பெறும். விளக்கெடுத்தல் விழா என அதனோடு கலந்து கொண்டாடுகின்றனர். பெரும்பாலும் சென்னையை அடுத்த பெரிய பாளையத்தில் நடக்கும் மண்டை விளக்கெடுத்துப் பிரார்த்தனையைச் செய்து தங்கள் வேண்டுகோளை நிறைவேற்றியமைக்கு நன்றி தெரிவிக்கும் சடங்கைப் போன்று இதுவும் நடைபெறும் போலும்.

இவர் தம் வழிபடு கடவுளாகிய வீரபத்திரருக்கு அவர் விருப்பம் போல்தான் விழா எடுப்பார்களாம். இவ்விழா பெரும்பாலும் மூன்று ஆண்டுகளுக்கு ஒரு முறையோ ஐந்து ஆண்டுகளுக்கு ஒரு முறையோ நடைபெறும் என்பர். இவ்விழா இறைவன் மனிதன்மேல் 'ஆரோகணித்து ஆடி விழா எடுக்க வேண்டும்' எனக் கட்டளையிட்ட பிறகே நடை பெறுமாம். எனவே தெய்வக்கட்டளை இன்றி விழா இல்லை. தெய்வமும் இவ்வாறு மூன்று அல்லது ஐந்து ஆண்டுகளுக்கு ஒருமுறை 'விழாக் கொண்டாடுக' என உத்தரவு இடும்போலும். இந்தப் பெருவிழாவை இவர்கள் மிகவும் மதித்துப் போற்றுகின்றனர். இவ்விழாவைத் 'தம்பிரான் செய்தல்' என்றே அழைக்கின்றனர். தமக்குத் தாமே பிரானான இறைவனைத் தங்கள் முன்னிறுத்தி அவன் விழைவே தம் விழாவாக இத்திருவிழாவை மேற்கொள்ளும் குறும்பர்கள், இவ்விழா நிகழ்ச்சிகளில் மிக்க நெறியாகவும் ஆசாரமாகவும் இருக்கின்றனர்.

வீரபத்திரரை அலங்கரித்துப் பலகையில் கட்டி அவரைத் தம் தலையில் வைத்துக்கொண்டு பூசாரி பெரிய ஆட்டம் ஆடுவார். மக்களும் அவ்வாட்டத்தைக் காணக் கூடுவர். சில ஆண்டுகளுக்கு ஒருமுறையே இவ்விழா நடக்கின்ற காரணத்தால், மக்கள் இவ்விழாவைக் காண வருகின்றனர். இவ்விழாவில் இறைவன் புறப்பட்டு ஊர்வலம் வரும் போது பிரார்த்தனை நிறைவேற்றுபவர்கள் நெஞ்சு உறுதியுடன் சாமியின் முன்னே செல்வர். ஒரு பூசாரி சாமியைத் தாங்கி வர, மற்றொரு பூசாரி தெருதோறும் மக்கள் இறைவனுக்குப் படைக்கக் கொண்டு வரும் தேங்காயை உடைப்பார். எங்கே? தம்மை மறந்த நிலையில் விரதம் இருந்து, இறைவனோடு கூடவே வரும் அந்தப் பக்தர்தம் தலையில்தான் தேங்காய் இரண்டாக உடைக்கப்படும். இவ்வாறு ஒருவர் தலையிலே பத்துக்கு மேற்பட்ட தேங்காய்களை உடைப்பார். அவ்வாறு தேங்காய் உடைக்குமுன்

தலையில் மஞ்சள் தூவி, நெற்றியில் நீறு இட்டு, இறைவனைப் போற்றி வழிபடுவார்களாம். இவ்வாறு தம்பிரானைத் தாங்கும் பூசாரியே 'தம்பிரான்' என்பதும் பக்தர் தம்மை மறந்த நிலையில் தலையில் தேங்காய் உடைபடுவதையும் உணரா வகையில் இறைவனிடம் தம்மைக் கொடுத்து நிற்பதும் தெய்வ நெறியில் சிறந்த பண்பாடுகளாகக் கருதப்படுகின்றன.

சிலர் வாய்க்கு அலகு குத்திக்கொள்வர். இதை இவர்கள் 'பாய்பீகம் போடுதல்' என்கின்றனர். ('வ' வுக்குப் பதில் 'ப' வை இவர்கள் மிகச் சாதாரணமாக உபயோகிக்கின்றனர்) அவ்வாறே உடலுக்கும் அலகு குத்திக்கொள்கின்றனர். அதைப் 'பீகம் போடுதல்' எனக் கூறுகின்றனர். இவையன்றி நெஞ்சிலே கத்தியைச் செருகிச் சிறிதுநேரம் அப்படியே நிலைக்க வைத்திருந்து, பிறகு எடுத்துக்கொள்வார்களாம். இத்தகைய அஞ்சத்தக்க வகையில் இவர்தம் வழிபாடு அமைகின்றது. இத்தகைய வழிபாடுகளுடன் வீதியில் செல்லும் வீரபத்திரன், அவரைத் தாங்கும் பூசாரியாகிய 'வீரபத்திரன்' வெறும் தரையில் நடந்து செல்லக்கூடாதாம். எனவே அவ்விழாவுக்குரிய தெய்வம் செல்லும் வழியெல்லாம் நீர் ஊற்றிக்கொண்டே இருக்க வேண்டுமாம். அதற்கு மேல் வண்ணார் நீண்ட துணிகளை இட்டு வைப்பாராம். அதிலேயே வீரபத்திரன் நடந்து செல்வாராம்.

இவ்வாறு சுவடியில் இடம்பெற்றுள்ள வழிபாட்டு முறை இன்றைக்கும் நடைமுறையில் உள்ள வழிபாட்டு முறைகளோடு ஒத்துக் காணப் படுவது குறிப்பிடத்தக்கதாகும். கால ஓட்டத்தில் புதியவை வழிபாட்டு முறையில் கலந்துள்ளமையும் சுவடிகளால் தெரிய வருகின்றன.

இனி குறும்பர்களின் பண்பாட்டுக் கூறுகளாகச் சுவடியில் இடம் பெறும் செய்திகளின் விவரம் பின்வருமாறு:

குறும்பரினத்தில் பெரிய தனகாரன் பத்துப்பேர்களுடன் பந்தலி லிருந்து எழுந்து, பெண்ணின் கையில் உடைந்த தேங்காயின் மேல் மூடியைக் கொடுத்து, சுமங்கலி என்று கூறி மணமகன் மணமகளின் கையைப் பிடித்துக் காப்பிடுமாறு கூறுவார்கள். அவனும் அவ்வாறே செய்வான். அதன் பின்னர் தாலி கட்டுவான். அதன் பின்னர் நான்கு வகையான சோறும் விருந்தும் செய்து சாராயம் குடிப்பார்கள். தாலி கட்டிய இரண்டு நாள் கழித்து மணமக்களை உட்காரவைத்து வாழ்த்துவார்கள். அன்றைக்கு ஆடுவெட்டி, விருந்து சமைத்துச் சாப்பாடு போடுவார்கள். சாராயமும் குடிப்பார்கள். மூன்றாவது நாளும் அவ்வாறே விருந்து நடக்கும். நான்காவது நாளும் அவ்வாறே விருந்து முடிந்து ஐந்தாம் நாள் காலையில் மணமக்களை, மணமகளின்

தாய் வீட்டுக்கு அழைத்துக் கொண்டு செல்வார்கள். ஐந்தாம் நாள் பெண் வீட்டில் விருந்து நடக்கும். மணமகன் வீட்டிலிருந்து இரண்டு ஆடவர்கள் மணமகள் வீட்டுக்குச் சென்று சாராயம் குடித்து விருந்துண்டு, மணமக்களை மணமகன் வீட்டுக்கு அழைத்து வருவார்கள்.

தருமபுரியில் உள்ள குறும்பர்களிடையே நிலவும் திருமண முறை பின்வருமாறு:

இவர்கள் மணம் பெரியவர்கள் பெண்பார்த்து ஏற்பாடு செய்யும் மணமாகவே அமைகின்றது. மகனுக்கு உரியவர் மகள் வீடு சென்று பெண்கேட்டே மணமுடிப்பர். அதற்கு நிச்சயித்தல் அல்லது உறுதி செய்தல் என்று சொல்லுகின்றனர். அன்று விருந்து நடைபெறுமாம். அதற்குப் பெண்சோறு என்றே பெயராம். பெண்ணைக் கட்டிக் கொள்ளும் முறை தாய்மாமனுக்குத்தான் உண்டாம். அவன் வேண்டாம் என்று சொன்னால்தான் மற்றவர்களுக்கு ஏற்பாடு செய்வார்களாம். அதற்கும் அவரே முன்னின்று நடத்தித் தருதல் வேண்டுமாம்.

மணம் பெண்வீட்டிலேயே நடைபெறும். பந்தல் அமைத்து அழகுறத் திருமணம் செய்வார்களாம். பிள்ளைவீட்டார் தாலி செய்துவர வேண்டும். அதில் வீரபத்திரர் உருவம் செதுக்கி இருக்கப் பெறல் வேண்டும். பெண்ணுக்குப் பிரியமாகப் பதினைந்து ரூபாய் தருதல் வேண்டும். (இதற்கெல்லாம் இங்குள்ள எல்லா மரபினருமே பணம் என்ற எண்ணிக்கையிலேயே கணக்கிடுகிறார்கள்) பரியம் தவிர்த்துக் கைச் செலவுக்கென்று, அவரவர் தகுதிக்கு ஏற்ப நூறோ இருநூறோ தருதல் வேண்டும். இது பெரும்பாலும் மணச் செலவுக்குப் பயன்படும் போலும். கூறை வேட்டி, கூறைப்புடவை பிள்ளைச் செலவில் எடுக்க வேண்டும். மணச்சடங்கு அனைத்தும் சிவாச்சாரத்தாராகிய குருவின் முன்னிலையிலேயே நடைபெறல் வேண்டும். மணச்சடங்குகள் பெரும்பாலும் தமிழ்நாட்டில் மற்றவர்கள் செய்வதுபோலவே அமைகின்றன. அரசாணிக்கால் நட்டு அதன்பிறகே சடங்கு தொடங்குகின்றது. முளையிட்ட பாலிகை வைக்கும் மரபும் உண்டு. தாலி கட்டியபின் அரிசியிடும் 'சேஷை' என்னும் மரபும் உண்டு. மணம் ஒருநாளே நடைபெறும். அன்று இரவு இருவரையும் கூட்டுவித்து மகிழ்வார்கள். அக்காலத்திலும் பெண்கள் பல பாடல்கள் பாடுவார்கள்.

மணம் புரிந்த கணவனும் மனைவியும் விரும்பினால் பிரிந்து விடலாம். இந்தச் செயலைக் 'கழித்துக் கட்டல்' என்றே இவர்கள் சொல்லுகிறார்கள். இதற்கென ஊரில் உள்ள முக்கியமானவர்கள் ஒன்றுகூடி சபையில் பேசுவர். 'நியாயம் பேசுதல்' என்றே அச்செயலைக் கூறுகின்றனர். அவரவர் விருப்பத்தைக் கேட்டறிந்து பிரிக்க வேண்டிய

தேவை இருப்பின் பிரித்து விடுவர். முந்திய மணச் செலவுக்கென பிரிய விரும்புபவர் நூறு ரூபாய் தருதல் வேண்டும். அத்துடன் சபையைப் கூட்டி ஆராய்ந்ததற்காகப் பஞ்சாயத்தாருக்கு ஐம்பது முதல் இருநூறு வரையில் தருதல் உண்டாம். பிரியும்போது குழந்தை இருப்பின் அதை ஏற்கும் பொறுப்பு கணவனைச் சார்ந்ததேயாகும். இருபாலரும் எத்தனை முறை வேண்டுமானாலும் திருமணம் செய்துகொள்ளலாம். ஒவ்வொரு தடவையும் இவ்வாறு ஊர்மக்கள் முன் நியாயம் பெற்றே மறுமணத்துக்கு ஏற்பாடு செய்வர்.

> ஆடவர் வேற்றுச் சாதியிலும் பெண்களைச் சேர்த்துக்கொள்வார்கள் போலும். வேற்றுச் சாதியில் பெண்களை மணம் செய்துகொள்ளு தலே கூடாது. எனினும் சேர்த்துக்கொள்வது உண்டு. ஆனால் அவ்வாறு சேர்த்துக் கொள்பவனையும் மற்றவர்கள் தம் சாதியில் இக்குறும்பர் மரபில் சேர்த்துக் கொள்ளமாட்டார்கள். ஒதுக்கியே வைப்பர். ஒருவேளை அவன் மனம்மாறி அவ்வாறு சேர்த்துக் கொண்டவளை விட்டுவிட்டு வருவானாயின் அப்போது சேர்த்துக் கொள்வர். எப்படி? அவன் நாக்கினை மஞ்சளால் சுட்டு, தண்டனையாக நூறு ரூபாய் தரச்சொல்லி, குருவிடம் தீர்த்தம் வாங்கி உண்டபிறகே சேர்த்துக்கொள்வர். ஆனால் அப்படியே இவர்கள் இனத்துப் பெண் ஒருத்தி வேறு ஒருவனுடன் சென்று, தண்டனையை ஏற்றுக்கொள்ள இசைந்தாலும் இவர்கள் ஏற்றுக் கொள்ளவே மாட்டார்கள். எனவே இம்முறையில் ஆணுக்கு ஒரு நீதி, பெண்ணுக்கு ஒரு நீதியாகவே உள்ளது

என்று தருமபுரியில் வாழும் குறும்பர்களிடையே நிலவுகிற திருமணம் மற்றும் தொடர்பான பிற நிகழ்ச்சிகளைப் பற்றி அ.மு. பரமசிவானந்தம் எழுதியுள்ளார். சுவடியில், பெண்கள் மாதம்தோறும் வீட்டு விலக்காகிற போது, ஐந்து நாட்கள் அதற்கென்று அமைக்கப்பட்ட குடிசையில் தங்கி யிருக்க வேண்டும் என்றும் ஐந்தாவது நாள் தலை குளித்துவிட்டு, ஏழாவது நாளில் வீட்டில் விளக்கேற்றி உள்ளே அழைத்துக் கொள்வார்கள் என்றும் குழந்தை பெற்றாலும் அவ்வாறே தனிக்குடிசையில் வைத்திருந்து பின்னர் வீட்டில் சேர்த்துக்கொள்வார்கள் என்றும் கூறப்பட்டுள்ளது.

மேலும் கணவன் இறந்துபோனாலும் குறும்பரினப் பெண்கள் தாலியுடனேயே இருப்பார்கள் என்றும் வேறொருவனை மறுமணம் செய்துகொள்வதாக இருந்தால், தாலியை அவிழ்த்து இறந்துபோன கணவன் வீட்டில் வைத்து விட்டுப் புதிய கணவனிடத்தில் தாலிகட்டிக் கொள்வார்கள் என்றும் இவ்வாறு எத்தனைமுறை வேண்டுமானாலும் குறும்பரினப் பெண்கள் திருமணம் செய்துகொள்வார்கள் என்றும் கூறப்பட்டுள்ளன.

குறும்பர்களில் இறந்து போனவர்களைப் புதைக்கிறார்கள் என்று டி.3035 ஆம் எண்ணுள்ள சுவடி கூறுகிறது. குறும்பரில் அரசர்கள் இறந்து போனால் முதுமக்கள் தாழியில் வைத்துப் பூமியில் புதைத்துச் சுற்றிலும் கற்பாறையை வட்டமாக வைப்பார்கள் என்று டி.2864ஆம் எண்ணுள்ள சுவடி குறிப்பிடுகிறது.

நீலகிரியில் வாழும் குறும்பர்களிடையே, இறப்பு உண்டாயின் பலரும் கூடிப் பிணத்தைப் புதைத்துவிடுவர். சுடும் வழக்கம் இவர் களிடம் இல்லை. பிறகு ஐந்து, ஒன்பது, பதினோராவது நாட்களில் இறுதிச் சடங்கைச் செய்வர். அந்தச் சடங்கிற்கும் இவர்கள் ஐயர் வந்தே எல்லாக் காரியங்களையும் செய்தல் வேண்டும்.

தருமபுரியில் வாழும் குறும்பர்களின் குடும்பங்களில் குழந்தை பிறந்தால் எட்டு நாட்கள் தீட்டுக் கழிப்பார்களாம். எட்டாம் நாள் கழித்து குரு வந்து தீட்டுக் கழிக்க வேண்டுமாம். (இவர்களுக்குக் குருவாக உள்ள வர்கள் இப்பகுதியில் வாழும் லிங்காயத்தார் எனப் பெறும் சிவாச்சாரத் தாராவர்) அப்படியே குழந்தைக்குப் பெயர் வைக்கும் பொழுதும் குரு வந்திருந்தே சடங்கு நடத்திப் பெயர் வைப்பார்களாம். இவ்வாறே எல்லாச் சடங்குகளிலும் இவர்கள் குரு முக்கிய இடம்பெறுகின்றார்.

குறும்பர்களின் உடற்கூறு பற்றிய விளக்கங்கள் சுவடிகளில் ஏதும் இடம்பெறவில்லை. ஆனால் எட்கார் தர்ஸ்டனின் நூலிலிருந்து சில விவரங்கள் கிடைக்கின்றன. அவற்றின்படி, குறும்பர்களின் மண்டை யோட்டுக் குறியீட்டுத்தகவு அளவெண்கள், சராசரி 76.8; மேலளவு 83.3, கீழளவு 71.8 ஆகும். அவர்களின் மூக்களவு விகித எண்கள் சராசரி 86.1, மேலளவு 111.1, கீழளவு 70.8 ஆகும். காட்டுப் பகுதிகளில் வாழ்ந்த குறும்பர்களின் மூக்களவின் விகித எண் 86.1; உயரம் 157.9 ஆகும்.

குறும்பர்களின் மொழி எம்மொழியின் கிளை மொழியாகவும் கூறப்படுவதைவிடத் திராவிட மொழியினத்தைச் சேர்ந்தது என்பதில் கருத்து வேறுபாடு கிடையாது. பொதுவாக, மொழியியல் அறிஞர்கள் பலர் மொழியை அடிப்படையாக வைத்து மனித வரலாறு, சமூக வாழ்வு போன்றவற்றை ஆராய்வதும் உண்டு. மனிதனுடைய சமூகப் பழக்க வழக்கங்களில் மொழிபேசும் பண்பும் ஒன்று. ஒரு மொழியில் காணப்படும் சொற்கள், அதன்கண் காணப்படும் அமைப்புமுறை போன்றவை அம்மொழி பேசுவோருடைய வாழ்வையும் வரலாற்றை யும் சமூகக் கோப்பையும் பிரதிபலித்து நிற்பது உண்டு.

காட்டில் வாழும் மனிதனுடைய மொழியில் காட்டுமரங்கள், விலங்குகள், காய்கள், கனிகள் போன்றவற்றைக் குறிக்கும் பல்வேறு சொற்களைக் காணமுடியும். இது போன்றே நாட்டில் வேளாண்மைத்

மெக்கன்சி சுவடிகளில் தமிழகப் பழங்குடி மக்கள் ✻ 155

தொழிலில் ஈடுபட்டிருப்போரின் பேச்சில் வேளாண்மைக்கு வேண்டிய கருவிகள், பல்வேறு நெல் வகைகள் போன்றவற்றைக் குறிக்கும் சொற்கள் ஏராளமாகக் காணப்படும். ஏற்றத்தாழ்வுகள் பலவற்றைக் கொண்ட சமுதாயத்தினரின் பேச்சு, அவற்றைக் காட்டும் மொழி நிலைகளைக் கொண்டிருக்கக் காண்கிறோம். இத்தகைய நிலையை உள்ளத்தில் கொண்டு, மொழியை அடிப்படையாக வைத்து மனிதனின் சமுதாயத்தை ஆராய்கின்றனர் சமூகவியல் மொழியியல் அறிஞர்கள்.

மொழியைப் பற்றியறிய மொழியின் அமைப்பையும் ஆக்கத்தையும் ஆராய்ந்து அறிவது மொழியியல் அறிஞனின் (Linguist) தொழில். மொழியை மையமாக வைத்து மனிதனின் வரலாற்றை ஆராய்வது மானிடவியல் அறிஞனின் (Anthropologist) தொழில். மேலும் பழங்குடி மக்களால் பேசப்படினும் எழுதப்பட்ட இலக்கியம் எதுவும் இல்லாமல் இருப்பினும் இம்மொழிகள் திராவிட மொழியின் படிப்புக்கு மிகவும் இன்றியமையாதனவாகும். நாகரிகம் வாய்ந்த மக்களால் பேசப்படும் மொழிகள், பிற மொழிகளின் செல்வாக்குக்கு ஆட்படுவன. பிற மொழிச் சொற்களும் இலக்கணக்கூறுகளும் இம்மொழிகளில் புகுவதற்கு வாய்ப்புகள் அதிகம். இந்நிலையில் பழங்குடி மக்களால் பேசப்படும் மொழிகள் மொழியின் ஒப்பியல் ஆராய்ச்சிக்கும் வரலாற்று ஆராய்ச்சிக்கும் மிகப் பயனுடையதாக இருப்பதில் ஆச்சரியம் எதுவும் இல்லை.

அவ்வகையில் பழங்குடி மக்களை மொழி வழியாகப் பார்க்கிற போது, அந்தமானிய மொழி பேசுபவராகப் பதினெண்மரே உள்ளனர். இதுபோன்றே மத்தியப் பிரதேசத்தில் அகாரிய மொழி பேசும் மக்களாக 98 பேரே உள்ளனர். ஆனால் கோண்டி (1,384,321) குரூக் (1,141,804) சந்தாலி (3,247,058) போன்ற மொழிகளைப் பேசுபவராகப் பல ஆயிரம் மக்கள் உள்ளனர்.

அவ்வாறு குறும்பர்கள் பேசும் மொழியைப்பற்றி ஆய்வில் ஈடுபட்டவர்கள் அதில் கன்னட மொழியின் சாயலும் தமிழ்மொழியின் கலப்பும் இடம்பெறுவதால், அதைக் கன்னடம் அல்லது தமிழ் மொழியின் கிளைமொழி எனக் கருதுகின்றனர்.

ஆனால், 'நீலகிரி, மலபார், மைசூர் பகுதியைச் சேர்ந்த குறும்பர்களால் பேசப்படும் மொழி, கன்னடத்தின் கிளைமொழியாகக் கருதப்படுகிறது' என்று எட்கர் தர்ஸ்டன் குறிப்பிடுகிறார். முள்ளுக் குறும்பர்களின் மொழி, 'தென்திராவிட மொழிக் குடும்பத்தைச் சார்ந்ததாகக் காணப்படுவதும் பல பழந்தமிழ்ச் சொற்களை உடையதாகக் காணப்படுவதும் குறிப்பிடத்தக்கதாகும்' என்று இராபர்ட் சத்திய சோசப் குறிப்பிட்டுள்ளார்.

இவ்வாறு குறும்பர்களின் வரலாறு, தொழில், மதம், புண்பாட்டுக் கூறுகள், உடற்கூறு, மொழி பற்றிய செய்திகள் ஆய்வுநோக்கில் பார்க்கப்பட்டன. அடுத்து, குறும்பர்களுடன் ஒத்துக்காணப்படுகிற இடையர் குலப்பெண்ணின் வரலாறு பற்றி டி.3252 ஆம் எண்ணுள்ள சுவடியில், 'கம்பத்திற்கு அருகே கூத்தநாச்சித் தோப்பு என்னும் இடத்தில் சந்தை கூடுவது வழக்கம். சந்தையில் சிவகிரியிலிருந்து இடையர் இனத்தைச் சேர்ந்த பெண் ஒருத்தி வந்து மோர் விற்றுக்கொண்டிருந்தாள். ஒருமுறை அவள் அவ்வாறு வந்தபோது அரசன் அவளை அடைவதற்கு ஆசைப்பட்டான். அதனால் அவள் இறந்து போனாள். இப்போதும் அந்தக் காட்டின் மீது முன்பு கட்டிய மேடை, கூத்தநாச்சி மேடையென்று அழைக்கப்பட்டு வருகிறது' என்று கூறப்பட்டுள்ளது.

சுவடியில் கூறப்பட்டுள்ள விவரங்களை ஒப்பிட்டுப் பார்ப்பதற்குரிய விவரங்களைத் தேடியபோது பல செய்திகள் கிடைத்தன.

மதுரை மாவட்டத்தின் மேற்கெல்லையாக அமைந்த கீழ்ப்பழனி, மேல் பழனி மலைகளும் ஏலக்காய் மலைகளும் அவற்றின் கீழ்ப்புறக் கிளைகளான அருவிமலை, மேகமலை, வருசநாட்டு மலைகளும் அம்மாவட்டத்திலுள்ள குறிஞ்சி நிலப் பகுதிகளாகும். இம்மலைகளிலிருந்து அமராவதி, சண்முகநதி, வராகநதி, மஞ்சளாறு, குடவனாறு, அய்யம்பாளையத்துப் பாளையத்தாறு, பாம்பாறு, தலைவரையாறு, விருட்சியாறு, வறட்டாறு, கூத்தநாச்சியாறு, வைகையாறு, தேனியாறு, பெரியாறு போன்ற பெரிய, சிறிய ஆறுகள் உற்பத்தியாகின்றன. எனவே கூத்தநாச்சி என்பது கற்பனையான பெயரில்லை என்பது இதிலிருந்து வெளிப்பட்டது.

மேலும் கூத்தநாச்சியின் கதை போன்ற பிறகதைகள் நாட்டுப்புறக் கதைகளாக உள்ளன. சில வில்லுப்பாட்டுகளாகவும் உள்ளன. அவற்றில் ஒன்று 'கௌதலமாடன்' கதை என்பதாகும்.

> காதல் உணர்வின் தலையீடின்றி, ஒரு தாழ்ந்த சாதிப்பெண்ணை அவமதிக்கும் உயர்ந்த சாதி வாலிபனைத் தடுக்க முயன்ற முஸ்லிம் சமூகத்தைச் சேர்ந்த ஒருவன் கொலை செய்யப்பட்ட கதை, சாதியமைப்புக் கொடுமையைக் காட்டும்.

ஒரு சக்கிலியப் பெண் தன் ஊரில் இருந்து சிறிது தூரம் உள்ள நகரத்திற்குச் சென்று மோர் விற்க வருவதுண்டு. அவ்வூரில் போக்கிரியான ஒரு தேவர் சாதிப் பையன் அவளை வழிமறித்து அவமதிக்கிறான். அவன் பெயர் கௌதலமாடன். அவள் பெயர் பூவாயி. இதைத் தடுப்பார் யாரும் இல்லை. இந்நிலை, கீழ்ச்சாதிப் பெண்களுக்குத் தமிழ்நாட்டுக் கிராமங்களிலும் கேரளக் கிராமங்களிலும் இருந்து

வந்துள்ளது. இதைப் பொருளாகக் கொண்டு 'வெளுத்த கத்தரினா' என்ற கதையமைத்து மலையாளத்தில் படமாக்கியுள்ளனர். அழகான கீழ்ச்சாதிப் பெண்ணை மேல்சாதிப் பையன்கள் கையைப் பிடித்து இழுத்தால் அதைத் தடுக்க யாரும் முன்வருவதில்லை. கீழ்ச்சாதி ஆண்மகன், மேல்சாதிப் பெண்ணின் சம்மதத்தோடு தொடர்பு கொண்டிருந்தாலும் இருவரையும் தண்டிப்பார்கள்.

கௌதலமாடன் கதை, நாஞ்சில் நாட்டிலும், பணகுடி வேப்பிலாங் குளம் பகுதிகளிலும் வழங்குவது. இக்கதைப் பாடல் ஏட்டுப்பிரதியாக உள்ளது.

வில்லுப் பாடலாக உள்ள 'கௌதலமாடன்' கதை நிகழ்ச்சிகள் சுமார் 100 ஆண்டுகளுக்கு முன் நடந்தவை.

ஒருநாள் அவள் நகரிலிருந்து திரும்ப நேரமாகிவிட்டது. ஊர் மந்தை யில் கௌதலமாடன் தன்னை மறிப்பான் என்பதை அவள் அறிவாள். எனவே வழக்கமாக மோர்விடும் பட்டாணியின் வீட்டில் துணையாக யாரையாவது அனுப்பக் கேட்டாள். அவர்கள் தம் குடும்பத்தின் மூத்த மகனை அனுப்பி வைத்தனர். அவனைப் பட்டாணி அண்ணன் என்று பூவாயி அழைப்பாள். திரும்பி வரும்பொழுது கௌதலமாடன் எதிர்பட்டான். அவளை வன்முறையாகத் துன்புறுத்தி அணைய முற்பட்டான். பட்டாணி தடுத்தான். அதைத் தடுக்கப் பட்டாணிக்கு உரிமையில்லை என்று கௌதலமாடன் சொன்னான். காரணம் மேல் சாதிக்கார இளைஞர்கள், சக்கிலியப் பெண்களோடு சரசமாடுவது குற்றமல்ல. இந்துவல்லாத முஸ்லிம் இளைஞர்களோடு பழகுவதுதான் குற்றம் என்று கூறி அவனைத் தாக்கினான். இருவரும் போராடி உயிர்நீத்தனர். பூவாயியும் தற்கொலை செய்துகொண்டு இறந்தாள்.

இந்நிகழ்ச்சியில் மக்களின் மனசாட்சி விழிப்படைந்து இந்த அநியாயத்தைத் தடுக்க வேண்டுமென்ற உணர்வு உண்டாகுமல்லவா? கொடுமை செய்யும் உரிமை உயர்சாதிக்காரர்களுக்கு உண்டு என்ற வழக்கம் தவறு என்ற எண்ணம் இம்மரணங்களால் உண்டாகும். குற்றத்திற்காகத் தண்டனையடைந்த கௌதலமாடனைத் தவிர, பட்டாணியும் பூவாயியும் இறப்பது சமூக மனசாட்சியைத் தூண்டி விடுகிறது. வலுவாகவிருக்கும் ஒரு கொடுமையைப் பிறர் கொடுமை யென்று உணர்ந்து தடுக்க முடியாததொன்றைப் பட்டாணி தடுக்கப் பார்க்கிறான். அதில் அவனுக்குச் சுயலாபம் எதுவுமில்லை. மனித நேயம் ஒன்றே அவனைப் போராடத் தூண்டுகிறது. பிறர் எதிர்க்காத கொடுமையைத் தனக்கொரு லாபம் எதிர்பாராமல் எதிர்த்து, நீதியற்ற, ஒழுக்கம் கெட்ட முரடன் ஒருவரால் கொல்லப்பட்ட இப்பட்டாணி

ஓர் ஆற்றல் மிக்க சோகக் கதாபாத்திரமாகக் கதைப்பாடல் ஆகி விடுகிறான். தங்களுக்குக் கையாலாகாவிட்டாலும் சாதிப் பழக்கங்களின் கொடுமையை எதிர்த்து, மிகவும் கீழ்ச் சாதிக்காரியான பூவாயிக்குத் துன்பம் நேராதபடி தடுக்கப் போராடி உயிர்விட்ட பட்டாணியின் கதையைக் கேட்ட மக்கள் உத்வேகமடைந்தார்கள். அவன் கதை வில்லுப்பாட்டாக உருவாயிற்று.

சுவடியில் அவள் பெயர் கூத்தநாச்சி. கதைப்பாடலிலும் வில்லுப் பாட்டிலும் அவள் பூவாயி என்றழைக்கப்படுகிறாள். கூத்தநாச்சி இடையரினப் பெண் என்று சுவடி குறிப்பிடுகிறது. இக்கதைப் பாடலில் அவள் சக்கிலியப் பெண் என்று குறிப்பிடப்படுகிறாள். சுவடி, கதைப்பாடல், வில்லுப்பாட்டு ஆகிய மூன்றிலும் வரக்கூடிய பெண்கள் மோர் விற்பவர்களாகவே கூறப்பட்டுள்ளனர். மோர் விற்று வரும் போது மேல்சாதிக்காரர்களின் காம இச்சைக்கு உடன்பட மறுத்து மரணமடைகிறாள். இந்த அளவில் சுவடி, கதைப்பாடல், வில்லுப் பாட்டு ஆகிய மூன்றும் ஒத்துப்போகின்றன.

சுவடியிலும் கதைப்பாடலிலும் அவளுடைய கற்புக்குச் சோதனை வருகிறபோது, அநீதியை எதிர்த்துக் கேட்கவும் அவளுக்கு ஆதரவாகவும் யாரும் முன் வந்ததாகச் செய்தி இடம்பெறவில்லை. ஆனால் வில்லுப் பாட்டில் அவளுக்குப் பாதுகாப்பாக முஸ்லிமாகிய பட்டாணி முன் வந்து அநீதியை எதிர்த்து உயிர்விடுகிறான். இது குறிப்பிடத்தக்கதாகும்.

சுவடியில், அவள் இறந்து போனாலும் அவளுடைய சாபத்தால் அரண்மனை இடிந்து, அந்த மலைவழியே தூர்ந்து போனதாகக் கூறப்பட்டுள்ளது. அந்தக் குறிப்புகள் பிறவற்றில் இல்லை. இன்றைக்கு அங்கே கூத்தநாச்சி மேடை என்றிருப்பதால் நூறாண்டுகளுக்கு முன் நடந்த கதை என்று நா.வானமாமலை கருதுவதை ஏற்றுக்கொள்ள முடிகிறது. ஆனால் நடந்த கதை அப்படியே அதிகம் புனைவின்றி சுவடியில் இடம்பெற்றுள்ளது. பின்னர் காலத்திற்கும் இடத்திற்கும் ஏற்ப விரிக்கப்பட்டுக் கதைப்பாடலாகவும் வில்லுப் பாட்டாகவும் ஆகி இருக்கிறது எனலாம்.

வேடர்

வேடர்களைப் பற்றி மூன்று சுவடிகளில் செய்திகள் உள்ளன. அவற்றுள் டி.*2861*, டி.*3083* ஆகிய எண்களையுடைய இரண்டும் மூலச் சுவடி களாகும். ஆர்.*8167*ஆம் எண்ணுடைய சுவடி படியெடுக்கப்பட்ட சுவடியாகும். சுவடிகளில் இடம்பெற்றுள்ள செய்திகள் அடிப்படை யில் வேடர்களின் வரலாறு முதலானவற்றைக் காணலாம்.

சங்க இலக்கியமாகிய, பெரும்பாணாற்றுப்படையின் 82-117 வரிகளில் வேடர்களின் வாழ்க்கை விவரிக்கப்பட்டுள்ளது. அவர்கள் எயினர் என்று அழைக்கப்பட்டுள்ளனர். இப்பெயர் பாலையுடன் தொடர்புடையதாகும். அடுத்து 117-145 வரிகளில் எயினர் குடியிருப்பின் வருணனை இடம்பெற்றுள்ளது. இதற்கு உரை எழுதிய நச்சினார்க்கினியர், அவை குறிஞ்சித் திணையையும் அதன் பின்னணி யையும் விவரிப்பதாகக் கூறியுள்ளார்.

கொடுகு வெஞ்சிலை வடுக வேடுவர்
      விரவ லாமைசொல்லித்
திருகு மொட்டெனக் குத்திக் கூறைகொண்
      டாற லைக்குமிடம்
முடுகு நாறிய வடுகர் வாழ்முரு
      கன்பூண்டி மாநகர்வாய்
இடுகு நுண்ணிடை மங்கை தன்னொடும்
      எத்துக்கிங் கிருந்தீர் எம்பிரா னீரே

என்ற தேவாரத்தில் வேடுவர்கள் இடம் பெற்றுள்ளனர். ஆனால் அவர்கள் வடுகவேடுவர் என்றழைக்கப்பட்டுள்ளனர். மேலும் பெரிய புராணம் குறிப்பிடும் கண்ணப்ப நாயனார் வேடரினத்தைச் சேர்ந்தவர். அவர் அறுபத்து மூன்று நாயன்மார்களில் ஒருவராகக் கூறப்படுகிறார்.

வடஆற்காடு பற்றிய வரலாற்று அறிக்கையில் வேடர்கள் எனப் படுவோர் தொடக்கத்தில் வேட்டைத் தொழிலை உடையவர்களாக இருந்தனர் என்றும் பிறகு படைவீரர்களாக இந்து அரசர்களுக்கும் பின்னர் திப்பு சுல்தானுக்கும் பணியாற்றியுள்ளனர் என்றும் கூறப் பட்டுள்ளன. மேலும் அவர்களே அப்பகுதியின் பூர்வீகக் குடிகள் என்றும் ஈழத்தில் உள்ள வேடர்களின் இனமாக அவர்கள் தங்களைக் கருதிக் கொள்கிறார்களென்றும் கூறப்பட்டுள்ளன.

1891ஆம் ஆண்டின் புள்ளிவிவர அறிக்கையில் பேடர் அல்லது போயர் என்போரும் வேடர் என்போரும் ஒரே இனத்தவர் என்று கூறப்பட்டுள்ளது. ஆனால், இவர்கள் வேறு வேறானர்கள். பேடர் என்போர் கன்னடியர்; வேடர் என்போர் தமிழர்கள் ஆவார்கள். போயர்கள் இராமாயணத்தை வடமொழியில் எழுதிய வால்மீகியைத் தங்களின் முன்னோர் என்று கருதுகிறார்கள்.

1901ஆம் ஆண்டு, சென்னை புள்ளிவிவர அறிக்கையில் வேடர்கள், தமிழ்பேசும் வேட்டைக்காரர்கள் என்று கூறப்பட்டுள்ளது. வேட்டை யாடுதலைத் தொழிலாகக் கொண்டவர்களில் சிலர் இருளர் என்றும் செங்கற்பட்டு மாவட்டத்தில் அழைக்கப்படுகின்றனர்.

வேடர்களுக்கும் தமிழ் வேட்டுவர்களுக்கும் ஒத்த பண்புகள் பல காணப்படுகின்றன. ஆனால் வேட்டுவர்கள் தற்போது வேடர்களினின்றும் தங்களை உயர்ந்தவர்களாகக் கருதிக்கொள்கின்றனர். அவர்கள் வேட்டுவ வெள்ளாளர்கள் என்றும் தங்களை அழைத்துக் கொள்கின்றனர்.

மதுரை மாவட்ட அறிக்கையில் வேடர்களின் பட்டப் பெயராக நாயக்கர் என்பது குறிப்பிடப்பட்டுள்ளது. மேலும் காடுகளில் அவர்கள் வாழ்வதாகக் கூறப்பட்டுள்ளது. அவர்களின் எண்ணிக்கை மிகவும் குறைவு. அவர்கள் ஆடையின்றியும் பிற சமுதாயத் தொடர்பின்றியும் காணப்பட்டுள்ளனர்.

கோயம்புத்தூர் விவர அறிக்கையில், வேடர்கள் என்போர், ஏழ்மையான பழங்குடிமக்கள் என்றும் கூடைமுடைவதால் கிடைக்கும் பொருளைக் கொண்டு வாழ்க்கை நடத்துபவர்கள் என்றும் கன்னட மொழி பேசுபவர்கள் என்றும் கூறப்பட்டுள்ளது.

திருவாங்கூரில் உள்ள வேடர்கள், காடுகளில் வாழ்ந்துகொண்டு நெல்வயல்களில் வேலை செய்பவர்களாகவும் அடிமைகளாகவும் உள்ளனர். பலர் கிறித்தவ மதத்திற்கு மாறிவிட்டனர். திருவாங்கூரில் உள்ள மலைவேடர்கள் மலையடிவாரத்தில் குடிசைகளில் வாழ்ந்து கொண்டு, கொடிய விலங்குகளிலிருந்து நில உடைமையாளர்களின் விளைச்சல் நிலங்களைப் பாதுகாக்கும் வேலைகளில் ஈடுபட்டுள்ளனர். இத்தகவல்களைத் தர்ஸ்ட்டன் தொகுத்துத் தந்துள்ளார்.

வேடர்களின் வரலாறு பற்றி டி.2861ஆம் எண்ணுள்ள சுவடியில், அந்தப் பகுதி அரசர்கள் இவர்களைப் பிடித்து ஆடை அணிவித்து அரிசி உணவு உண்ணப் பழக்கப்படுத்திப் படைவீரர்களாக ஆக்கிக் கொண்டார்கள் என்றும் காடுகளில் வேட்டையாட உதவியாளர் களாக வைத்துக்கொண்டார்கள் என்றும் கூறப்பட்டுள்ளன. மேலும் காடுகளை அழித்து நாடு உண்டாக்கி, மலையாள நாட்டின் அப்பகுதி களுக்கு வேடர்களே அரசராகி உள்ளனர் என்றும் கூறப்பட்டுள்ளது. இச்செய்திகளைத் தர்ஸ்டனும் உறுதிப்படுத்துகிறார். டி.3082 ஆம் எண்ணுள்ள சுவடியில் பழவேற்காட்டுப் பகுதியில் வாழ்ந்த வேடர் களைப் பற்றிய செய்திகள் இடம்பெற்றுள்ளன. அதில், வேடர்கள் திருவள்ளூருக்கு வடமேற்கே அல்லிக்குழி மலையைச் சுற்றியுள்ள மோடியப்ப நாயக்கன் பாளையம், சேணிப்பாளையம், கிருட்டினப்ப நாயக்கன் பாளையம், தம்பாநாயக்கன் பாளையம் போன்ற எட்டுப் பாளையப்பட்டுகளுக்குப் பரம்பரையாக அரசுரிமை கொண்டிருந்தனர் என்று கூறப்பட்டுள்ளது. சுவடிகளில் கூறப்பட்டுள்ள பிற விவரங்கள் வருமாறு:

அவர்கள் வலைகள், கண்ணிகள் முதலானவற்றுடன் வேட்டை நாயையும் உதவிக்கு வைத்துக்கொண்டு கரடி, பன்றி, மான், முயல், வரையாடு, உடும்பு, கடமை போன்ற விலங்குகளை வேட்டையாடினர். அவற்றுள் தங்களின் உணவுக்குப் போக எஞ்சியவற்றை விற்று வந்தனர். வேட்டையாடுவதுடன் புற்றுகளிலே ஈசல் பிடித்தார்கள். அவர்களில் சிலர் விவசாயம் செய்தனர். சிலர் நாள் கூலியாய் வேலைகளும் செய்தனர். சிலர் விறகு வெட்டி விற்றனர். சிலர் பாளையக்காரர்களிடம் பணிபுரிந்தனர். சிலர் காவல்காரர்களாக இருந்தனர். அதற்காக அவர்களுக்குக் காவல் மிராசுகள் கொடுக்கப்பட்டன. காடு மலைகளிலே தேன் எடுத்தலும், கவலைக்கிழங்கு போன்ற கிழங்குகளையும் ஏரி, குளங்களிலிருந்து தாமரைக்கிழங்கு, அல்லிக்கிழங்கு, கொட்டிக் கிழங்கு, சிட்டிக்கிழங்கு முதலான கிழங்குகளையும் எடுத்து வந்து விற்பதும் சமைத்து உண்பதும்கூட அவர்களின் தொழில்களாக இருந்தன.

அவர்கள் 'சுப்பிரமணியசுவாமி பெண்சாதி வள்ளியம்மையைப் பூசிப்பார்கள்' என்று டி.3082ஆம் எண்ணுள்ள சுவடியில் கூறப்பட்டுள்ளது.

'இந்த வேடர்களுக்கு தெய்வமுண்டென்கிற அறிவு கட்டோடே யில்லை' என்று டி.2861ஆம் எண்ணுள்ள சுவடியில் கூறப்பட்டுள்ளது. ஆனால் அதே சுவடியில் வெகுகாலத்திற்குப் பிறகு ஏழுகன்னிப் பெண் தேவதைகளை வணங்கினர் என்றும், அவர்களுக்குக் காட்டரிசி கொண்டு பொங்கலிட்டுப் படைத்தனர் என்றும் அதனால் கொடிய விலங்குகள் அவர்களைத் தொந்தரவு செய்வதில்லை என்றும் கூறப் பட்டுள்ளன.

'திருவாங்கூர் மலை வேடர்களுக்கென்று தனியாகக் கோயிலோ படிமங்களோ வழிபாட்டுக்கு இல்லையென்றும் இந்துக் கோயில் களில் தூரத்தில் நின்று வழிபட அனுமதிக்கப்பட்டனர் என்றும், அவர்களின் கடவுள் சாத்தன் என்றழைக்கப்பட்டதாக'வும் தர்ஸ்டன் குறிப்பிட்டுள்ளார்.

அடுத்ததாக அவர்களின் பண்பாடு பற்றிய சுவடி விவரங்கள் பின்வருமாறு:

பழவேற்காட்டில் வாழ்ந்த வேடர்கள் அத்தைப் பெண் அல்லது மாமன் மகளைத் திருமணம் செய்துகொண்டுள்ளனர். முறையாக உறவினர்களை அழைத்துத் திருமணம் செய்துகொள்ள வசதியற்றவர்கள் தாலியைக் கட்டிக்கொண்டு குடும்பம் நடத்தியுள்ளனர். வசதி வந்த பிறகு - இரண்டு மூன்று குழந்தைகள் பிறந்த பின்னர்கூட திருமணத் தைத் தமது வசதிக்கேற்ப முறையாக நடத்திக்கொண்டுள்ளனர். திருமணத்தன்று வாசலிலே அம்பு ஒன்றை நட்டு வைத்து, அதன்

உச்சிக்கு நேராக சூரியன் வரும்போது தாலி கட்டியுள்ளனர். அதைத் தவிர வேறுநாள் நட்சத்திரம் பார்ப்பதில்லை. வேடர்களில் பாளையக் காரர்களாக இருந்தவர்கள் பார்ப்பனரை வைத்துத் திருமணம் செய்து கொண்டனர். மற்றவர்கள் திருமணத்திற்குப் பார்ப்பனர் அழைக்கப் படுவதில்லை.

வேடர்களின் திருமணத்திற்கு வயது வரம்பில்லை என்றும் திருவாங்கூர் வேடர்களிடம் பலதாரமணம் பொதுவாகக் காணப் பட்டதென்றும் தர்ஸ்டன் குறிப்பிட்டுள்ளார்.

கணவன் இறந்துபோனால் வேறொருவனைத் திருமணம் செய்து கொள்ளும் பழக்கம் பழவேற்காட்டு வேடர்களிடம் இருந்ததைச் சுவடி குறிப்பிடுகிறது. ஆனால் வேடர்கள் தங்களின் பற்களைச் செயற்கையாகக் கூர்மைப்படுத்திக் கொள்வதைப் பற்றியோ, வீட்டு விலக்கின் போது ஐந்து நாட்களும், மகப்பேற்றின் போது பத்து நாட்களும் தனிக்குடிசைகளில் வேடரினத்துப் பெண்கள் வாழ வேண்டும் என்பதைப் பற்றியோ, இறந்தவர்களைப் புதைக்கிறார்கள் அல்லது எரிக்கிறார்கள் என்பது பற்றியோ சுவடிகளில் கூறப்பட வில்லை. டி.*3313*ஆம் எண்ணுள்ள காவேரிபுரம் மிட்டா மணியக்காரார் கைபீது எனும் மெக்கன்சி சுவடியில்,

'காவேறியோரத்தில் யிறுக்கப்பட்ட மவுசே ஆலம்பாடி கிராமத்தில் கசுபாவுக்கு வாயிலியா மூலை மூணுகாத வழியிலை யிறுக்குரது. அந்த கிராமத்துக்கு உள்க்கோட்டை வேடர்கள் கட்டிவிச்சுது, வெளிக்கோட்டை மையிசூறு கறுத்தாக்கள் கட்டிவிச்சுது' என்று கூறப்பட்டுள்ளது. அதனால் வேடரினத்தினர் கோட்டை கட்டி யுள்ளனர் என்ற செய்தி வெளிப்படுகிறது.

வில்லியர்

'தமிழகத்தில் வாழ்ந்த மிகப்பழைய குடியினர் வில்லவர், மீனவர் என்பவர்களே. வில்லவர் அல்லது வில்லாளிகள் மலைப்பகுதிகளிலும் காடுகளிலும் வாழ்ந்து வேட்டையால் வாழ்க்கை நடத்தினார்கள் (திராவிடச் சொல் வில் என்பதன் பொருள் விற்படையாகும்' என்பார் வி.கனகசபை.)

தமிழ் லெக்சிகனில் 'வில்லியர் - நீலகிரி முதலிய பிரதேசங்களில் வாழும் இருளர் என்னும் வேட்டுவ சாதியார்' என்று கூறப்பட்டுள்ளது. தர்ஸ்டனும் அவ்வாறே கருதியுள்ளார். அப்படியானால் வில்லியர், இருளர், வேட்டுவர் மூவரும் ஒருவரே என்பது கருத்தாகிறது. ஆனால் இருளர் வேறு வில்லியர் வேறு என்பதும் அவர்கள் இருப்பிரிவினராகத்

தனித்தனியான பண்பாட்டுக் கூறுகளுடன் வாழ்க்கை நடத்தியுள்ளனர் என்பதும் மெக்கன்சி சுவடியில் தெரியவருகின்றன.

வில்லியர் பற்றி டி.3082, டி.2865 ஆகிய எண்களையுடைய இரண்டு சுவடிகளில் செய்திகள் இடம்பெற்றுள்ளன. அவை பின்வருமாறு:

வில்லியர்கள் காடுகளிலும் மலைகளிலும் குடியிருப்பார்களே தவிர ஊருக்குள் குடியிருப்பதில்லை. மயில், குயில், காடை, கவுதாரி முதலான பறவைகளைப் பிடித்து உண்பார்கள். எஞ்சியவற்றைச் சந்தைகளில் கொண்டு போய் விற்பார்கள். அத்தை மகள் அல்லது மாமன் மகளைத் திருமணம் செய்துகொள்வார்கள். திருமணத்திற்குப் பார்ப்பனரை அழைப்பதில்லை. அவர்கள் சாபம் பெற்ற முனிவர் ஒருவரின் குழந்தைகள். முன்பு ஆடையின்றி இருந்தார்கள். சுவடி எழுதப்பட்ட காலத்தில் (1818) ஆண்கள் மிருகத்தின் தோலையும் பெண்கள் தைக்கப் பட்ட இலைகளையும் ஆடைகளாக உடுத்திக் கொண்டிருந்தனர்.

காட்டிலிருந்த பெண்களை மாலாரிஷி என்ற முனிவர் சேர்ந்து பிறந்தவர்கள் வில்லியர்களாவார்கள். சிலர் அவர்களைச் சித்தருக்குப் பிறந்தவர்கள் என்று கூறுகிறார்கள். வில்லியர்களில் ஊருக்குள் வந்து பரம்பரைத் தொழிலைவிட்டு, வேறு வேலைகளில் ஈடுபட்டிருப்பவர்களை, மற்றவர்கள் 'ஊருக்கு உழைத்த பசங்கள்' என்று ஏளனமாகப் பேசுகிறார்கள்.

இவ்வாறு மெக்கன்சி சுவடிகளில் வில்லியர் பற்றி கூறப்பட்டுள்ளன.

இருளர்

இருளர் என்பதற்கு ஒருசார் வேடசாதியினர் என்றும் ஒரு சிறு தேவதை என்றும் வரிக்கூத்துவகை (சிலப்.3, 13 உரை) என்றும் தமிழ் லெக்சிகனில் (பக்.334) பொருள் கூறப்பட்டுள்ளது. ஆர். பெரியாழ்வார், 'தமிழ்நாட்டில் வாழும் இருளர்களில் இருள மொழி பேசும் இருளர்கள், தமிழ் மொழி பேசும் இருளர்கள் என இருவகையினரைக் காணலாம்' என்று குறிப்பிட்டுள்ளார்.

நீலகிரியில் வாழும் கசவா பழங்குடி மக்களில் சிலர் தங்களை இருளர்கள் என்றே கூறிக்கொள்கிறார்கள். சிலர் தங்களுக்கும் இருளர்களுக்கும் தொடர்பில்லை என்றும் கூறுகிறார்கள். ஆந்திரர்கள் இவர்களை ஏனாதியர்கள் என அழைக்கிறார்கள். இருளர்களுக்கும் ஆந்திராவிலுள்ள ஏனாதியர்களுக்கும் செஞ்சுக்களுக்கும் உருவ அமைப்பில் ஒற்றுமை உண்டு என்ற உருவத்தோற்ற மானிடவியலார் கருத்து இவண் குறிப்பிடத்தக்கதாகும்.

'இருளப் பழங்குடிமக்கள் நீலகிரி, தென்ஆற்காடு, வடஆற்காடு, செங்கற்பட்டு மாவட்டங்களிலும் வாழ்கின்றனர். இவர்கள் நீலகிரி மாவட்டத்திலுள்ள பால்பனை, செம்பனாரை, கோழிக்கரை, மெட்டுக்கல், கோத்திமுக்கே, கண்டிபட்டி, அரக்கோடு, சொக்கோடு, குஞ்சம்பனை, கள்ளம்பள்ளி, குடகூர், அல்லிமாயாறு போன்ற இடங்களில் வாழ்கின்றனர். இவர்கள் கறுத்த மேனியையுடையவராய் இருப்பதால் இருளர் என்ற பெயர் வந்ததாகக் கூறுகின்றனர். அகன்ற மூக்கும் பரந்த முகமும் சுருட்டை மயிரும் பருத்த உதடும் கறுத்த நிறமும் உடையவர்கள். ஆண்கள் பெரும்பாலும் துண்டு அணிகிறார்கள். இருளப் பெண்கள் ஒரு காலத்தில் மலையாளப் பெண்களைப் போன்று ஆடையணிந்தனர். தற்போது புடவைகளை அணிகிறார்கள். வெள்ளிக் கம்மலும், மோதிரமும், பித்தளைக்காப்பும் அணிந்துள்ளனர்' என்று சு.சக்திவேல் குறிப்பிடுகிறார்.

தர்ஸ்டன் தமது நூலில், நீலகிரி, செங்கற்பட்டு, வடஆற்காடு, தென்னாற்காடு என்று, பகுதிக்கேற்ப இருளர்களைப் பகுத்துக் கொண்டு எழுதியுள்ளார். அவற்றுள் செங்கற்பட்டு மாவட்ட இருளர் களைப் பற்றித் தர்ஸ்டன் எழுதியுள்ளவை மட்டும் இங்கு ஒப்பு நோக்க எடுத்துக்கொள்ளப்படுகின்றன. ஏனெனில் மெக்கன்சி சுவடிகளில் செங்கற்பட்டு மாவட்ட இருளர்களே இடம் பெற்றுள்ளனர்.

மெக்கன்சி சுவடிகளில் டி.*2865*, டி.*3082* ஆகிய எண்களையுடைய இரண்டு சுவடிகளில் இருளர்கள் பற்றிய செய்திகள் இடம்பெற்றுள்ளன. அவை பின்வருமாறு:

> இருளர், 'சாபம் பெத்த ஒரு ரிஷியினுடைய பிள்ளைகளில்' ஒருவராவார். காட்டில் வாழ்ந்த பெண்களுடன் சேர்ந்த மால் ரிஷிக்கு வில்லியர்கள் பிறந்ததைப் போன்று வேறு சில முனிவர்களுடன் அப்பெண்கள் கூடியபோது பிறந்தவர்கள் இருளர்... ஏனாதி, மலையரசர் என்பவர்களாவார்கள்.
>
> இருளர்கள் காடுமலைகளில் குடியிருப்பதோடு ஊருக்குள்ளும் பலர் குடியிருக்கிறார்கள். அவர்கள் காட்டிலும் மலைகளிலுமிருக்கும் கவலைக் கிழங்கு, வள்ளிக்கிழங்கு ஆகியவற்றையும், குளம் குட்டை ஏரிகளிலிருக்கிற தாமரைக் கிழங்கு, அல்லிக்கிழங்கு, கொட்டிக் கிழங்கு, சிட்டிக்கிழங்கு, உருளைக்கிழங்கு ஆகியவற்றையும் வேக வைத்து உண்பார்கள். உடும்பு, முயல் ஆகியவற்றைப் பிடித்துச் சமைத்து உண்பார்கள்.
>
> அவர்கள் அத்தை அல்லது மாமன் மகளைத் திருமணம் செய்துகொள்வார்கள். திருமணத்திற்குப் பார்ப்பனரை வைத்துக்

மெக்கன்சி சுவடிகளில் தமிழகப் பழங்குடி மக்கள் ✻ 165

கொள்வதில்லை. ஓரிடத்தில் நிலைத்து குடியிருக்காமல் உணவு உள்ள இடங்களுக்கு அடிக்கடி குடிபெயர்ந்து விடுவார்கள். அவர்கள் முருகனின் மனைவி வள்ளியை வழிபடுகிறார்கள்.

மேற்கூறியுள்ளவை டி.3082ஆம் எண்ணுள்ள சுவடியில் இடம் பெற்றுள்ள செய்திகளாகும். தர்ஸ்டன் செங்கற்பட்டு மாவட்ட இருளர்கள் பற்றிப் பின்வருமாறு எழுதியுள்ளார்:

'செங்கற்பட்டில் உள்ள வில்லியர்கள் அல்லது இருளர்கள், நீலகிரி காடுகளில் வாழும் இருளர்களினின்றும் மேலான நாகரிகத்தை உடையவர்களாக விளங்குகின்றனர். 1901ஆம் ஆண்டு விவர அறிக்கையில், அரைப் பார்ப்பனத் தன்மையுடன் கூடிய, பழங்குடி மக்கள் என்று அவர்கள் அழைக்கப்பட்டுள்ளனர். அவர்கள் கறுப்பு நிறத் தோலினர்; குறுகிய மார்பினர்; ஒல்லியான உடலினர். அவர்கள் நெல்லூரில் வாழும் ஏனாதியர்களைப் பெரிதும் ஒத்திருக்கின்றனர். ஆடை என்பது மிகவும் குறைந்த அளவில்தான் இருக்கும். அதுவும் அழுக்கடைந்திருக்கும். மேல்சாதிக்காரர்களைப் போன்று குடுமியும் சிறிய மீசையும், தாடியும் வைத்துக் கொண்டிருப்பார்கள்.

விறகு விற்றுப் பொருள்வாங்கிக் கொள்வார்கள். நெல்குத்தும் வேலைகளிலும் எலி பிடிப்பதிலும் ஈடுபடுவார்கள். சிலர் மூலிகை வைத்தியத்தில் நிபுணர்களாக பாம்புக்கடி, எலி மற்றும் பிற நச்சுப் பூச்சிக் கடிகளுக்கு மருத்துவம் பார்க்கின்றனர். பார்ப்பனர்கள் வீட்டுக்கும் செல்லும் அளவுக்கு அவர்கள் மதிக்கப்படுகின்றனர். சிலர் பனை ஓலைக் குடிசைகளில் வாழ்கின்றனர். பலர் மரத்தடி களில் வெட்ட வெளியில் குடியிருக்கின்றனர். எனினும் அடிக்கடி இடம் மாறிச் செல்கின்றனர்.

திருமணம் குறிப்பிடத்தக்க விழாவாக அவர்களிடம் காணப் படவில்லை. மணமகன், மணமகளுக்கும் மணமகளின் பெற்றோர் களுக்கும் புத்தாடைகளைப் பரிசளிக்க வேண்டும். அப்பரிசு பால்கூலி என்று அழைக்கப்பட்டது. மணமகளை அவளுடைய பெற்றோர் பாலூட்டி வளர்த்ததற்காக அளிக்கப்படுகிற பரிசு என்பதால் அது பால்கூலி என்றழைக்கப்பட்டது. சனிக்கிழமை தவிர்த்த பிற நாட்களில் திருமணம் நடைபெறும். திருமணத்தன்று மாலை வீட்டின் முன்நின்று மணமகன் மணமகள் கழுத்தில் தாலிகட்டுவான். திருமண விருந்தில், கள் நீங்காது இடம்பெறும்.

டி.2865ஆம் எண்ணுள்ள மெக்கன்சி சுவடியில் 'இருளர்களுக்குத் திருமணச் சடங்கு என்பதாக ஒன்றுமில்லை. அவரவர்கள் தகுதிக்கேற்பப் பெண்களைச் சேர்த்து வைத்துக்கொள்வார்கள்' என்று கூறப்பட்டுள்ளது.

அவர்களின் வழிபாடு குறித்து, ‘இவர்களுக்கு சுவாமி யுண்டென்கிற கியானமில்லை. இவர்கள் காடுகளில் ஒருவிதமான அரிசியினை எடுத்துச் சமைத்து கன்னிகா என்ற தெய்வத்துக்குப் பொங்கலிட்டு வருகிறார்களாம். ஆனாலிது கொஞ்சநாளாய் நடந்து வருது’ என்று சுவடியில் கூறப்பட்டுள்ளது. அவர்கள் கொடிய விலங்குகளிடமிருந்து தங்களைக் காப்பாற்றிக் கொள்வதற்காக முன்னர் ஒருவர் கூறிய யோசனையின் பேரில் அவ்வழிபாடு தொடங்கப்பட்டதாகவும் சுவடியில் கூறப்பட்டுள்ளது. அவர்கள் ஊரில் வழங்கும் அரிசியுடன் தங்களுக்குத் தொடர்பில்லை என்று கூறியதால் காட்டரிசி கொண்டு பொங்கலிட்டு வழிபட முனிவர் அறிவுரை வழங்கியிருக்கிறார் என்றும் சுவடியில் கூறப்பட்டுள்ளது.

தர்ஸ்டன், அவர்களின் வழிபாடு பற்றிக் கூறுவது பின்வருமாறு:

கன்னியம்மா இருளர்களின் குலதெய்வமாகும். மாரி அவர்களின் பொதுவான பெண் கடவுளாகும். நடுவில் மஞ்சள்நீர் நிறைந்த பானையை வைத்துச் சதுரவடிவில் சுற்றிலும் நான்கு பானைகளை வைத்து மூடிவிடுவர். பின்னர் விளக்கேற்றி நெல், சர்க்கரை, அரிசி, மாவு, வெற்றிலை, பாக்கு ஆகியவற்றை அவற்றின் முன் வைத்து வழிபடுவர். வடஆற்காட்டில் உள்ள இருளர்கள் ஏழு கன்னியரை வழிபடுகின்றனர்.

இருளர்களில் இறந்து போனவர்களை, வடக்குப் பக்கம் தலை வைத்துக் கிழக்குப் பக்கமாக முகத்தைப் திருப்பிப் புதைகுழிக்குள் வைத்து மேலே இலைகளையும் மண்ணையும் போட்டு மேடாக்கு கின்றனர். அதன் மீது கனமான கற்களை வைக்கின்றனர். அவை பிணத்தை விலங்குகள் தோண்டா வண்ணம் பாதுகாக்கின்றன. ஆனால் நினைவுச்சின்னம் போன்ற கல் எதையும் பிணக்குழியின் மீது வைப்பதில்லை.

கோவை, நீலகிரி பகுதிகளில் இருளர்கள் வாழும் பகுதி பதி என்று அழைக்கப்படுகிறது. கோவையில் வாழும் இருளர்களைப் பற்றி ஒரு கதை வழக்கத்தில் உள்ளது.

சுமார் எழுநூறு ஆண்டுகளுக்கு முன் இன்றைய கோனியம்மன் இருக்கும் இடம் வெறும் முள் வேலங்காடாக இருந்தது. அதில் சுமார் முப்பது மலைவாசிகளாகிய இருளர்கள் வாழ்ந்து வந்தனர். அதில் ஓர் ஆணும் ஒரு பெண்ணும் மேற்புறம் சென்றனர். ஆணுக்குக் கோனையன் என்றும் பெண்ணுக்குக் கோனியம்மாள் என்றும் பெயர். (பின் இந்தப் பெண் பெயராலேதான் கோவைக்கு முக்கியமாக உள்ள கோனியம்மன் என்னும் தெய்வமே உண்டாயிற்று என்பர்.) இந்த இருவரையும்

தேடிக்கொண்டு மூத்தகுடி, இளையகுடி என்ற இருவரும் சென்றார்கள். இவர்கள் காட்டில் அவர்களைக் கண்டு அங்கேயே தங்கிவிட்டார்கள். பின் இவ்வாறு பிரிந்து சிலர் வெள்ளியங்கிரிக்கும் சிலர் இந்த மலைக்கும் (மருதமலை) வந்து விட்டார்கள்.

இருளர்களின் மொழியைப் பற்றிய விவரங்கள் சுவடிகளில் இடம் பெறவில்லை. ஆனால் 'இருளர்கள் பேசும் இருள மொழி தமிழ்மொழி யின் கிளைமொழியா? அல்லது தனியொரு மொழியா என்ற ஐயம் மொழியியல் அறிஞர்களிடையே உண்டு. இருள மொழியைப் பற்றி ஆராய வந்த டிப்ளாத் என்பவர் இது தமிழின் கிளைமொழி' எனக் கூறுகிறார்.

தர்ஸ்டன், 'நீலகிரியைச் சேர்ந்த இருளர் பேசுவது தமிழின் கிளைமொழியாகக் கருதப்படுகிறது. ஸ்டுவர்ட் கருத்துப்படி கசுப அல்லது கசுவ என்ற தமிழின் இன்னொரு கிளைமொழியும் இருளரின் உட்பிரிவினரால் பேசப்படுகிறது. அதையும் இருள எனக்கொள்ளும் வழக்கம் உண்டு' என்று இருளர்களின் மொழி பற்றிக் குறிப்பிடுகிறார். ஆனால், பழவேற்காட்டில் வாழும் இருளர்கள் தமிழிலேயே பேசி வருகின்றனர். வேறுமொழி அவர்களிடம் வழக்கில் இல்லை.

இருளர்கள் பலமொழிகளையும் பேச்சுவழக்கில் பயன்படுத்துவதை, 'பொதுவாக எல்லாப் பழங்குடி மொழிகளும் எழுத்து வடிவமின்றிப் பேசமட்டுமே பயன்பட்டு வருகின்றன. இருளர் மொழியும் பேச்சு நிலையில் வாழ்ந்து வரும் பழங்குடி மொழியாகும். ஒரே கூட்டுச் சமூகமாகச் சேர்ந்து வாழ்வதால் தங்களின் சமூகச் சூழல்களில் தாய் மொழியையே பயன்படுத்துகின்றனர். மற்றப் பழங்குடி இனத்தவருடன் பேசும்பொழுது இவர்கள் படகர் மொழியைப் பயன்படுத்துகின்றனர். கல்வி நிலையங்கள், அரசு அலுவலகங்கள் ஆகிய பொது இடங்களில் தமிழ்மொழியைப் பயன்படுத்துகிறார்கள். தமிழில் எழுதப்படிக்கத் தெரிந்த இவர்கள் எழுத்து நிலையில் தமிழ் மொழியையே பயன்படுத்துகிறார்கள்' என்று ஆரோக்கியநாதன் குறிப்பிடுகிறார்.

1971ஆம் ஆண்டின் புள்ளிவிவரக் கணக்கு அறிக்கையில் தமிழ் நாட்டில் சுமார் 80,400 இருளர்கள் வாழ்கின்றனர் என்றும் அவர்களுள் சுமார் 10,000 பேர் கோவை மாவட்டத்தைச் சேர்ந்தவர்கள் என்றும் விவரங்கள் இடம்பெற்றுள்ளன. கோவையைச் சேர்ந்த இருளர்களிடம் 'துளசிலம்மர்' என்ற ஒரு கதைப்பாடல் வழங்கிவருகிறது. இப்போது பாடுவது குறைந்து உரைநடையாய் வழங்கிவருகிறது. அக்கதைப் பாடல் பின்வருமாறு:

துளசிலம்மா, நல்லா மண்ணுக்களின் ஒரே மகள். அவளின் வண்ணச் சீறடிகள் மண்மகள் அறிந்திலாள் - அனைத்து வசதிகளும் வீட்டிலேயே கிடைத்ததால் வெளி உலகம் பற்றி அறிந்தாளில்லை.

ஒருநாள் துளசிலம்மா வெளியில் சென்று ஆற்றில் குளிக்க அம்மா விடம் அனுமதி கேட்டாள். அம்மா அப்பாவிடம் கேட்கச் சொன்னார். அப்பா அவருடைய அண்ணனிடம் கேட்கச் சொன்னார்.

உரையாடல்

'நீ வாழைக்கு ஒரு மகள்
வறடிக்கு ஒரு மகள்
நீ போகலே வாண்டா
நீ பெரியம்மன கேளு
தண்ணி வீக போகேந்து'

இறுதியாக வண்டாரியும் குறுதலையும் பாதுகாப்பாளராக வர அவள் ஆற்றுக்குக் குளிக்கச் செல்கிறாள். அழகே வடிவான அவள் அணிகலனுடன் சென்றதைக் காண,

கிழக்கத்திய சூரியன் மேற்கே திரும்பி நின்றும் அவருடைய அழகை ஒளிந்திருந்து பார்த்தது. அவளுடைய பெற்றோர்கள் சூரியனைப் பார்த்து, நீ ஆசைப்பட்டு ஒளிந்திருந்து பார்க்க வேண்டாம். நேராகவே வா நீ வைத்த சீசெ (குழந்தை) இது என்று கூற, சூரியன் நேராய் வந்தது. (ப.70)

நீளமான கூந்தலுடன் துளசிலம்மா சென்று கொண்டிருக்கிறாள். ஆண்டுக்கு ஒருமுறை இருளர்கள் அனைவரும் அங்குள்ள குட்டையில் ஆண் பெண் வேறுபாடின்றி குளித்தல் பழக்கம். ஆண்களும் பெண் களும் தங்கள் வாழ்க்கைத் துணை நலத்தைத் தேர்ந்தெடுத்துக் கொள்ளும் நாள் அது. அக்குட்டையில் துளசிலம்மா குளிக்கும்போது குட்டை முழுதும் மறையும் அளவுக்கு அவளுடைய கூந்தல் இருக்குமாம். நீளமான கூந்தலையுடைய பெண்கள் விரைவில் விதவை ஆகிவிடு வார்கள் என்பது அவர்களின் நம்பிக்கை. இருள இளைஞன் ஒருவன் துளசிலம்மாவைக் காதலிக்கிறான். அவளும் அவனைக் காதலிக்கிறாள். அதற்கு அடையாளமாக வெற்றிலைப்பாக்கு ஒருவருக்கு ஒருவர் கொடுக்கின்றனர். பின்னர் திருமணம் செய்துகொள்வதாய் உறுதி கூறி அவன் பிரிகிறான். பிறகு யானையில் ஊர்வலமாக வந்து துளசிலம்மாவின் பெற்றோருக்குப் பணம் கொடுத்துவிட்டுப் பெண் கேட்கிறார்கள். அவர்களும் ஒப்புக்கொள்கிறார்கள். நிச்சயத் தாம்பூலத் திற்குப் பிறகு திருமணம் நடைபெறுகிறது.

துளசிலம்மாவின் அழகில் மயங்கிய அவளுடைய மாமனார் தன் மகனைக் கூப்பிட்டு, துளசிலம்மாவுடன் பேசுவதோ உடன் உண்ணுவதோ கூடாது என்று கட்டளையிடுகிறார். மேலும் மேற்கத்திய அரசன், ஏழுபானை கரடிப்பால், புலிப்பால் ஆகியவற்றைக் கொண்டு போகாவிட்டால் சிறையிடுவான் என்று கூறி மகனைக் காட்டுக்கு அனுப்பிக் கொல்லத் திட்டமிடுகிறான். தந்தையின் வார்த்தைக்கு மறுப்பு கூறாமல் மகன் உடன்படுகிறான். தந்தையின் உள்நோக்கத்தைப் புரிந்து கொண்டவன், தன் மனைவியை அவரே மணந்து கொள்ளும்படி கேட்கிறான். ஆனால் அவர் மறுக்கிறார். அதன்பிறகு இருவரும் கரடிப்பால், புலிப்பால் கொண்டுவர காட்டுக்குச் செல்கிறார்கள்.

போகிற வழியில் பிலிக்குஞ்சு (சிவப்பு எலி) குறுக்கே போகிறது. பில்லுப்பாம்பு (சொரட்டை என்ற ஐயப்பன் குட்டி) வழியில் குறுக்கிட்டது. இவை தீய சகுனமாக அவர்களால் கருதப்படுவனவாகும். காட்டில் போய்க் கொண்டிருக்கும்போதே தந்தையின் சதியால் பெருங்குழியில் துளசிலம்மா கணவன் வீழ்ந்தான். வீட்டிலிருந்த அவனுடைய மனைவி துளசிலம்மாவின் கால் சிலம்பு கழன்று வீழ்ந்தது. முருங்கை மரம் தரையில் சாய்ந்தது. தன் மாமியாரிடம் துளசிலம்மா இத்தகைய தீய சகுனங்களைப் பற்றிக் கூறினாள்.

துளசிலம்மாவின் மாமியாரும் நடக்கப்போவதை அறிந்தாள். ஆகவே துளசிலம்மாவுக்குச் சில அறிவுரை கூறினாள். மாமனாரிடம் காதல் கொள்வதுபோல் நடிக்கச் சொன்னாள்.

அவ்வாறே துளசிலம்மா நடித்து, அவன் தூங்கிக் கொண்டிருக்கும் போது கழுத்தை அறுத்து அவனைக் கொன்று போட்டுவிட்டு, மாமியாருடன் காட்டுக்குள் ஓடி கணவனைத் தேடினாள். பெருங்குழியில் கணவன் வீழ்ந்து கிடப்பதைக் கண்டபோது திடீரென்று மரம் அவர்களிருவர் மேலும் விழுந்தது. அவர்களிருவரும் கொல்லப்பட்டார்கள். அதன் பிறகு அவர்கள் சிலைகளாயினர்.

இத்தகைய கதைப்பாடல் பற்றிச் செங்கற்பட்டு மாவட்டத்தில் உள்ள இருளர்கள் குறிப்பாகப் பழவேற்காட்டில் வசித்துவரும் இருளர்கள் ஏதும் அறியாமல் உள்ளனர்.

ஏனாதி

ஏனாதி என்பது மந்திரி என்னும் பொருளில் 'சோழிய வேனாதி தன் முக நோக்கி' என்று மணிமேகலையில் (22,205) இடம்பெற்றுள்ளது. பிங்கல நிகண்டு – படைத்தலைவர், மறவன், நாவிதன் என்று பொருள் கூறுகிறது.

சாணாரில் ஒரு வகுப்பினரையும் ஏனாதி என்பர் என்று தமிழ் லெக்சிகன் கூறுகிறது. தர்ஸ்டனும் 1901ஆம் ஆண்டுப் புள்ளிவிவர அறிக்கையை மேற்கோளாகக் கொண்டு, சானாரின் பெயர்களில் ஒன்றென்றும் ஏனாதி நாயனார் எனும் அறுபத்து மூன்று நாயன்மார் களில் ஒருவரின் பெயரிலிருந்து வந்ததென்றும் தலைமை நாவிதருக் குரிய பட்டப்பெயர் என்றும் அமைச்சர் என்றும் பொருள் கூறி யுள்ளார். மெக்கன்சி சுவடிகளில் டி.2865, டி.3082 ஆகிய எண்களை உடைய சுவடிகளில் ஏனாதியர் பற்றிய செய்திகள் இடம்பெற்றுள்ளன. அவற்றிலிருந்து ஏனாதிகள் என்போர் காட்டுவாசிகளாயிருந்த பெண் களுக்குச் சன்னியாசிகளால் தோன்றிய குழந்தைகளுள் ஒருவகையினர் என்று கூறப்பட்டுள்ளது.

ஏனாதிகள் காடுகளை விடுத்து ஊர்களில் குடியேறி மற்றவர்களைப் போல உண்டு உடுத்து வாழத் தொடங்கிவிட்டனர். அவர்களில் சிலர் காடுகளிலிருந்து விறகுகளை வெட்டி வந்து ஊர்களில் விற்று வாழ்க்கை நடத்துகிறார்கள். சிலர் கூலிவேலைகளிலும் ஈடுபட்டு வருகின்றனர். அவ்வாறு காடுகளை விட்டுச் சென்ற ஏனாதியரை மற்ற ஏனாதியர்கள் 'ஊருக்குழைத்த பசங்கள் ' என்று ஏளனம் செய்திருக்கின்றனர்.

டி.3082ஆம் எண்ணுள்ள சுவடியில், 'ஏனாதியர்கள் பாளையக்காரர் களாகவும் இருந்திருக்கிறார்கள் என்ற செய்தி இடம்பெற்றுள்ளது. பக்காநதிச் சீமையைச் சேர்ந்த இராகவ8ரெட்டி என்பவர் ஸ்ரீஹரி கோட்டா வட்டத்திலிருந்த காடுகளை அழித்து அறுபது ஏனாதி குடும்பங்களுக்கு வீடுகளைக் கட்டிக் கொடுத்தார் என்றும் அந்த இடத்திற்கு இராகவலு பட்டணம் என்பது பெயராகும்' என்றும் குறிப்புகள் உள்ளன.

வில்லியர் இருளர் போன்ற பழங்குடி மக்களைவிட ஏனாதியர் நாகரிகமானவர்கள் என்று மெக்கன்சி சுவடிகளுக்கு அட்டவணை தயாரித்த டெய்லர் குறிப்பிட்டுள்ளார். பழவேற்காட்டுப் பகுதியில் வாழ்ந்த ஏனாதியரின் திருமணத்தில் பார்ப்பனர் இடம்பெறவில்லை. அவர்களுள் பாளையக்காரர்களாக இருந்தவர்கள் வீட்டுத் திருமணத்தில் மட்டும் பார்ப்பனர்கள் இடம்பெற்றுள்ளனர். அத்தை அல்லது மாமன் மகளைத் திருமணம் செய்து கொண்டிருக்கிறார்கள். இதைத் தவிர வேறு செய்திகள் ஏனாதியர் பற்றிச் சுவடிகளில் இடம் பெறவில்லை.

குறவர்

குறவர் என்பது குறிஞ்சி நில மகன் எனும் பொருளில் 'குறவரு மருளுங் குன்றத்து' என்று சங்க இலக்கியத்தில் (மலை படுகடாம் – 275)

இடம்பெற்றுள்ளது. பிங்கல நிகண்டில் பாலை நில மகன் என்றும் தமிழ் லெக்சிகனில் வலைவைத்தல், பாம்பு பிடித்தல், கூடைமுடைதல், குறிசொல்லுதல் முதலிய தொழில்கள் செய்யும் சாதியினர் என்றும் இடம்பெற்றுள்ளன. பாசாங்கு பண்ணுகிறவன் என்று பேச்சுவழக்கிலும் குறவர்கள் இடம்பெறுகின்றனர். குற்றாலக் குறவஞ்சியில்,

காலமுன் போங்குறி கைப்பல னாங்குறி
மேலினி வருங்குறி வேண்டுவார் மனக்குறி
மெய்க்குறி கைக்குறி விழிக்குறி மொழிக்குறி
எக்குறியாயினும் இமைப்பினி லுரைக்கும்
மைக்குறி வழிக்குற வஞ்சி

என்று குறிசொல்லும் திறமை கூறப்பட்டுள்ளது.

திருவாங்கூர்ப் பகுதியிலுள்ள குறவர்களைப் பற்றிய விவரங்கள் மட்டுமே தர்ஸ்டன் அவர்களால் கொடுக்கப்பட்டுள்ளன. திருவாங்கூரில் ஐம்பதாயிரத்திற்கும் மேற்பட்ட குறவர்கள் உள்ளனர். அவர்களுள்ளும் பெரும்பான்மையினர் குள்ளத்தூர், கொட்டாரக்கரா போன்ற வட்டங்களில் உள்ளனர். அவர்களில் குன்றக் குறவன், பூங்குறவன், காக்காக் குறவன், பாண்டிக் குறவன் என்று நான்கு வகையினர் உள்ளனர். நான்கு வகையினருள்ளும் குன்றக் குறவர்களே எண்ணிக்கையில் அதிகமானவர்களாக உள்ளனர். பூங்குறவர்கள் வேலன் என்ற தனிச் சாதியினராகக் கருதப்படுகின்றனர். காக்காக் குறவர்கள், காக்காளன் என்ற சாதியினராக அழைக்கப்படுகின்றனர். பாண்டிக் குறவர்கள் தமிழ் பேசுகிறவர்களாக இருக்கின்றனர். அவர்கள் நாஞ்சில் குறவர்கள் என்றும் அழைக்கப்படுகின்றனர். குன்றக் குறவர்கள் ஓமக்குண்டத்தில் முதலில் தோன்றிய பழங்குடி மக்களுள் பழமையானவர்களுள் குறவர்களும் ஒரு பிரிவினராவார். அவர்கள் கேரளத்தில் மட்டுமின்றித் தமிழகத்திலும் உள்ளனர். அவர்கள் வேடர்களுடன் ஒருங்குவைத்து எண்ணுவதற்கு உரியவராக உள்ளனர்.

மேலும், அவர்களுள் மலைக்குறவர்கள் சமநிலப்பகுதி மக்களுடன் கலக்காமல் தமது தனித்துவமான பண்பாட்டுக் கூறுகளுடன் வாழ்ந்து வருகின்றனர். மூன்று நூற்றாண்டுகளுக்கு முன்னர் திருவாங்கூர் நாஞ்சில் குறவர்களால் ஆளப்பட்டு வந்தது. பிறகு குறவர்கள் அவர்கள் இருந்த நிலப்பகுதியுடன் சேர்த்தே அடிமைகளைப் போன்று விற்கப் பட்டார்கள். ஆயினும் அவர்கள் புலையர்களைப் போன்று உண்மை யானவர்களாக இல்லை. அவர்களின் குடியிருப்புகள் புலையர் களின் குடிசைகளைப் போன்றிருந்தன. அவர்கள் மாட்டிறைச்சியை உண்பவர்களாகவும், கள், சாராயம் குடிப்பவர்களாகவும் உள்ளனர்.

அவர்களைச் சேர்ந்த பெண்கள் புலையரினப் பெண்களைப் போன்று பின்னால் கட்டிக்கொள்ளாமல் தலைமுடியைத் தலை நடுவில் கட்டிக்கொண்டனர். காதுகளில் பெரிய அளவில் துளையிட்டுக் கொண்டுள்ளனர்.

அவர்கள் இந்துக் கடவுள்களை வழிபட்டு வந்தனர். எனினும் இறந்து போனவர்களின் ஆவிகளை ஓணம் பண்டிகையின்போது வழி பட்டு வந்தனர். குறவர்களின் சிறப்பான தெய்வமாக விளங்குவது காடியாத்திக்கல் அல்லது மலைத் தெய்வமாகும். ஒவ்வொரு மாதமும் முப்பதாவது நாள் இறந்துபோன முன்னோர்க்கு அவர்கள் வழிபாடு நடத்துகின்றனர். குறவர்களின் தலைவர்கள் ஊராளி என்றும் பணிக்கன் என்றும் அழைக்கப்படுகின்றனர். தலைவர்களுக்குத் தங்கள் வீட்டுச் சிறப்பு நிகழ்ச்சிகளின்போது குறவர்கள் பணம் கொடுக்கின்றனர். அவர்களின் பூசாரி கைக்காரன் என்றழைக்கப்படுகிறான். மேற்கூறிய விவரங்களைத் தர்ஸ்டன் தந்துள்ளார். ஆனால் தமிழ்நாட்டுக் குறவர்கள் பற்றிய விவரங்கள் அவர் நூலில் இடம்பெறவில்லை.

தமிழ்நாட்டில் திருவள்ளூர் மாவட்டத்தைச் சேர்ந்த பழவேற் காட்டில் வாழ்ந்த குறவர்களைப் பற்றி மெக்கன்சியின் டி.3082ஆம் எண்ணுள்ள சுவடியில் செய்திகள் இடம்பெற்றுள்ளன. அவை வருமாறு:

கூடைகட்டிக் குறவர், பொதிமாட்டுக் குறவர், திருட்டுக் குறவர் என்று குறவர்களில் பழவேற்காட்டில் மூன்று வகையினர் இருந்துள்ளனர். ஊருக்கு வெளியில் குடியிருந்துகொண்டு கூடை, மரக்கால், படி, தொம்பைக்கூண்டு ஆகியவற்றை ஈச்சங் கசங்கினாலும் பிரம்பினாலும் செய்து விற்று வாழ்க்கை நடத்திக் கொண்டவர்கள் கூடைகட்டிக் குறவர்கள் என்றழைக்கப்பட்டனர். அவர்களுள் ஒவ்வொருவருக்கும் நான்கு அல்லது ஐந்து கழுதைகள் உடைமையாக இருக்கும். அவர்களின் பெண்களுக்குப் பச்சை குத்துவதும் குறிசொல்லுவதும் தொழில் களாகும். அவர்கள் பூனையைச் சமைத்து உண்பவர்களாவார்கள்.

பொதிமாட்டுக் குறவர்கள் மாடு அல்லது கழுதைகளின் மேல் விலை குறைவாயுள்ள இடங்களிலிருந்து வாங்கப்பட்ட அரிசி, நெல், புளி, வெல்லம், பயிறு, சோளம் முதலிய பொருள்களை ஏற்றிக்கொண்டு போய் விலை அதிகமுள்ள இடங்களில் விற்றுவந்தனர். திருமணத்தின் போது அவர்கள் இரண்டு அல்லது மூன்று கழுதைகளைப் பரிசுப் பொரு ளாகப் பெண்வீட்டாருக்குக் கொடுத்துத் திருமணம் செய்துகொள் வார்கள். ஒவ்வொருவரும் நான்கு அல்லது ஐந்து பெண்களைக் கூடத் திருமணம் செய்துகொள்வர். அவர்களினப் பெண்கள் பித்தளையா லான வளையல்களையும் கம்மல்களையும் அணிந்துகொள்வர்.

திருட்டுக் குறவர்

மலைப்பகுதிகளிலும் காட்டோடைப் பகுதிகளிலும் நூறுபேர் இருநூறு பேர் என்று குடியிருந்துகொண்டு வழிப்பறி செய்து, வாழ்க்கை நடத்துகிற குறவர்கள் திருட்டுக் குறவர்கள் என்றழைக்கப்பட்டனர். இவர்கள் அருகில் உள்ள நகரங்களுக்குள் சென்று கன்னக்கோல் கொண்டு சுவரில் சந்து ஏற்படுத்தி உள்நுழைந்து திருடுவதும் உண்டு. அவர்கள் அவ்வாறு உள்நுழையும்போது, சந்துவழியே முதலில் கால்களை விடுவார்கள். உள்ளே இருப்பவர்கள் விழித்துக்கொண்டு, காலைப் பிடித்துக் கொண்டால், வெளியே உள்ள குறவர்கள் உள்ளே கால் நுழைத்த குறவனின் தலையை வெட்டி எடுத்துக்கொண்டு ஓடிவிடுவார்கள். அதனால் அகப்பட்டவன் யார் என்பதோ அவனுடன் வந்தவர்கள் யார் என்பதோ வெளிப்பட ஏது இருப்பதில்லை.

மேற்கூறிய குறவர்கள் மூன்று வகையினரின் திருமணங்களிலும் பார்ப்பனர் இடம்பெறுவதில்லை என்றும் சுவடியில் கூறப்பட்டுள்ளது. கோடைக்காலத்தில் குன்றுப்பகுதியில் வாழும் மக்களோ அவர்களிடையே உள்ள சில குழுவினரோ பிழைப்பதற்காக வழிப்பறியை நடத்தியிருப்பதும் சாத்தியமே என்று ஆராய்ச்சியாளர்கள் கருது கின்றனர். மேலும் தமிழகத்தில் மதுரை மாவட்டப் பகுதியில் போடி நாயக்கனூரை அடுத்துள்ள மலையில் நரிப்பட்டி என்ற கிராமத்தில் மலைக்குறவர்கள் முப்பது குடும்பத்தினர் வசிக்கின்றனர். இவர்கள் நாட்டில் வசிக்கும் குறவர்கள், நரிக்குறவர்கள், உப்புக் குறவர்கள் ஆகியவர்களினின்றும் வேறுபட்டவர்கள். மலைவாழ் மக்களுக்கான இலக்கணங்கள் அனைத்தும் இவர்களிடம் பொருந்தியிருக்கின்றன. உருவம் குட்டை, தலைசுருட்டை, தடித்த உதடுகளும் சப்பை மூக்கும் அகன்ற முகமும் இவர்களை நாட்டு மக்களிடமிருந்து வேறுபடுத்து கின்றன. அவர்களின் வாழ்க்கை முறைகளைப் பற்றி அன்னகாமு பின்வருமாறு குறிப்பிடுகிறார்:

காந்தியடிகளும் வினோபா அவர்களும் கூறும் சர்வோதய சமுதாயத்தின் அடிப்படை அம்சங்கள் இந்த மக்களின் வாழ்க்கையில் தான் அதிகமாக இருப்பதாக என்னுடைய குறுகிய கால அனுபவத்தி லிருந்து நான் அறிய வந்துள்ளேன். மங்கல வாழ்வென்பது அனை வரும் அனுபவிப்பது. மகிழ்ச்சியோ துன்பமோ பட்டினியோ, பசியோ, விருந்தோ, வாழ்வோ, மரணமோ எல்லோரும் சேர்ந்து அனுபவிப்பதே மங்கலமாகும். திருடுவதைக்கூட எல்லாருமாகச் சேர்ந்து செய்தால் அதுவும் மங்கலந்தான்' என்பதாக வினோபா அவர்கள் தம் பிரார்த்தனைக் கூட்டமொன்றில் கூறினார். இதுவே தான் குறிஞ்சி மக்களின் வாழ்வில் இன்று நிகழ்ந்து வருகிறது.

இலம்பாடி

இலம்பாடிகள் நாடோடிகளாவார்கள். அவர்கள் திராவிடக் கலப்பு உடையவர்கள் என்றும் இல்லை என்றும் இருவகையில் கருத்து களை ஆராய்ச்சியாளர்கள் கொண்டுள்ளனர். அதுபற்றிய தெளி வின்மையால் அவர்களை இந்தோ-ஆரியர் என்று வகைப்படுத்தி யுள்ளனர்.

டி.3082 ஆம் எண்ணுள்ள சுவடியில் பழவேற்காட்டில் இருந்த இலம்பாடிகளைப் பற்றிய பகுதியில் விவரங்கள் எவையும் இடம்பெற வில்லை; இலம்பாடி என்ற குறிப்பு மட்டுமே உள்ளது. எட்கர் தர்ஸ்டன் தமது நூலில் இருபத்தைந்து பக்கங்களில் இலம்பாடிகளைப் பற்றி எழுதியுள்ளார்.

கரையார்

கடற்கரையில் குடியிருந்து கொண்டு கடலில் மீன்பிடித்து வாழும் மக்கள் கரையார் என்று அழைக்கப்படுகின்றனர். செங்கற்பட்டு மாவட்டத்தில் பழவேற்காட்டுப் பகுதியில் வாழும் கரையாரைப் பற்றி டி.3082 ஆம் எண்ணுடைய மெக்கன்சி சுவடியில் குறிப்பிடப் பட்டுள்ளது. தமிழகத்தின் கிழக்குக் கடற்கரையில் வாழ்கிற மீனவர்கள் பெரும்பாலும் கரையார் என்றே அழைக்கப்படுகின்றனர். அவர் களில் சிலர் தங்களைத் தச்சக்கரையார் என்றும் அழைத்துக் கொள் கின்றனர்.

பட்டணவர்

கடற்கரையோரப் பட்டிணங்களில் அல்லது நகரங்களில் வாழும் மீனவர்கள் பட்டணவர் என்றழைக்கப்படுகின்றனர். அவர்களுள் பெரிய பட்டணவர் சின்னப் பட்டணவர் என்று இரண்டு வகையினர் உள்ளனர். பழவேற்காட்டுப் பகுதியில் குடியிருக்கும் பட்டணவர் களைப் பற்றி டி.3082ஆம் எண்ணுள்ள சுவடி குறிப்பிடுகிறது.

செம்படவர்

ஆற்றிலும் குளத்திலும் ஏரியிலும் மீன்பிடிக்கும் மீனவர்கள் செம்படவர் என்றழைக்கப்படுகின்றனர். அவர்கள் ஒருபோதும் கடலில் மீன்பிடிக்கச் செல்வதில்லை. நல்ல படகோட்டி எனும் பொருளைத் தரும் செம்படவர் என்ற இரண்டு சொற்களின் கூட்டே செம்படவராகும். பழவேற்காட்டில் குடியிருக்கும் செம்படவர்களைப் பற்றி டி. 3082ஆம் எண்ணுள்ள சுவடி குறிப்பிடுகிறது.

பொதுவான விவரங்கள்

கரையார், பட்டணவர், செம்படவர் எனும் மூன்று வகையான மீனவர்களிடமும் காணப்படும் பொதுவான பண்புகள் பின்வருமாறு:

திருமணத்தின் போது மணமகன், மணமகள் வீட்டாருக்கு நான்கு வராகன் கொடுக்கிறார். மாமன் மகளைத் திருமணம் செய்து கொள்கிறார்கள். அவர்கள் திருமணத்தைப் பார்ப்பனர் நடத்திக் கொடுக்கின்றனர். அதற்காக வருகிற பார்ப்பனர்களுக்குப் பணமும் ஒருபடி அரிசியும் கொடுக்கின்றனர். அவர்களுக்குத் தலைவராக இருப்பவர் பெரியதனக்காரர் என்று அழைக்கப்படுகிறார். அவர் எண்ணூர் முகத்துவாரத்தில் இருக்கிறார். அவர்களில் தவறு செய்பவர் களைச் சாமிசெட்டி, சின்னப்பச்செட்டி எனும் இருவரும் விசாரித்துத் தண்டத் தொகை வசூலிக்கின்றனர். திருமணமாகி இறந்து போகிறவர் களை எரிப்பதும் மற்றவர்களைப் புதைப்பதும் அவர்களுக்குரிய வழக்கமாகும். கரையார், பட்டணவர், செம்படவர் ஆகிய மூவகை யினருள்ளும் செம்படவர் உயர்ந்தவர்களாகக் கருதப்படுகிறார்கள். அவர்களில் கரையார் முதலியென்றும் பட்டணவர் செட்டி என்றும் செம்படவர் நாயக்கரென்றும் அழைக்கப்படுகின்றனர்.

மலையரசர்

'கருங்குரங்குகளைத் தின்பவராகிய கோயம்புத்தூர் ஜில்லாவின் மலைகளில் வாழும் ஒரு சாதி' என்று தமிழ் லெக்சிகனில் மலையரசர் களைப் பற்றிக் குறிப்பிடப்பட்டுள்ளது. 'மலையரையன் பொற்பாவை' (திருவாசகம் 12, 13) என்றும் 'மலையரசன் பணிய நின்ற பூங்கோவலூர்' (திவ். திருநெடுந்) என்றும் பக்தி இலக்கியங்களிலும் மலையரசர் எனும் சொல்லாட்சி இடம்பெற்றுள்ளது. டி.2865ஆம் எண்ணுள்ள மெக்கன்சி யின் சுவடியில், 'பாலக்காட்டு ராசாவானவன் ஒரு எள் வர்ணமாயிருந்த மலச்சியாகிய பாலக்காட்டுக் கமலையின் பேரில் மோகித்துப் புணர்ந்து அவனுக்குச் சாதியீனம் வந்து சத்திரிக்குப் பிறம்பா காட்டப்பட்டு பிறித்துமலையன் என்று அழைக்கப்பட்டான். அந்தப் பட்டம் இதுவரைக்கும் தொந்தரசினையாய் நடந்து வருகிறது' என்று கூறப் பட்டுள்ளது. வேறு விரிவான செய்திகள் எவையும் இடம் பெறவில்லை.

குன்னுவர்

தமிழகத்தில் திண்டுக்கல், கோவை மாவட்டங்களிலும் கேரளாவின் சில பகுதிகளிலும் குன்னுவர்கள் வசித்து வருகின்றனர். அவர்கள் கோவை மாவட்டத்தில் உள்ள குன்னூர் என்ற ஊரிலிருந்து வந்ததால் குன்னுவர் என்று பெயர் பெற்றதாகவும் குன்றுகளிலே வசிப்பதால்

குன்றவர் – குன்னுவர் எனப்பெயர் பெற்றதாகவும் இருவேறு காரணங்கள் பெயருக்கு உரியனவாகக் கூறப்படுகின்றன.

பழனிமலையில் (கொடைக்கானலில்) பயிர்த்தொழிலில் ஈடுபட்டுள்ள சாதியினருள் குன்றுவர்கள் குறிப்பிடத்தக்கவர்கள். தமிழ்மொழி பேசும் அவர்கள் கோவை மாவட்டத்திலுள்ள தாராபுரம், காங்கேயம் பகுதிகளிலிருந்து நான்கைந்து நூற்றாண்டுகளுக்கு முன் கொடைக்கானல் மலையில் வந்து குடியேறிய வேளாளர்கள் என்ற வழக்கு நிலவி வருகின்றது. இவ்வாறு இவர்கள் சமவெளியிலிருந்து மலைப்பகுதிக்கு வந்து குடியேறியதற்கு அப்பகுதியில் பேய் காரணமாக அமைதியின்மை தொடர்ந்து நீடித்ததே காரணமாகும். சிலர் அப்பகுதி களில் நிலவிய பஞ்சமே இதற்குக் காரணம் என்பர். தங்களைக் குன்னுவ வேளாளர் என்று கூறிக்கொள்கிற இவர்கள், விருபாட்சியைச் சேர்ந்த ஆயக்குடிப் பாளையக்காரர்கள் ஆவார்கள் என்று தர்ஸ்டன் குறிப்பிட்டுள்ளார். மேலும் குன்னுவர்களைப் பற்றிய விவரங்கள் 'இந்தியத் தொல்லியல்' பத்தாம் தொகுதியிலும் மதுரை மாவட்ட விவர அறிக்கையிலும் போலூர் பட்டயத்திலும் சோழன் பூர்வ பட்டயத் திலும் அன்னகாமுவின் மேல்மலைமக்கள் நூலிலும் புலவர் இராசுவின் கட்டுரையிலும் இடம்பெற்றுள்ளன. அவற்றுள் எம்.ஜெ. வால்ஹவுஸ் என்பவர் குன்னுவர் பற்றி 1881இல் இந்தியத் தொல்லியலில் எழுதியதால் குன்னுவர் பற்றிய ஆய்வாளர்களுக்கு முன்னோடி என்று கருதப்படுகிறார். ஆனால் 1816ஆம் ஆண்டிலேயே, எம்.ஜெ. வால்ஹவுஸிற்கு அறுபத்தைந்து ஆண்டுகளுக்கும் முன்னதாகவே காலின் மெக்கன்சி குன்னுவர் பற்றிய விவரத் தொகுப்பில் ஈடுபட்டுள்ளார் என்பது குறிப்பிடத்தக்கதாகும். மெக்கன்சியின் சுவடிகளுள் டி.3114ஆம் எண்ணுள்ள சுவடியில் குன்னுவர்களின் வரலாறு, வாழிடம், அங்கு வளர்ந்திருந்த மரம், செடி, கொடிகள், வாழ்க்கைமுறை, சடங்குகள், நம்பிக்கைகள், நீதிமுறை, பண்பாட்டுச் செயல்கள் ஆகியவற்றைப் பற்றிய விவரங்கள் தொகுக்கப்பட்டுள்ளன.

நானூறு, ஐந்நூறு ஆண்டுகளுக்கு முன்னர் பழனி மலைக்கு வடக்கேயிருந்து வெள்ளாளர்கள் வந்து, குன்றில் குடியேறியதால் குன்னவர் என்று அழைக்கப்பட்டனர் என்று சுவடியில் அவர்களின் வரலாறும் பெயர்க் காரணமும் கூறப்பட்டுள்ளன.

அங்கு அவர்களைச் சுற்றி, பலா, நார்த்தை, கித்தளி (சாத்துக்குடி), எலுமிச்சை, சின்னக்கித்தளி (ஆரஞ்சு), செண்பகம், சம்பங்கி, விஷங்கி, விஸிங்கி, இலுப்பை, மஞ்சள், நெல், மொச்சை, வெந்தயம், கடுகு, வாழை ஆகியவை வளர்ந்திருந்த மரம், செடி, கொடிகளாகப் பட்டியல் ஒன்று சுவடி யில் இடம்பெற்றுள்ளது. விருபாட்சியைச் சேர்ந்த மலை மீது பாச்சலூர்,

பெரியூர் (பெரியலூர்), கண்ணனூர், வெண்ணலை, வடகாடு எனும் பெயர்களையுடைய ஐந்து கிராமங்களில் அவர்கள் வாழ்ந்து வந்தனர்.

குன்னுவர்கள் அங்கு வந்து குடியேறியதாக சுவடியில் இடம்பெறும் செய்திக்கு ஆதரவாக, அவர்களின் திருமணச் சடங்கில் கூறப்படும் வசனத்தில்,

'கொன்றைக்கால் வெட்டி கொடிக்கால் ஊணி
பட்டிப்புல் தேய்ந்து பசுஞ்சாணி ஒருப்பரத்து
நெருஞ்சி பூத்துக் குறிஞ்சி பூத்து
மலையேறி வந்த நாள்முதலே...'

என்று இடம்பெற்றுள்ள செய்தி உள்ளது.

விருபாட்சிப் பாளையப்பட்டு என்னும் மெக்கன்சியின் சுவடியில்,

'...யிப்படிக்கு கிறாமங்கள் உண்டுபண்ணி
பேற்வைத்து குன்னுவற் பொலையற்
காடுவாழும் ஜாதிகள் வறவளிச்சி, குடியேத்தி...'

என்று இடம்பெறும் செய்தியும் குன்னுவர் குடியேறியவர்கள் என்பதை உறுதிப்படுத்துகிறது.

நாட்டில் நிலவும் அரசியல் சூழலின் காரணமாக மக்கள் மலைகளில் குடியேறியதை, கொடுமணல் ஏட்டுச் சுவடி ஒன்று பின்வருமாறு விவரிக்கிறது:

'கதிர்இரவி இலகுபுகழ் கொங்குதே சந்தனில்
　　கள்ளர் வடுகர் தொழுவர்
கனபளிக் கூடியே அனுதினம் கொள்ளையும்
　　கலகம் இப்படி நடத்தியே
கன்றுகா லித்திரள்கள் தாலிபறி சேலைபறி
　　கனகொள்ளை தான்குடுத்துக்
கஷ்டப் படுந்துயரம் போறாமல் சனமெலாம்
　　வனமலைகள் தான் நடந்தார்'

'குன்னுவர்கள் 'குன்னுவ வேளாளர்கள்' எனவும் அழைக்கப்படுவதைத் தர்ஸ்டன் குறிப்பிட்டுள்ளார். போலூர் பட்டயத்தில் அவர்கள் வெள்ளாமையார் என்று கூறப்படுகின்றனர். மேலும் குன்னுவரின் திருமணப் பாடலில் மாப்பிள்ளை 'வேளாள வம்சமுங்க' என்று கூறப் பட்டிருப்பதையும் அவர்கள் வழிபடும் தெய்வங்களுள் 'கவுண்டப்பர்' என்பது ஒன்று என்பதையும் குன்னுவர் அடுத்த குன்னுவரை அழைக்கும் போது 'கவுண்டா' என்று அழைப்பதையும் காரணங்களாகக் கூறி அவர்கள் கொங்குநாட்டு வேளாளர்களே' என்று அன்னகாமு கூறியுள்ளார்.

'குன்னுவர்களிடையே 'சின்னக் குன்னுவர்', 'பெரிய குன்னுவர்' என்று இருபெரும் பிரிவினர் உள்ளனர். அவர்களுள் கீழ்மேல் பழனி மலைகளில் வசிக்கும் குன்னுவர்களின் தொகை சுமார் 15,000 எனக் கணக்கிட்டுள்ளனர். மேல் பழனிமலையில் மன்னவனூர், கவுஞ்சி, பூம்பாறை, பூண்டி, போலூர், கிளாவரை, கூம்பம், கூக்கால், பள்ளங்கி, கீழான் வயல், மஞ்சம்பட்டி, புத்தூர், வில்லுப்பட்டி ஆகிய கிராமங் களில் குன்னுவர்கள் அதிகம் காணப்படுகின்றனர். கீழ்மலை தொளாயிரம் மேல்மலை பன்னிரெண்டாயிரம் என்று பழைய கணக் கொன்றுள்ளது' என்று இன்றைக்கு அங்கு வசிக்கும் குன்னுவர்களைப் பற்றி அன்னகாமு குறிப்பிடுகிறார்.

குன்னுவர்கள் தங்களின் சொத்துகளை விற்க நேர்ந்தால் அந்தக் கிராமத்திலுள்ளவர்களிடமே விற்பார்கள். மற்ற கிராமத்தைச் சேர்ந்தவர்களிடம் விற்பதோ வாங்குவதோ கிடையாது என்று சுவடியில் கூறப்பட்டுள்ளது. நிலத்தை விற்கும் முறையைப் பற்றி அன்னகாமு பின்வருமாறு குறிப்பிடுகிறார்:

'தன் நிலத்தை மற்றொருவருக்கு மாற்ற நினைத்தால், கற்பாறையி லுள்ள ஓர் உரல் கல்லையடுத்து ஐந்துபேர் கூடுவர். அதன்மேல் இந்த ஐவரும் ஒரு கூரிய அரிவாளைப் பிடித்துக் கொள்வர். நிலம் வாங்குபவர் நான்கணா வெள்ளிப்பணத்தைக் கல்வெட்டுப் பணமாக வைக்க வேண்டும். நிலத்தை விற்பவரும் வாங்குபவரும் இன்னமாலில் இன்ன இடத்தில் உள்ள இடம் கிரயமாகிவிட்டபடியால் இந்தப்பேச்சை யாரொருவர் மாறினாலும் காராம் பசுவைக் கொன்ற பாவத்திற்கும், பங்குனி மாசம் பகல் நடந்த தோசத்திற்கும் ஆளாகக் கடவது என்று கூறி கல்லின்மேல் (சிலுவை) அடையாளமிடுவர்.'

குன்னுவர்களின் தலைவர் மன்னாடி என்றழைக்கப்படுகிறார். அவர் ஆணையை அடப்பன் கேட்டுத் தண்டல்காரனால் செயற்படுத்து கிறார். அவர்கள் மூவரும் நிருவாக உரிமை உடையவர்களாவார்கள். மன்னாடி ஆணையை அனைவரும் ஏற்று நடப்பார்கள். மன்னாடி ஒருவனைக் கொன்று போட்டாலும் மற்றவர்கள் எதிர்த்துக் கேட்க மாட்டார்கள் என்று சுவடியில் அவர்களிடம் நிலவிய ஆட்சிமுறை கூறப்பட்டுள்ளது. அதனைத் 'தரைக்குப் பன்னாடி மலைக்கு மன்னாடி' என்று அவர்களிடம் வழங்குகிற பழமொழியும் உறுதிப்படுத்துகிறது.

மலைக்கு மன்னர் ஆகிய காரணத்தால் மன்னாடிப் பட்டம் பெற்றோர் என்கின்றனர். மண்ணுடையார் மண்ணுக்கு உரியவர் மன்னாடியார் ஆயினர் என்ற கருத்தும் உண்டு. 'கொங்கு வேளாளர் குலத்தலைவர்கள் சர்க்கரை மன்றாடியார், பல்லவ மன்றாடியார், காங்கேய மன்றாடியார்,

வாரணவாசி மன்றாடியார், உலகுடைய மன்றாடியார் எனப் பலவாறு அழைக்கப்படுகின்றனர். இவர்களின் வரலாறு கூறும் பொருளந்தை குலப்பட்டயம், பிடாரியூர்ப் பட்டயம், சர்க்கரைக் கவுண்டர் வமிசாவளி போன்றவை இவர்களை மன்றாடியார்' என்றே குறிக்கின்றன.

அவர்களிடம் தற்போது வழங்குகிற ஆட்சிமுறை பற்றி அன்னகாமு பின்வருமாறு எழுதியுள்ளார்:

'காணிக்காரனுக்குக் குடிகள் அடங்காவிட்டால் மந்திரி மன்னான் வருவார். அவருக்கும் அடங்காவிட்டால் ராசமன்னானே வந்து விடுவார். அவருக்கும் அடங்காவிட்டால் மணியக்காரன் தலையிட வேண்டியிருக்கும். குடிகள் அடங்காதபோது அவர்களிடம் ஒப்ப டைக்கப்பட்டிருக்கும் அரசுச் சின்னங்களான வாள், பிரம்பு முதலியவை பறிக்கப்பெறும். அவை மணியக்காரன் வசம் ஒப்புவிக்கப்படும். குடிகள் மிகப்பெரிய குற்றம் செய்தால், காணிக்காரன் வீட்டில் போடப்பட்டுள்ள ராசா, மந்திரி, காணிக்காரன் ஆகியோரின் ஆசனங்கள் பிரித்தெறியப்படுமாம்'.

அரசுரிமைப் பட்டம் வழிவழியாக இருந்து வருகிறது. அந்த அரச பரம்பரையைச் சேர்ந்த தாண்டிக்குடி 'அப்பச்சி' (தகப்பன்) திரு.கே.சி. மக்கையா மன்னாடியார் இன்னும் பழைய பழக்க வழக்கங்களை மேற் கொண்டு வருகிறார். இப்பொழுதும் காலில் செருப்பணிவதில்லை. குடை பிடிப்பதுமில்லை. 'வானமும் பூமியும் நமக்கு இதம் புரிபவை. நம்மை உண்டாக்கி வளர்த்துக் காப்பவை. அவை நம் உடம்பின் உடம்பு; உயிரின் உயிர். அவற்றை அந்நியமாக நினைப்பதோ, அவற்றினின்றும் நமக்குத் தீங்கேற்பட்டுவிடுமென நினைத்து செருப்பு, குடை இவற்றின் பாதுகாப்பை நாடுவதோ சத்தியத்திற்குப் புறம்பான காரியம். இது முன்னோர் கொடுத்த வாக்கு, மலையை ஆளும் மன்னவர்களுக்கு ஏற்பட்டது' எனக் கூறுகிறார். மேலும் அவர்களின் ஆட்சிமுறை பற்றிய விவரங்களைச் சோழன் பூர்வ பட்டயம் நூலும் கூறுகிறது.

குன்னுவர்களிடையே நிலவிவரும் பண்பாடு தொடர்பான செய்திகள் ஆய்வுக்குரியவையாக இருக்கின்றன. குன்னுவரினப் பெண்கள் வெள்ளை நிறத்தில் பொதுவாக உடுப்பதில்லை. கைகால்களுக்குப் பித்தளை காப்புகளும் காதுக்குக் காதோலையும் அணிகின்றனர் என்று சுவடியில் கூறப்பட்டுள்ளன. குன்னுவர்கள், பெண்களிடையே ஒழுக்கத்தை நிலைநாட்ட கடுமையான நடவடிக்கைகளை மேற்கொண்டு வந்திருக்கின்றனர். கிராமப் பெரியவர்கள் ஒன்று கூடிப்பேசி ஒழுங்கீன மான பெண்களை அவமானப்படுத்தும் முறையில் வெள்ளைச் சேலை உடுத்துவிக்கும் பழக்கமிருந்ததாம். திருத்தவே முடியாத

நிலையிலிருந்தவர்களை வெள்ளைப் புடவையுடுத்தி குன்றுகளிலிருந்து உருட்டிவிட்டார்களாம். பின்னர் பெண்களிடையே வெள்ளைச் சேலை கட்டும் வழக்கம் நாகரிகமாக வந்துவிட்டதாம். இது எப்படி ஏற்பட்டதென்று தெரியவில்லை என மாவட்ட கெஜட்டியர் கூறுகிறது. இப்பொழுது ஒழுக்கக் கேடானவர்களை மேலே கூறியபடி தண்டிக்கும் பழக்கம் எங்குமே கையாளப்படுவதில்லை என்று அன்னகாமு, சுவடியில் கூறப்பட்டுள்ள செய்தியை ஒப்பிட்டுக் காணும் வகையில் தற்போதுள்ள நிலையை வெளிப்படுத்துகிறார்.

குன்னுவரின் 'ஆண்களின் ஆடை சாதாரணமானது. முதியவர்கள் குடுமிவைத்துக் கொண்டிருக்கிறார்கள். குறைக்குடுமி குன்னுவனுக் காகாது' என்பது பழமொழி.

அவர்களின் திருமணம் என்பது, தலைவர்கள் கூடியிருந்து, பொன்னினால் குன்றிமணி அளவில் செய்யப்பட்ட பொட்டு கோர்க்கப்பட்ட கருப்புமணி மாலையை மணமகளின் கழுத்தில் கட்டுவதேயாகும் என்று சுவடியில் கூறப்பட்டுள்ளது. ஆனால் தர்ஸ்டன், வால்ஹவுஸ் எழுதியதை மேற்கோளாகக் கொண்டு, 'தன்னைவிட வயதில் மூத்திருந்தாலும் முறைப்பெண்ணைக் குன்னுவ இளைஞன் மணப்பதுண்டு; மாமன் மகள் பலரை ஒருவனே மணக்கும் வழக்கமும் உண்டு' என்றெழுதியுள்ளார்.

சகோதரன் இறந்தால் அவன் மனைவியைப் பிற சகோதரர் மணப்பதும் உண்டு. இதனால் நிலம் பிரிவது தவிர்க்கப்படுகிறது. பலதார மணம் உண்டு. விவசாயப் பணிக்கு ஆள் தேவை இதனால் தவிர்க்கப்படுகிறது. மனம் ஒன்றுபட்ட ஆணும் பெண்ணும் ஊரை விட்டுச் சில நாள் ஓடிவிடுவதும் உண்டு. அவர்கள் வந்தபின் கன்னிக்கு 60 பணமும் விதவைக்கு 30 பணமும் அபராதம் விதித்துத் திருமணம் செய்விப்பதுண்டு. திருமணம் நிச்சயத்தன்று இரு வீட்டாரில் மூவர் புதுநெல் குத்தி மொச்சைப்பருப்பு, நெய்ச்சோறு, (பருப்புச்சோறு) ஒரே வெண்கல வட்டிலில் உண்பர். பின் அதிலேயே வெற்றிலை பாக்கும் வைப்பர். பெரியவர்கள் மணமகன், மணமகள் தலையில் பால் தேய்ப்பர். வீட்டு மனையில் சடங்குகள் நடைபெறும் என்று புலவர் இராசு குன்னுவர்களிடம் நிலவிவரும் பிற சடங்குகளையும் குறிப்பிடுகிறார்.

'ஒரு குடும்பத்தில் ஆண்வாரிசு இல்லாவிட்டால் அந்த வமிசத்தைக் காப்பாற்ற ஒரு விநோதமான முறை பின்பற்றப்படுகிறது. அந்த வீட்டில் பிறந்த பெண்ணை மாமன் மகனுக்குக் கொடுப்பதில்லை. பெண்ணுக்கு வயது வந்தவுடன் அவளை அவ்வீட்டிலுள்ள நடைமரத்திற்குக் காலஞ் சென்ற முறைமைக்காரர் ஒருவரின் பெயரைச் சொல்லித் திருமணம்

செய்துவிடுவர். இதற்கும் மதினியார் வெள்ளியில் அச்சாரவளை போடுவதுண்டு. இந்தப் பழக்கத்தை 'வளைபோட்டு விடுவது' என்று அழைக்கிறார்கள். அப்பெண் தன் குலத்தில் தான் விரும்புபவரோடு கூடிக் குழந்தை பெறுகிறார். பெண்ணின் தகப்பன் வீட்டுச்சொத்து, அவளுடைய குழந்தைகளுக்குச் சேரும். இப்படிப் பெண்களைப் பாசாவிகளாக்கிவிடும் இப்பழக்கம் பெல்லாரி மாவட்டத்தின் மேற்குப் பகுதியிலும் தார்வார் மைசூர் மாவட்டங்களில், சில பகுதிகளிலும் வழக்கத்திலிருப்பதாகக் கூறப்பட்டுள்ளது.'

'திருமணத்திற்குப் பின்னர் இரண்டொரு குழந்தைகள் பெற்றுக் கொண்ட பின்னரும் கணவனுடன் வாழ பெண்ணுக்கு விருப்பமில்லை யென்றால் பிரிந்துவிடலாம். குழந்தைகள் கணவனுடன் இருக்க வேண்டும். அவள் விரும்பிய வேறொருவனைத் திருமணம் செய்து கொள்ளலாம். கணவன் இறந்துபோனாலும் மறுமணம் செய்து கொள்ள லாம். அவ்வாறு நான்கு அல்லது ஐந்து முறைகூட அவள் திருமணம் செய்துகொள்ளலாம். அவ்வாறு முறையாகத் திருமணம் செய்து கொள்ளாமல் அவர்களினத்தைவிட்டு மற்றவர்களிடத்தில் சோரம் போகும் பெண்கள் விபச்சாரிகளாகக் கருதப்பட்டு மலை மீதிருந்து தள்ளிவிடப்படுவார்கள். உயிர் பிழைத்திருந்தால் அவள் அதன்பின் புலையர்களுடன் கலந்து வாழ்ந்து வரவேண்டும்' என்று சுவடியில் கூறப்பட்டுள்ளது.

அந்தந்தக் கிராமங்களில் உள்ளவர்கள் தொடக்கத்தில் அங்கேயே மணவினைத் தொடர்பு ஏற்படுத்திக்கொள்வார்கள். மற்ற கிராமங் களுடன் ஏற்படுத்திக்கொள்வதில்லை. நாகரிகம் வளர்ந்த பின்னர் மற்ற கிராமங்களிலும், மணவினைத் தொடர்பேற்படுத்திக் கொண்டு வருகின்றனர். ஆனாலும் தலைவர்களாக இருப்பவர்கள் இம்மாற்றங் களுக்கு உட்படுவதில்லை என்று குன்னுவரின் மணவினைத் தொடர்பு பற்றி சுவடியில் குறிப்பிடப்பட்டுள்ளது.

பெண்கள் இயற்கையாக இறந்துபோனால் கோழிச்சண்டை நடத்தி இறுதியில் கோழி அடித்துச் சாப்பிடுவதும், ஆண்கள் அவ்வாறு இறந்துபோனால் ஆட்டுக்கடாச் சண்டை நடத்தி அவற்றைக் கொன்று சாப்பிடுவதும் அவர்களிடையே உள்ள வழக்கமாகும். இறந்தவர் களைக் குழிவெட்டிப் புதைப்பார்கள் அல்லது விறகிட்டுக் கொளுத்து வார்கள் என்று அவர்களின் இறப்புச் சடங்கு பற்றிய விவரங்கள் சுவடியில் இடம்பெற்றுள்ளன.

'தாய்க்குத் தலைமகனும் தந்தைக்குக் கடைமகனும் இறுதிச்சடங்கு செய்வர். உரலில் நெல்போட்டு மூத்த மகள் அல்லது மறுமணம்

செய்துகொள்ளாதவர் குத்துவர். அது படைக்கப்படும். பிணத்தை இடுகாட்டில் வைத்தவர்கள் பிற உறவினர்களிடம் 'பத்து நாள் சீக்கா இருந்தார். நாங்களும் பார்க்காத பார்வையும் பார்த்தோம்; கேட்காத கேள்வியும் கேட்டோம்; அரைக்காத மருந்தையும் அரைத்தோம்; குடுக்காத மருந்தையும் குடுத்தோம். குடுத்த மருந்தால் குழவி பாழுண்ணுது; அரைத்த மருந்தால் அம்மி பாழுண்ணுது. எட்டான புசிப்பு தட்டாமல் போச்சு; கருத்தன் கைவிட்டான்; காடு வான்னுது வீடு போன்னுது' என்பர். 'மண்ணோடு போ, நாங்கள் நீரோடு போகிறாம் என்று சொல்லி வீடுவருவர்' என்று புலவர் இராசு, குன்னுவர்களிடம் நிலவும் இறப்புச் சடங்கு பற்றிய விவரங்களைத் தருகிறார்.

குன்னுவர்களிடம் நிலவிவரும் நம்பிக்கைகள் ஆய்வுக்கு உரியவை யாகும். குன்னுவர்கள் கொன்றை மரத்தில் தீயெரிக்க மாட்டார்கள். வேங்கை மரத்தை வீட்டுக்குப் பயன்படுத்த மாட்டார்கள். பலாக் கோலைத் திருமண வீட்டில் சடங்குக்குப் பயன்படுத்துவர். மண மகளுக்குக் கொண்டை முடிய ஈனாத வாழையின் நாரைப் பயன் படுத்துவர். புலிவேட்டையில் புலியைத் தவறவிட்டவர் முடியை வெட்டிக்கொள்ள வேண்டும். கம்பளி அல்லது பசுந்தழையை முன்னர் எறிந்தால் அதைத் தாண்டிப் புலிவராது என்று கூறுகின்றனர். பொருள் களைக் கொண்டு செல்லப் பெரும்பாலும் குதிரைகளையும் ஓரளவுக்கு எருதுகளையும் பயன்படுத்துகின்றனர்.

'பூப்பெய்தும்வரை பெண்கள் நகையோ மலரோ அணியக்கூடாது. குங்குமம் வைக்கக் கூடாது. மஞ்சள் பூசக்கூடாது. பூப்பெய்தியதும் தாய்மாமன் பச்சை ராரி ஈர்க்கில் கட்டிய குடிசையில் சில நாட்கள் இருப்பாள். இறுதிநாள் திரட்டுச் சடங்கு நடைபெறும். மஞ்சள் குளித்து வீட்டுக்கு அழைப்பர். தாய்மாமன் மகன் பல மலை கடந்து பாறையில் பூக்கும் அரிய நுணர்மாலையைக் கொண்டு வருவான். அதை நடைமரத் திற்கு அணிவர். மாமன் மகனுக்குப் பால்சோறு அளிக்கப் பெறும்.'

திருமண வீட்டில் விருந்தினரை உண்ண அழைக்கும்போது, 'உறமுறைத்தாயே! ஆக்கிய சோத்திலே கல் இருக்கும்; சொல்லிலே தப்பிருக்கும்; குழம்பிலே கோது இருக்கும்; உப்பிலே மிக்கிலே தாழ்விருக்கும். எந்தக் குறை இருந்தாலும் மன்னித்து எங்கள் விருந்தை அழித்துக் கொடுக்கணும் தாயே' என்பர். வாத்தியம் வாசித்துச் செல்லும்போது புலையன்,

'ஆடிய வேட்டை கூடிய கூட்டம் கும்பிடும் சாமி கூட்டும் கலியாணம் கொண்டாடும் நன்மை.. இந்த மந்தியே நம்மளும் பாடியாடுறபோது உங்க காலு எங்க மேலே பட்டிருக்கும்; எங்க காலு உங்க மேலே

பட்டிருக்கும்; உம் எச்சில் எம்மேலே எம் எச்சில் உங்கமேலே பட்டிருக்கும். குடிப்பது கள்ளு, எடுப்பது தடி, எல்லாம் கண்டு மனம் பொறுத்து நம்ம தகப்பனும் புள்ளையும் ஆய்காரியத்தை நடத்தினோம். இப்பவும் நீங்கள் உண்டு மிஞ்சின சோறு, உடுத்து மிஞ்சின துணி, போட்டு மிஞ்சின வெத்திலை பாக்கு, பொட்டு, சந்தனம் கொடுத்து எங்களுக்கு நல்ல உத்தரவு கொடுத்து நல்லமுறையில் அனுப்பி வைக்க வேணும் ராசாவே!' என்று கூறுவான்.

குன்னுவர்களிடையே பல்வேறு வகையான கூத்துகளும் ஆட்டங்களும் நடைமுறையில் உள்ளன. 'குன்னூட்டம் கும்மி, ஒயிலாட்டம், மான்கூத்து, குதிரைக்கூத்து போன்ற பலவகையான ஆட்டங்களும் அத்துடன் இணைந்த பாடல்களும் அவர்களின் வாழ்க்கையில் எல்லையற்ற இன்பத்தையும் அழகையும் பெய்து, அந்த மலை நாட்டையே ஒளிபெறச் செய்கின்றன. இவர்களின் ஆட்டங்கள் சூரிய ஒளியில் மின்னும் நீர்ப்பரப்பின்மேல் மீன்கொத்திப் பறவை நின்றாடும் பொலிவைப் போன்றிருக்கும். கானகத்தில் தோன்றும் கண்ணுக்கினிய மலர்களும் பழங்களும் இந்த ஆடல் (பாடல்)களின் பலனோவென எண்ணத் தோன்றும்.'

புலையர்கள்

குன்னுவர்கள் வாழ்கிற அதே மலையில் வாழ்கிற இன்னொரு பிரிவினர் புலையர்கள் என்று அழைக்கப்படுகின்றனர். 'கீழ்ப் பழனி மலைப் பகுதியில் இவர்கள் அதிகமாகக் காணப்படுகின்றனர். இப்பகுதிக்குக் குன்னுவர்கள் வருவதற்கு முன் இவர்கள் சுதந்திரமாகக் காட்டு ராஜாக்களாக இருந்து வந்திருக்கின்றனர். குன்னுவர்கள் வந்தபின் நிலைமை மாறிவிட்டது. புலையர்களைக் குன்னுவர்கள் தங்கள் பண்ணையடிமைகளாக்கியுள்ளனர். அந்நிலையிலிருந்து அவர்கள் இன்னும் விடுதலை பெறவில்லை. கீழ்மேல் பழனிமலைகளில் இவர் களின் தொகை சுமார் 8000 எனக் கணக்கிட்டுள்ளனர்.'

புலையர்களுடைய, 'வீட்டின் நுழைவாசல் மிகவும் தாழ்ந்தது. அதனுள் போக வேண்டுமானால் மிகவும் குனிந்தோ உட்கார்ந்தோ தான் செல்ல வேண்டும். இரவில் இவர்கள் விளக்கு வைப்பதில்லை. இவர்களின் நில முதலாளிகளான குன்னுவர்கள், இவர்களின் வீடுகளில் விளக்கேற்றக் கூடாதெனவும் கட்டிலில் தூங்கக் கூடாதெனவும்' நிர்ப்பந்தப்படுத்தியுள்ளனர்.

குன்னுவர்களின் வருகைக்கு முன்னர் இவர்களின் சமூக அமைப்பு வேறாக இருந்திருக்க வேண்டும். இப்பொழுது குன்னுவர்களே

இவர்களின் அரசர்கள் அல்லது முதலாளிகள். இந்த இனத்திற்கு ஒரு நாட்டாண்மைக்காரனும் சேர்வைக்காரனும் உண்டு. கோவில் காரியங் களைக் கவனிக்கப் பூசாரியொருவருண்டு. இவர்களுக்கு உதவியாக ஒரு தோட்டியுமிருப்பர். இந்த இனத்தவரிடையே அந்தப் பகுதியினருக் குள்ளேயே மணம் செய்துகொள்ளக்கூடாத பல பிரிவுகள் இருப்பதாகத் தெரிகிறது. கருமிதி, கோபன், குடும்பி, குள்ளன், மல்லன், குசவன், பழயன், குப்பன், குடியன், பெருமன், வெம்பிளையன், நைனகதவன், சாலையான் முதலிய பிரிவுகள். இப்பிரிவுகள் அக்கூட்டங்களின் தலைவர்களின் பெயர்களைக் கொண்டே விளங்குகின்றன.

புலையர்கள் வேட்டையாடுவர். வேட்டையில் கிடைத்த பொருளைச் சமமாகப் பங்கிட்டுக் கொள்வர். முதலில் அடித்து வீழ்த்தியவருக்குத்தான் முதல்பங்கு. அதாவது அந்த விலங்கின் தலை போகும். வேட்டையில் இறந்தவர்களைக் காட்டிலேயே மிக்க மரியாதையுடன் அடக்கம் செய்வதோடு ஆண்டுதோறும் அவர்களை நினைத்துக் கௌரவிப்பர்.

குன்னுவர்களோடு ஒரே மலையில் உள்ள புலையர்களை மெக்கன்சி சுவடியில்,

‘குன்னுவர்களின் ஆடுமாடுகளைப் பராமரிக்கும் வேலைகளில் அங்குள்ள புலையர்கள் ஈடுபட்டுள்ளனர். குன்னுவர் புலையருடன் ஒன்றாயமர்ந்து உண்பதில்லை. புலையர்கள் இறந்தவர்களைப் புதைப்பார்களே தவிர எரிக்கமாட்டார்கள்’ என்று கூறப்பட்டுள்ளன.

குன்னுவர்களின் ‘குன்னூராட்டம்’ என்ற ஒருவகைச் சிறந்த ஆட்டத் திற்குப் புலையர்கள் பக்கவாத்தியம் இசைக்கின்றனர் என்று அன்னகாமு குறிப்பிட்டுள்ளார்.

அங்கு வாழ்ந்த பழங்குடி மக்கள், வட்டிக்குக் கொடுக்கும் மக்களிடம் பல்வேறு வகையில் கடன்பட்டுள்ளனர். அக்கொடுமை அங்கு நாட்டுப்புற பாடலாகியுள்ளது அது வருமாறு:

‘ஆறுமாத்த ஐயன் சீலை
ஆலவட்டம் போடுது;
அந்தக் கடன் கேட்கப் போனா - பழியனெல்லாம்
செடி வழியே பாயுறான்
பட்டமரம் கொள்ளை
பயக உறுமா வெள்ளை
எட்டிப்பாத்து ஆடிவாங்க
ஏகமலைப் பொண்டுகளா!’

வெள்ளை உருமாலைக் கண்டு மயங்கிவிடாதீர்கள். எல்லாம் ஆறு மாதக் கடனில் வந்தது. ஆள் பட்டமரந்தான் என்று கூறுவதாக அமைந் துள்ள பாடலில் அவர்களின் வாழ்க்கைச் சூழலும் வெளிப் படுகிறது.

'பழனி விருபாட்சி மலையில் விவசாயம் செய்துவரும் வெள்ளா ளர்களை மற்ற மக்கள் தொடக்கூடாது' என்று சுவடியில் கூறப் பட்டுள்ளது. மேலும் அம்மலையில் ஓடும் ஆறுகள் பற்றிய விவரங் களும் சுவடியில் கூறப்பட்டுள்ளன.

முடிவுரை

மெக்கன்சி சுவடிகளில் தமிழகப் பழங்குடி மக்களைப் பற்றி இடம்பெற்றுள்ள செய்திகள், பொதுவாகப் பழங்குடி மக்களின் பிரச்சினைகளைத் தெரிந்துகொள்வதற்கும் பிரச்சினைகளுக்குத் தீர்வு காண்பதற்கும் பயன்படும்.

இப்போதும் பழங்குடி மக்களின் பிரச்சினைகள் பல்வேறு கோணங் களில் பார்க்கப்படுகின்றன. 'காட்டில் சுயேச்சையாக, இயற்கையோடு இயற்கையாக வாழ்ந்த மக்களை, நாகரிகம் என்னும் பெயரால் பொருளாதார முன்னேற்றம் என்னும் போர்வையில் நிரந்தர அடிமைகளாக்கியுள்ளனர் சில நில முதலாளிகள்' என்று அன்னகாமு எழுதியுள்ளார். அன்னகாமுவின் கருத்தின்வழி காட்டில் வாழ்கிற சுயேச்சையான வாழ்க்கையே சிறந்தது என்று வெளிப்படுகிறது. மேலும் அவர், இப்போது நிலைமை மாறியிருக்கிறது. சமீபத்தில் அரசாங்கம் ஆதிவாசிகள் இடம்பெயர்ந்து வசிப்பது கூடாதெனத் தடை விதித்துள்ளது. குடும்பத்திற்குக் கருங்காடு மூன்று ஏக்கரும் புல்மேடு ஐந்து ஏக்கரும் கொடுத்து, ஒரே இடத்தில் இருக்கும்படியாக வரையறை செய்துள்ளதாகச் சொல்லுகிறார்கள். 'எங்களாலே எப்படி இருக்க முடியும் அய்யா, என்கிறார் வெள்ளைச்சாமி' என்று தமது நூலில் குறிப்பிடுகிறார். அங்குள்ள வெள்ளைச்சாமியின் கூற்றுப்படி அரசு, நிலம் தந்து ஒரே இடத்தில் வாழச்சொல்வது கொடுமையாகப்படுகிறது. ஆனால் அச்செயல் நூலாசிரியருக்குச் சரி என்று தெரிகிறது.

1883ஆம் ஆண்டிலேயே அஸ்ஸாமைச் சேர்ந்த மலைப்பகுதிகளில் வாழ்ந்த பழங்குடி மக்களுக்கென்று தனிப்பகுதி பிரிக்கப்பட்டது. அங்கு வெளியார், அனுமதி பெற்றுச் செல்ல வேண்டும். ஆங்கிலேயரின் வர்த்தக நலன்களைப் பாதுகாக்கும் பொருட்டே அவர்கள் அவ்வாறு அப்போது பிரித்து வைக்கப்பட்டார்கள். அதை ஒட்டி, எல்வின், பழங்குடி மக்கள் பற்றிய தமது கருத்தைப் பின்வருமாறு வெளிப் படுத்தியிருக்கிறார்: பழங்குடி மக்களுக்கென்று தேசியப்பூங்கா ஒன்றை

ஏற்படுத்தி, அதில் அவர்களை வசிக்கச் செய்தல் வேண்டும்; அதற்குட் பட்ட பகுதிகளிலான ஆட்சி, நீதி அனைத்தையும் அங்கு வாழும் பழங்குடி மக்களிடமே விட்டுவிடுதல் வேண்டும். அவர்களின் பழைய முறைப்படியே வாழ்ந்திட அதிகாரம் பெற்ற ஊர்த்தலைவன் ஆட்சி முறையையும் ஏற்படுத்தல் வேண்டும். பழங்குடி மக்கள் அல்லாதார் அப்பகுதியில் குடியேற அனுமதி பெற்றாக வேண்டும். அவர்களின் சமயம், சடங்கு, பண்பாடு தொடர்பானவற்றுள் பிற மதத்தைச் சேர்ந்த வர்கள் தலையிடவோ அவர்களிடம் பிற மதத்தவர்கள் தங்கள் மதத்தைப் பரப்பும் முயற்சிகளில் ஈடுபடவோ அனுமதிக்கக் கூடாது. அவர்களுடைய முன்னேற்றத்திற்காகச் செய்யப்படும் பணிகள் அனைத்தும் அவர்கள் வாழுமிடங்களிலேயே செய்யப்படல் வேண்டும். ஆனால் அவை அவர்களின் இயல்பான வாழ்க்கையையோ பண்பாட் டையோ சுதந்திரத்தையோ சிதைக்காத வகையில் அமைய வேண்டும்.

எல்வின் கூறிய மேற்கண்ட கருத்துகளை மானிடவியல் ஆய்வாளர்கள் கடுமையாக எதிர்த்துள்ளனர். பழங்குடி மக்களையும் அவர்களின் பண்பாட்டையும் பாதுகாக்க வேண்டும் என்ற பெயரில் அவர்களை மற்ற மக்களிடமிருந்து பிரித்து வைப்பது சரியன்று. அது அவர்களை மனிதக் கால்நடைகளாக்கிவிடும். எனவே அக்கொள்கை மனித சமுதாயத்திற்கே வெட்கக்கேடானதும் காட்டுமிராண்டித் தனமானது மாகும் என்று கருதப்பட்டது.

எனவே பழங்குடி மக்களைப் புரிந்துகொள்வதிலும் அவர்களை முன்னேற்றுவதற்குரிய வழிகளை ஆராய்வதிலும் பல்வேறு கருத்துகள் நிலவுகின்றன. அவர்களை முன்னேற்ற வேண்டும். ஆனால் அவர்களின் வாழ்க்கைமுறை, உடை, பண்பாடு தொடர்பானவற்றில் எந்தவித மாறுதல்களும் ஏற்பட்டுவிடக்கூடாது என்பது ஒரு சாராரின் கருத்தாகும்.

இன்னொரு பிரிவினர் அவர்களுக்குச் சலுகைகள் தந்து மக்களிட மிருந்து தனித்து வாழவிடாமல் மற்ற மக்களுடன் சேர்ந்து வாழ வைக்க வேண்டும் என்று கருதுகின்றனர். இரண்டு பிரிவினருக்கும் நடுவில் அவர்களைப் பாதுகாக்க வேண்டும், முன்னேற்ற வேண்டும். ஆனால் குறிப்பிட்ட அளவிற்கு மட்டுமே என்று கருதுகின்றவர்களும் உள்ளனர்.

இலட்சக்கணக்கான பழங்குடி மக்களை இனிமேலும் காடுகளிலும் மலைகளிலும் அரைப்பட்டினியும் அரைகுறை ஆடையுமாக உணவு தேடுபவராகவோ வேட்டையாடுவோராகவோ தனித்து வைத்தி ருத்தல் சாத்தியமில்லை. போக்குவரத்து வசதிகளும், மின்சாரமும், வானொலியும், தொலைப்பேசியும், தொலைக்காட்சியும், விமானங்களும் அவர்களின் தனித்த வாழ்க்கையை இனிமேல் அனுமதிக்கப்

போவதில்லை. விஞ்ஞானத்தின் இரைச்சலுக்கிடையில் பழங்குடி மக்களின் பழைய வாழ்க்கை நிலைத்திருக்க வாய்ப்பில்லை. அவர்கள் புதிய வாழ்க்கை முறையை ஏற்றுக்கொள்ள வேண்டி இருக்கிறது. இருக்கிற பிரச்சினை அவர்களைப் புதிய வாழ்க்கையில் எப்படிப் பொருத்திக்கொள்வது என்பதில்தான்.

இந்திய நாட்டின் தலைமை அமைச்சராக நேரு இருந்தபோது, பழங்குடி மக்களின் முன்னேற்றத்திற்கென்று பஞ்ச சீலத் திட்டத்தை அறிவித்தார். இன்றைக்கு இந்தியாவின் பிற கிராமங்களில் உள்ள மக்களைப் போன்றே பழங்குடி மக்களுக்கும் வசதி, அமைதி, நல்ல கல்வி, மருத்துவ வசதி, விவசாயத்தில் புதிய முறை, தொழிற்சாலைகளில் உரிய உரிமைகள் ஆகியவை தேவையாக உள்ளன.

1952ஆம் ஆண்டு ஜூன் திங்களில் பழங்குடி மக்கள் பற்றி தில்லியில் நடந்த மாநாட்டிலும் நேரு, அரசு மேற்கொள்ளவிருக்கும் பழங்குடி மக்களின் மேம்பாட்டுக்கான திட்டங்களை எடுத்துரைத்துள்ளார். அரசும் பல்வேறு திட்டங்களில் அவர்களின் முன்னேற்றத்திற்கு திட்டங்களைத் தீட்டியுள்ளது. ஆனால் திட்டங்களின் பயன்கள் அவர்களுக்கு முழுமையாகச் சென்றடைவதில்லை. இடையில் பல்வேறு பிரச்சினைகள் அவர்களின் முன்னேற்றத்தைத் தடை செய்கின்றன.

தேர்தல்களும் பிற பொதுமக்களுடன் அவர்கள் ஒன்றுசேர விடாமல் தடுக்கின்றன. தேர்தல்களில் அவர்களைச் சேர்ந்த சிலர் நின்று வெற்றி பெறுவதற்காக அவர்கள் தனித்தே வைக்கப்படுகிறார்கள். பழங்குடி மக்களின் கலாச்சாரத்தைக் காப்பாற்றுவது என்கிற பெயரிலும் அவர்கள் பிற மக்களுடன் ஒன்றுபடுவது தடுக்கப்படுகிறது. பழங்குடி மக்களின் கலாச்சாரம் என்பது, அவர்களின் உடை, வாழ்க்கைமுறை, சடங்குகள், நம்பிக்கைகள் அனைத்தும் உள்ளடங்கியதே. அவர்களின் சடங்குகள் அல்லது நம்பிக்கைகளில் நரபலியும்கூட இடம் பெறுகிறது. அப்படியானால் அவர்களின் கலாச்சாரக் கூறுகள் அனைத்தையும் காப்பாற்ற வேண்டியது அவசியமில்லாமல் போகிறது.

அவ்வாறாயின் பழங்குடி மக்களின் உண்மையான பிரச்சினைகள் என்பவை அவர்களின் வாழிடத்தை, உடைமுறைகளை, சடங்குகளை, நம்பிக்கைகளை மாற்றாமல் காப்பதில் இல்லை. பிரச்சினைகள் அவர்களின் வாழ்க்கையில் இருக்கின்றன; அவர்களின் பொருளாதார நிலையில் இருக்கின்றன. அவ்வக் காலத்தில் ஆதிக்கம் வகிக்கும் பொருள் உற்பத்தி முறையில் அவர்கள் பங்கு பெறாதவரை அவர்களின் வாழ்க்கை முறை மாறாது. வாழ்க்கை முறை மாறவில்லையெனில் அவர்கள் சமுதாயத்தினின்றும் பிரிந்தே காணப்படுவார்கள்.

பழங்குடி மக்கள் தமது மரபுவழிப்பட்ட உழைப்பை விடுத்து கூலித்தொழிலாளர்களாக மாறிக்கொண்டிருக்கிறபோது, பழங்குடி மக்களின் பிரச்சினை கூலித்தொழிலாளர்களின் பிரச்சினையோடு சேர்ந்துகொள்கிறது. இந்தியா விவசாய நாடாகியதால் பழங்குடி மக்கள் விவசாய வேலைகளில் ஈடுபடுகிறபோது, அவர்களின் பிரச்சினை பெரும்பான்மையான இந்திய விவசாயிகளின் பிரச்சினைகளாகிய கந்து வட்டி, பெருநில உடைமையாளர்களின் ஆதிக்கம், இடைத்தரகர் தலையீடு போன்றவற்றுடன் சேர்ந்துகொள்கிறது. தற்காலத் தொழில் நுட்ப வளர்ச்சியில் பழங்குடி மக்கள் இடம்பெற இயலாமையால் ஏற்படுகிற இடைவெளி பொருளாதாரத்தால் தொழில்நுட்ப வளர்ச்சியை எட்ட முடியாத ஏனைய மக்களின் பிரச்சினைகளோடு இணைந்துகொள்கிறது. நாகரிகச் சமுதாயத்தின் ஆளுகையின் கீழே பழங்குடி மக்களின் வாழ்க்கைமுறை, பொருளாதார வளமுடையவர்களுடன் வறுமைக்கோட்டிற்குக் கீழுள்ளவர்களின் வாழ்க்கை முறையோடு ஒத்துப்போகிறது. ஆனால் 19ஆம் நூற்றாண்டுக்குப் பின்பு ஏற்பட்ட போக்குவரத்தும், விஞ்ஞான வளர்ச்சியும் அனைத்து வகைகளிலும் பழங்குடி மக்களைப் பாதிக்கும் வகையினர்க்கு உதவத் தொடங்கின. இனிமேலும் அவர்கள் தனித்து வாழ்வது என்பதற்கு வாய்ப்புகள் குறைந்துகொண்டு வருகின்றன.

ஆகவே, நவீன பொருள் உற்பத்திமுறையில் அவர்களைப் பழக்கி, மற்ற மக்களுடன் அவர்களை ஒன்றுபடுத்த வேண்டும். அப்போதுதான் அவர்கள் நிலையிலேயே உள்ள மற்ற மக்களுடன் அவர்கள் ஒன்றுபட இயலும். அதன் பின்னர்தான் பழங்குடி மக்களின் உண்மையான முன்னேற்றம் என்பதற்கு வாய்ப்புண்டு. அவ்வாறின்றி பழங்குடி மக்களின் பிரச்சினைகளைப் பிரித்துப் பார்ப்பதும் தனியாகத் தீர்த்து வைக்க எண்ணுவதும் அவர்களைத் தனியே பிரித்து வைக்கவே பயன்படும். எனவே அடுத்த நூற்றாண்டுச் சமுதாயத்திற்கு அவர்களையும் அரவணைத்துக்கொண்டு செல்வதற்குரிய வழிவகைகளைக் கண்டறிவதற்கு மெக்கன்சியின் சுவடிகளில் இடம்பெற்றுள்ள பழங்குடி மக்கள் பற்றிய செய்திகளையும் பயன்படுத்திக்கொள்வோமாக.

சுவடிகளின் சுருக்கம்

ஆய்வுக்கு எடுத்துக்கொண்டுள்ள மெக்கன்சியின் சுவடிகளில் இடம் பெற்றுள்ள செய்திகளின் சுருக்கம், ஒவ்வொரு சுவடிக்கும் தனித் தனியாக ஆய்வாளர் பயன் கருதி கொடுக்கப்பட்டுள்ளது. அவை பின்வருமாறு:

சன்னியாசி குறும்பர் சரித்திரம் (டி.2862)

குறும்பர் சரித்திரம் எனும் நூலைப் படித்த ஒரு துறவி கூறிய விவரங்கள் பின்வருமாறு:

1. ஆதொண்டை மன்னன் காலத்தில் குறும்பர்கள் சமண மதத்திற் குட்பட்டிருந்தார்கள். அவர்கள் சமண மதமும் ஆட்சியுரிமையும் பழங்காலந் தொட்டுத் தங்களுக்கு உரிமையுடையது என்று எண்ணி மற்றவர்களுடன் பகைமையை வளர்த்துக்கொண்டு வந்தார்கள்.

2. அவர்கள் மிகப் பலம் வாய்ந்த கோட்டையைப் புழலிலே கட்டிக் கொண்டு ஆண்டு வந்தார்கள்.

3. அவர்களின் ஆளுகைக்குள், சென்னைப் பட்டணம், மாவலிப் புரம், வடப்பட்டணம் கோட்டை வரை சற்றேறக்குறைய ஆற்காட்டுப் பகுதி முழுவதும் அடங்கியிருந்தது. ஆனால் அவர்களுடைய ஆட்சிக்கு ஆதரவு இல்லாமலிருந்தது.

4. அவர்கள் தங்கள் மதத்திலிருந்து சூத்திரர்களையும் புறக்கணித்துக் கொடுமை செய்தனர். இதை அறிந்து பல அரசர்கள் அவர்கள் மீது படையெடுத்து வந்தனர். ஆனால் குறும்பர்கள் தங்கள் வலிமை யினால் படையெடுத்து வந்தவர்களை முறியடித்து, வெற்றி பெற்று மிகவும் புகழுடன் வாழ்ந்து வந்தார்கள்.

5. குறும்பர்களிடம் அனைவரும் அச்சத்துடன் அடங்கி வாழ்ந்து வந்தபோது பார்ப்பனர்கள் குறும்பர்களை எவ்வழியில் முறியடிப்ப தென்று ஆராய்ந்து அப்போதிருந்த சோழ அரசனிடம் சென்று முறை யிட்டனர். சோழன் படை எடுத்து வந்து போரிட்டுக் குறும்பர்களிடம் தொடக்கத்தில் தோல்வியுற்றுப் பின்னர் சைவப் பார்ப்பனர்களுடைய

மந்திர வலிமையினால் கடவுள் தோன்றி ஆறுதல் கூற, அதன் வழி சோழன் மீண்டும் வலிமையுடன் குறும்பர்கள் மீது படையெடுத்து, பலமுறை போரிட்டு, இறுதியில் குறும்பர்களின் கோட்டையை முற்றுகையிட்டு இடித்துப்போட்டான்.

6. அப்போது ஆட்சிபுரிந்து கொண்டிருந்த குறும்பர்கள் அனைவரும் திராவிட தேசம் முழுவதும் சிதறுண்டு ஓடினர்.

7. மாவலிபுரத்திற்கு அருகில் கட்டப்பட்டிருந்த கோட்டையிலிருந்தும் வெளியேற்றப்பட்டார்கள்.

8. அப்போது மயிலாப்பூரில் ஆட்சி செய்துகொண்டிருந்த கந்தப்ப ராசா குறும்பர்களுடன் போரிட்டாராம். கந்தப்ப ராசாவினுடைய வரலாறு, தோமையரால் கிறித்தவர்களாக்கப்பட்ட மயிலாப்பூர் ரோமன் கத்தோலிக்கர்களிடம் இருக்கிறது.

9. குறும்பர்கள் மாவலிபுரத்திலும் அதற்கு அருகிலும் உள்ள இடங்களிலும் சமணர்களாக வாழ்ந்தார்கள். அவர்கள் வழிபட்ட சமண விக்கிரகம் இப்போது பார்ப்பனார்களால் எரியூட்டப்பட்டு நொண்டியாக்கப்பட்டிருக்கிறது. சோழியப் பொய்கையிலே ஒரு சமணக்கோயில் இருக்கிறது. இன்னும் இரு பக்கங்களிலும் தகர்த்துப் போட்டவை தவிர மற்றவை உள்ளன.

10. இவ்வாறு குறும்பர்கள் பலகாலம் ஆட்சி புரிந்திருந்தாலும், சிலருடைய தூண்டுதலாலும் பல அரசர்களுடன் பகை கொண்டதாலும் சமண மதத்திலிருந்து வைணவ மதத்திற்கு மாற்றப்பட்டார் களாம்.

11. அதன் பின்னர் கிருட்டிணசாமியின் அருளால் குறும்பிடையர் என்ற பெயர் உண்டாயிற்று.

12. அக்குறும்பர்கள் தங்கள் வாரிசுகளைப் போர் வீரர்களாக்கித் தங்கள் ஆட்சியை விரிவாக்கி ஏறக்குறைய 25 கோட்டைகளை மண்ணினால் கட்டி, தங்களுக்குரிய படைகளுடன் பரம்பரைப் பரம்பரையாய்த் தொடர்ந்து ஆட்சி புரிந்து வந்தார்கள்.

13. அவர்களுடைய ஆட்சி கிருட்டிணதேவராயர் ஆட்சிக்காலம் வரையிலும் இருந்தது என்பதில் எந்தவிதமான ஐயத்திற்கும் இடமில்லை.

14. அதன் பின்னர் வேளாளரையும் முதலியாரையும் தங்கள் பெருமையால் வணங்கச்சொல்லி, வற்புறுத்தி கொடுமை செய்ததால் குறும்பர்கள் பலர் இறந்து போனார்கள். அம்பட்டரால் சிலர் கொல்லப்பட்டார்கள். எஞ்சியவர்கள் கிருட்டிண தேவராயரின் படையெடுப்பில் சிதறுண்டு போனார்கள்.

15. அவர்களுடைய போர்க்கருவிகளும் கோட்டைப் பொருள்களும் மற்றவையும் உயி...பாளையத்தில் இருக்கின்றன என்று சொல்லப் படுகின்றன.

பட்டிப்புல மண்மேட்டுக் குறும்பர்க் கோட்டை விவரம் (டி.2864)
1. முன்பு குறும்பர்கள் மிகவும் புகழுடன் தங்கள் சாதித் தொழிலாகிய ஆடுமாடுகளை மேய்த்துக் கொண்டு அவ்விடத்தில் வாழ்ந்து வந்தாலும், அவர்களுடைய ஆடுமாடுகளுக்கு அவ்வூர் பட்டியாக இருந்ததாலும் அவ்வூரில் ஆடுமாடுகள் அதிகமாகப் பெருகியதாலும் பட்டிப்புலம் என்று அவ்வூருக்குப் பெயர் வந்தது.
2. அவர்களுடைய ஆடுமாடுகளுக்குக் கொடிய விலங்குகளால் தொல்லைகள் ஏற்பட்டன. இப்போது சாணார்குப்பம் அல்லது சாளாங்குப்பம் என்கிற ஊரில் இடையன் படல் என்றழைக்கப் படுகிற இடத்தில் பெரிய கற்பாறையைக் குறும்பர்கள் அமைத்து அதன் உச்சியில் பல மாடங்களை ஏற்படுத்தி மேலே ஏறிச் செல்வ தற்குப் படிகளையும் அமைத்து, அவற்றின் வழி சென்று அங்குள்ள மாடங்களில் தீபங்களை வைத்து அவற்றின் வெளிச்சத்தினால் கொடிய விலங்குகளிடமிருந்து தங்கள் மந்தைகளைக் காப்பாற்றிக் கொண்டார்கள்.
3. குறும்பரால் அமைக்கப்பட்டதால் அந்தக் கற்பாறை இடையன் படல் எனப்படுகிறது.
4. குறும்பர்கள் மந்தையை வைத்திருந்த இடம் மந்தைவெளி என்று அழைக்கப்படுகிறது.
5. அங்கே ஒரு பாலகிருட்டிணரின் படிமம் மிகப் பழமையானதாகவும், பழுதடைந்தும் உள்ளது. அது குறும்பர்கள் சமண மதத்திலிருந்து ஆதொண்டை மன்னன் காலத்தில் வைணவ மதத்திற்குள்ளாக்கப் பட்டபோது, குறும்பர்களால் உண்டாக்கப்பட்டு, முன்னோர்களால் வழிபடப்பட்டு வந்ததாகும்.
6. பட்டிப்புலத்திற்கு கிழக்கே மணிமேடு எனும் இடத்தில் குறும்பர்கள் தங்கள் கோட்டையைக் கட்டி ஆண்டார்கள். அந்தக் கோட்டையி லிருந்து மேற்கத்திய நாட்டாருடன் வாணிகம் செய்து வந்தனர்.
7. மாவலிபுரம் என்ற பட்டணத்தில் அகப்படுகிற பழைய காசுகள் குறும்பர்களால் அடிக்கப்பட்ட காசுகள் என்பது போதுமான அளவுக்கு அறிய முடிகிறது.
8. இவர்களுடன் ரோமர் வாணிகம் செய்து வந்தனர் என்று தோன்றுகிறது.

9. மணிமேட்டில் குறும்பர்களால் கட்டப்பட்டிருந்த கோட்டை 6 காணி அளவுக்குச் சதுர வடிவில் காணப்படுகிறது. அந்தக் கோட்டையின் அடிப்படை தெளிவாகத் தெரிகிறது. அந்தக் கோட்டை மேட்டில் மிகப் பழமையான கற்களும் ஓடுகளும் மிகுதியாகக் கிடக்கின்றன.

10. மழைக்காலங்களில் கோட்டையின் அடித்தளத்தில் பழைய நாணயங்களும் ரோமன் காசுகளும் அகப்படுகின்றன.

11. கோட்டை புகழுடன் விளங்க வேண்டுமென்று அதன் அடித்தளத்திற்குள் ஏழு சாடி திரவியம் புதைக்கப்பட்டிருக்கிறது என்று பரம்பரையாய் அவ்வூரில் நிலவி வரும் கருத்தை, அவ்வூர்த் தலைவனான ஒரு கிராமணி உறுதி செய்கிறான்.

12. கோட்டைக் குறும்பர்கள் கட்டி ஆண்டதென்றும், காசுகள் அவர்களால் அடிக்கப்பட்டதென்றும், வாணிகத்திற்காகவே இவர்கள் கடற்கரையோரத்தில் கோட்டையைக் கட்டினார்கள் என்றும் சொல்லப்படுகின்றன. விசாரித்த அளவில் கோட்டை இருந்திருக்கிறது என்று அறிய முடிகிறது.

13. அங்கே ஒரு பிளந்த கல்லாசனம் இருக்கிறது. அது குறும்பரால் ஏற்படுத்தப்பட்டதாய் அறியப்படுகிறது. ஆனால் அதில் உள்ள எழுத்தை வேடர் அறிய இடமில்லை. சிறீ வர்மன் உதவி செய்தால் அதில் உள்ள விவரம் அறியலாம்.

14. இங்கே குடியிருப்பவர்களின் கூற்றுப்படி, சிறிது நாட்களுக்கு முன்னர் அவ்விடத்தில் அதிகமாகப் பெரிய மதமகசால்கள் இருந்திருக்கின்றன. அவை குறும்பரின் கோட்டைக்கு அருகில் இருந்தனவாம். அவற்றுள் மனித எலும்புகளும் சட்டிப்பானைகளும் இருந்தனவாம். அவை குறும்பரின் சமாதி என்று அறியப்பட்டனவாம். அவை சிறிது நாட்களுக்கு முன்னர் கடலிலே தள்ளப்பட்டு விட்டனவாம்.

படுவூர்க் குறும்பர் வரலாறு (டி.2866)

1. படுவூரில் பழங்காலத்தில் கொண்டைக் கட்டிகளும் குறும்பர்களும் சமண மதத்தைச் சார்ந்த மற்றும் பலரும் வாழ்ந்து வந்தனர்.

2. இந்தப் பகுதி முழுவதும் சமண அரசர்களால் தொன்று தொட்டு ஆளப்பட்டு வந்தது.

3. பாண்டித்தேவர் எனும் சமண மதத்தைச் சேர்ந்த அரசரால் அவ்வூர், அங்கு அவரால் கட்டப்பட்டுள்ள சமணக்கோவிலுக்கு இறையிலியாகக் கொடுக்கப்பட்டிருக்கும். அதற்குச் சான்றுகளாக அங்கு

சமணக்கோவிலின் கருவறையில் உள்ள சயினேசுர விக்கிரகமும் அதற்கருகே ஒரு கல்வெட்டும் இருக்கின்றன. அக்கல்வெட்டில் படுவூர் சருவ மானியமாகக் கொடுக்கப்பட்ட செய்தி இடம்பெற்று உள்ளது. அத்தகைய சருவ மானியம் அநேக காலங்களாக நடந்து வந்தது. ஆதொண்டைச் சோழன் பார்ப்பனர் அறிவுரையை ஏற்றுச் சமணர்களைக் கொன்றபோது படுவூர் கிராமம் சருவமானியத்தி லிருந்து விடுவிக்கப்பட்டது.

4. முற்காலத்தில் வயதாகித் தளர்ந்து போகிற மனிதர்களை அவர்கள் இறக்கும்வரை வீட்டில் வைத்திருக்காமல் பெரிய பானைகளில் வைத்து, அவர்களுக்குத் தேவையான உணவுப்பொருள்களையும் உடன் வைத்து, இந்தப் படுவூரில் கொண்டு வந்து வைப்பார்கள். சில நாட்கள் அந்தப் பானைகளில் அவதிப்பட்டு அவர்கள் இறந்து போவார்கள். இப்பானைகள் மதமகசால்கள் என்றழைக்கப் படுகின்றன. இக்காலத்திலே கூட அத்தகைய பானைகள் காணப் படுகின்றன. அவற்றுள்ளே வைக்கப்பட்ட மனிதர்களுடைய எலும்பு களும் பிணங்களும்கூட எடுக்கப்பட்டுப் புதைக்கப்படுகின்றன. இத்தகைய வழக்கம் காரணமாக படுவூரின் சுற்றுப்புறம் முழுவதும் பட்டணமாக இருந்த காரணத்தினால் படுவூரைப் பட்டணத் தார்கள் இடுகாடாக்கி அதில் அத்தகயை மதமகசால்களை வைத்து வந்தார்கள்.

5. பாண்டுதேவர் வமிசத்தினரும், பிற செல்வந்தர்களும் தங்கள் பெயரை நிலைநிறுத்த அந்த இடங்களில் கல்லறைகளைக் கட்டித் தங்கள் முன்னோர்களை வைத்து வந்தார்கள்.

6. பாண்டுதேவர் வமிசத்தினரை வைத்து வந்த காரணத்தாலும் பழமையாக சமாதி வைக்கிற வழக்கத்தினாலும் பாண்டுக்குழி என்று அழைக்கப்படுகிறது. சிலர் உயிரோடே வைக்கப்பட்டு அதில் அவர்கள் பாடுபடுகிறபடியினால் பாடுகுடி என்றும் பாடைகுடி என்றும் பெயர்களைப் பெற்றன.

7. இத்தகைய பாடுகுடிகள் நிறைந்திருந்த காரணத்தால் இவ்வூர் படுவூர் என்று அழைக்கப்பட்டிருக்கிறது.

8. ஆதொண்டைச் சோழன் காலத்தில் படுவூரில் இரண்டு சிவலிங்கம் அமைக்கப்பட்டுச் சமணம் அழிக்கப்பட்டிருக்கிறது.

9. கிருட்டிண தேவராயர் காலத்தில் ஒரு விட்ணு கோயில் ஏற்படுத்தப் பட்டுள்ளது.

10. பாண்டுக் குழிக்கு அருகில் ஒரு சிலையில் ஒரு சாசனம் இருக்கிறது. ஆனால் முழுவதும் காணவில்லை.

11. படுவூருக்குக் கிழக்கிலே எழுபத்தைந்து (75) பாண்டுக்குழிகளும் தெற்கே காளம்பாக்கத்திற்கு வடக்கே அறுபது பாண்டுக்குழிகளும் இருக்கின்றன.

குறும்பர் கைபீது (டி.2867)

1. குறும்பர்களுக்கு 64 கோட்டைகள் உரியனவாக இருந்தன. அவற்றுள் 24 கோட்டைகள் புகழுடன் விளங்கின. அந்த 24 கோட்டை களுக்குள் புழல் கோட்டைத் தலைநகராக இருந்தது.
2. குறும்பர்கள் பஞ்சபாண்டவரின் போரில் வீரர்களாக நின்று போரிட்டுக் களத்தில் முன்நின்றதால் அதிகம்பேர் புண்பட்டனர். அப்போரில் தோல்வி கண்டதால் குறும்பர்கள் சிதறடிக்கப்பட்டார்கள்.
3. அவர்களுடைய பூர்வீக இடம் கொதனாடாகும்.
4. அவர்கள் அனைவரும் சமண சமயத்தைச் சார்ந்தவர்களாக இருந்தார்கள்.
5. அவர்கள் தங்கள் வீரத்தினால் திக்குவிசயம் செய்து, நாடுகளைக் கட்டிக்கொண்டார்கள்.
6. அவர்களைப் பற்றி, 'இடப்புத்தி பிடரியிலே' என்று பழமொழி வழங்கி வந்தபோதும் ஆட்சியைச் செவ்வனே நடத்திவந்தார்கள்.
7. பழமொழி விவரம்

   குறும்பர்கள் கிராமங்களிலே ஆடுமாடுகளை மந்தை மறித்துக் கொண்டிருந்தார்கள். ஒருநாள் குறும்பரில் ஒருவன் தன் தோளில் ஓர் ஆட்டுக்குட்டியைச் சுமந்துகொண்டு, தன் தோள்மேல் இருப் பதை மறந்துவிட்டு ஆட்டுக்குட்டி காணாமல் போய்விட்டதென்று அலைந்து தேடி, கிடைக்காமல் இறுதியில் ஒரு கிணற்றை எட்டிப் பார்த்தான். அங்கே தெரிகிற தன் நிழலில் தெரியும். ஆட்டுக் குட்டியை உண்மையான ஆட்டுக்குட்டி, கிணற்றில் கிடப்பதாகக் கூறி குதிக்கப்போகிற நேரத்தில் அங்கு நின்ற வேளாளன் ஒருவன், குறும்பனின் தோளில் இருக்கும் ஆட்டுக்குட்டியைக் காட்டி, 'இடப்புத்தி பிடரியிலே' என்று சொன்னான். அன்று முதல் அது பழமொழியாய் வழங்கிக்கொண்டு வருகிறது.
8. அவர்களில் யாராவது இறந்துபோனால் இழவுக்கு வந்த அனைவரும் தலையை மொட்டை அடித்துக்கொள்வதுண்டு. இதன் காரணமாக ஓர் இழவுச் சடங்கில் ஏற்பட்ட தகராறில் பலநூறு பேர்கள் அம்பட்டரால் கொல்லப்பட்டார்கள். அவர்களைக் கொன்ற இடம் இப்போதும் குறும்பரைக் கொன்ற இடம் என்று நெரும்பூரில் அழைக்கப்படுகிறது.

9. குறும்பர் கட்டிய கோட்டைகளின் விவரம்

புழல்	புலியூர்
சாளவன்குப்பம்	நயிசிகுளம்
நெரும்பூர்	களத்தூர்
அணைக்கட்டு	செம்பூர்
பட்டிப்புலம்	தமுனூர்
ஆமூர்	ஈக்காடு

குறும்பர் வரலாறு (டி.3035)

குறும்பர்களுடைய விரிவான வரலாறு. இதில் அவர்களின் வரலாறு, தொழில், சடங்கு, வாழ்க்கை முறை ஆகியவை பற்றிய விவரங்கள் அடங்கியுள்ளன.

திருவண்ணாமலைப் பகுதியைச் சேர்ந்த சோவாசிப் பாடியில் சின்னமுகக் குறும்பக் கவுண்டன் கூறியபடி, திம்மண்ணக் குறும்பக் கவுண்டன், சின்னான் குறும்பன், சடையப்பக் குறும்பன் சொல்லி எழுதி வைத்தது இச்சுவடியாகும்.

குறும்பர்களின் வரலாறு

1. யாதவ வகுப்பைச் சேர்ந்தவர்கள் என்று கூறி, குறும்ப இடையர் என்று அழைக்கப்படுகிறார்கள். அவர்கள் சைவ மதத்திலோ வைணவ மதத்திலோ சேர்ந்தவர்களாவார்கள்.
2. எல்லா வகையான தெய்வங்களையும் வழிபட்டு வந்தனர். அதற்காக ஒரு தீர்த்தத்தையும் ஏற்படுத்தினார்கள். அதற்கென்று ஒரு வீட்டை யும் ஏற்படுத்தினார்கள். அது சுத்தமாகக் காணப்பட்டது.
3. அமாவாசையின்போது பூசை செய்து வழிபடுவதற்காகக் குறும்பர்கள் அந்த வீட்டுக்குள் கூடிச்சென்று அங்கிருக்கும் வீரபத்திர தெய்வத்தை எடுத்துவந்து புளியிட்டுத் துலக்கி, நன்கு நீரில் சுத்தம் செய்து பாவாடை விரித்து, அதன் மேல் சாமியை நிறுத்தி, பட்டாடை கட்டி, பூசை செய்து, சாம்பராணி தூபமிடுவார்கள். பின்னர் புதுப்பானையை அடுப்பில் வைத்து நல்ல தண்ணீரைவிட்டுப் பச்சரிப் பொங்கலிட்டு, இலைபோட்டு நெய் வைக்கிறது. இதுவன்றி, தேங்காய் உடைத்து, பழம் பாக்கு வெற்றிலை முதலானவற்றையும் நெய்வேத்தியமாக வைக்கிறது. இவை முடிந்தவுடன் சாமியைப் பெட்டியில் எடுத்து வைத்துக் கோவில் வீட்டில் கொண்டு போய் வைத்து மகிழ்ச்சி அடைவார்கள்.
4. சாமிக்குத் திருவிழா செய்வதற்கு முன்னர் பூசை செய்கிறவர்கள்

விரதம் பூண்டிருக்கிறார்கள். விரதம் பூண்டு பூசாரியாக வருகிற வனைச் சாமியின் முன்னே உட்கார வைத்துத் தலையில் தேங்காயை உடைக்கும் பொழுது, தேங்காய் உடைந்தால் அவன் கையிலே கொடுப்பதென்றும், தலை உடைந்தால் அவன் விரதம் சரியில்லாதவன், தீட்டுப்பட்டவன் என்றும் கருதிக் கொள்வார்கள். மறுபடியும் விரத மிருந்து பூசைக்கு அவன் வரவேண்டும். திருவிழாவின்போது குறும்பர்கள் தங்களுக்குள் கட்டிக்கொண்டு தவில் முழங்க வானம் இரண்டாக மகிழ்ச்சியில் ஆடுவார்கள்.

5. திருணமத்திற்கு முன் குறும்பர் இனத்தைச் சேர்ந்த பெண்ணும் ஆணும் மஞ்சள் தேய்த்துக் குளிப்பார்கள். அவர்களுள் பெரிய தனகாரன் உறவினர்கள் பத்து பேருடன் இருக்க, மாப்பிள்ளையும் பெண்ணும் சபையில் உட்கார்ந்திருப்பார்கள். அந்நேரத்தில் மாப்பிள்ளை சுமங்கலி என்று கூறி தேங்காய் மூடியுடன் கூடிய பெண்ணின் கையைப் பிடித்துக் காப்பிடச் சொல்லுவார்கள். அவனும் தெய்வத்தை நினைத்துக்கொண்டு கட்டுவான். பிறகு தாலியும் கட்டுவான். பிறகு மாப்பிள்ளையும் பெண்ணும் சேர்ந்து கொள்வது. அவர்களின் திருமணம் பெருமையுடன் நடந்து முடிந்ததும், நான்கு வகையான சோற்றுடன் விருந்து உண்பார்கள். சாராயம் குடிப்பார்கள். தாலி கட்டின இரண்டாம் நாள் மாப்பிள்ளையையும் பெண்ணையும் உட்கார வைத்துச் சேவித்து வணங்குவார்கள். அன்றைக்கு ஆடு அடித்து எல்லோருக்கும் விருந்து வைத்துக் குடிப்பார்கள். மூன்றாவது நாளும் அவ்வாறே விருந்து வைத்து குடிப்பார்கள். நான்காவது நாள் விருந்து செய்து காலையிலேயே மாப்பிள்ளையையும் பெண்ணையுமே பெண்ணின் தாய் வீட்டுக்கு அழைத்துக்கொண்டு போவார்கள். ஐந்தாவது நாள் பலகாரம் சாப்பிட்டவுடன் விருந்து நடக்கும். ஐந்தாவது நாள் மாப்பிள்ளை வீட்டிலிருந்து இரண்டு ஆண்கள் வெறுங்கையுடன் சென்று பெண்ணின் தாய் வீட்டில் விருந்துண்டு சாராயம் குடித்து மாப்பிள்ளையையும் பெண்ணையும் அழைத்துக்கொண்டு மாப்பிள்ளை வீட்டுக்கு வந்துவிடுவார்கள்.

6. பெண்கள் வீட்டு விலக்கின்போது ஐந்து நாள் அதற்கென்று அமைக்கப்பட்டுள்ள குடிசையில் தங்க வைக்கப்படுகிறார்கள். ஐந்தாவது நாள் குளித்து விட்டு, ஏழாவது நாள் வீட்டில் விளக்கேற்றி வைத்து அப்பெண்ணை வீட்டில் சேர்த்துக் கொள்கிறார்கள்.

7. பிற ஆடவரை விரும்புகிற புத்தியுடைய பெண்கள் தண்டிக்கப் பட்டு கணவனிடமிருந்து பிரிக்கப்பட்டுத் தாய் வீட்டோடு சேர்ந்து கொள்ள அனுமதிக்கப்படுவாள்.

8. குறும்பர்கள் இறந்தால் புதைப்பார்கள்.
9. கணவன் இறந்துபோனால், புத்த சாதிகளைப்போல் குறும்பர் இனப் பெண்கள் தாலி அறுப்பதில்லை.
10. வேறு ஒருவனைத் திருமணம் செய்துகொள்வதாக இருந்தால் முதலில் கட்டிய தாலியைச் செத்துப்போன கணவன் வீட்டில் அவிழ்த்துக் கொடுத்துவிடுவார்கள். அவனும் செத்துப்போனால் வேறொருவனைத் திருமணம் செய்துகொள்ளலாம். இவ்வாறு அவர்களுக்குச் சக்தியுள்ளவரையிலும் வேண்டும் வரையிலும் திருமணம் செய்துகொள்ளளலாம்.

குறும்பர் என்னும் இடைச்சாதியர் வரலாறு (டி.3114)

1. விசய நகர அரசர்கள் காலத்தில் குறும்பர் என்ற இடையர்கள் பல இடங்களில் ஆட்சி செலுத்தி வந்தனர்.
2. அவர்கள் நெடுமரம், அணைக்கட்டு, சாப்பாக்கம், நெரும்பூர் ஆகிய ஊர்களிலும் வேறு சில இடங்களிலும் கோட்டைகளைக் கட்டிக் கொண்டு புகழுடன் வாழ்ந்தார்கள்.
3. அப்போது முதலியார், வேளாளர் ஆகிய வகுப்பைச் சார்ந்தவர்களைத் தங்களுக்குக் கீழ்ப்படிந்து நடக்க வேண்டுமென்று குறும்பர்கள் கட்டாயப்படுத்தினார்கள். அவர்கள் கீழ்ப்படிய மறுத்தனர். அதனால் குறும்பர்கள் அவர்களுக்குத் தொல்லை தந்தனர். அப்படியும் அவர்கள் குறும்பர்களை வணங்க மறுக்கவே, தெருவிலும் முச்சந்திகளிலும் வெற்றிலைத் தோட்டங்களிலும் மற்ற இடங்களிலும் திட்டிவாசல் போன்று சிறிய, உயரம் குறைவாக உள்ள வழிகளை அமைத்து அதற்கு முன்பாகக் குறும்பர்கள் உட்கார்ந்து கொண்டனர். வழியில் போகிறவர்கள் அனைவரும் அந்தக் குறுகிய வாசலைத் தலைகுனிந்து கடந்து செல்வதன் வழி குறும்பர்களுக்குத் தலைகுனிந்து வணக்கம் செலுத்தினர். ஆனால் இந்த ஏற்பாட்டையும் முதலியார், வேளாளர் வகுப்பினர் ஏற்கவில்லை.
4. அமயன் என்பவன் வழி சமாதானம் செய்து பார்த்தார்கள். அதன்படி ஒரு குறிப்பிட்ட குறும்பச் சாதியார் வேளாளருடன் சேர்ந்து கொண்டார்கள்.
5. வயதான குறும்பனின் இழவுச் சடங்கின்போது முன்விரோதம் காரணமாக அவர்களுக்குள் தகராறு எழுந்தது. தலையை மொட்டை அடித்துக் கழுத்துப்பக்கம் வருகிறபோது குரல்வளையை அறுத்துக் கொண்டார்கள். பெண்கள் குறும்பருடன் இறந்து போனார்கள். இது நெரும்பூரில் நடந்தது.

6. நெரும்பூரில் குறும்பர்களின் கோட்டை இடிந்து விழுந்து மண் மேடாய்க் கிடக்கிறது. அதனைப் பார்த்தவர்கள் இருக்கிறார்கள். குறும்பர்களால் கட்டப்பட்ட கோரிகள் பாழடைந்து கிடக் கின்றன. இடிபாடுகளுக்கிடையில் கிடக்கும் கற்கள் மிகப்பழமை யான காலத்தைச் சேர்ந்தவையாக உள்ளன.

கூத்தநாச்சித் தோப்பில் சந்தை கூடிய வரலாறு (டி.3252)

கம்பத்திற்குத் தென் கிழக்காகவும் சுரபி நதிக்குக் கிழக்காகவும் உள்ள கூத்தநாச்சித் தோப்பில் சந்தை கூடிய வரலாறு.

1. முன்பு பாண்டியர்கள் காலத்தில் கூத்தநாச்சித் தோப்பில் மிகச் சிறந்த இடத்தில் சந்தை கூடும்படி செய்து, சந்தையை வேடிக்கைப் பார்ப்பதற்காக, தோப்புக்கு அருகில் இருக்கிற பாறைமேட்டில் ஓர் அரண்மனையைக் கட்டி இருந்தார்கள்.
2. பின்னர் சந்தை, அனைத்து வணிகமும் நடக்கிற இடமாகப் புகழ் அடைந்தது.
3. அந்நாளில் சிவகிரியிலிருந்து இடையர் இனப்பெண் ஒருத்தி, மலை வழியாக வந்து சந்தையில் மோர் விற்றுக்கொண்டிருந்தாள். அவள் பெயர் கூத்தநாச்சி.
4. அவ்வாறு மோர் விற்று வரும்பொது ஒருநாள் சந்தையை வேடிக்கைப் பார்ப்பதற்கு வந்த அரசன் அவளழகில் மயங்கி அவளைக் கட்டாயப் படுத்த அவள் இறந்து போய்விட்டாள்.
5. அப்போது அவள் செய்த சாபத்தால் அங்கே கூடுகிற சந்தை அழிந்து போயிற்று. அவள் வருகிற மலைவழியும் தூர்ந்து போயிற்று. இப்போது அதனுடைய அடையாளமாக கறட்டின் மேலே நின்று சந்தையை வேடிக்கை பார்ப்பதற்காகக் கட்டப்பட்ட மேடை இருக்கிறது. அதன் பெயர் கூத்தநாச்சி மேடையென்று, காலம் காலமாய்ச் சொல்லிக்கொண்டு வருகிறார்கள்.

வேடர் சரித்திரம் (டி.2861)

1. ஆண்களும் பெண்களும் ஆடையின்றி பிறந்த மேனியராய்க் காடுகளில் வாழ்ந்த இவர்கள் யுகப்பிரளயத்திற்குப் பிறகு காட்டில் மனிதர்களுக்கு அதிகமாக தொல்லைகளைத் தந்த கொடிய விலங்கு களைக் கொன்று வாழ்ந்து வந்தார்கள். அவர்களுள் நிளகன் என்ற வேடன் புகழடைந்தவனாக இருந்தான்.
2. இவர்களுக்குக் கடவுள் உண்டென்கிற அறிவு கொஞ்சம்கூட இல்லை. வெகு காலங்களுக்குப் பிறகு ஏழு கன்னிப்பெண்கள் எனும்

தேவதையை வணங்கினார்கள். அத்தேவதைகளுக்குத் தங்களுக்குக் கிடைத்து வந்த காட்டரிசியினால் பொங்கலிட்டுப் படைத்து வந்தனர். அத்தகைய வழிபாட்டினால் காட்டில் உள்ள கொடிய விலங்குகள் தங்களைத் தீண்டாது என்றும், அவற்றினுடைய வாய் கட்டப்பட்டுள்ளன என்றும் சொல்கிறார்கள்.

3. இவர்கள் இந்த நாடுகளிலே அநேக காலமாய் வசித்து வந்தார்கள். அப்போது அந்த நாடுகளிலிருக்கிற அரசர்கள் காடுகளில் உள்ள விலங்குகளை இந்த வேடர்களைக் கொண்டு அழித்தனர். அத்துடன் வேடர்களைப் பிடித்துக்கொண்டு சென்று, ஆடை அணிவித்து உணவு உண்ணப் பழக்கினர். இவ்வாறு வேடர்கள் பழக்கப் பட்டவுடன் அவர்களைப் போர்வீரர்களாக்கி தமக்குத் தேவையான அனைத்து வேலைகளையும் அரசர்கள் செய்துகொண்டனர். இவர்கள் காட்டுவாசிகளாக இருந்ததால் வேட்டைக்குக் கூட்டிக் கொண்டு அரசர்கள் சென்றனர்.

4. இவ்வாறு இவர்கள் பல அரசர்களின் அரண்மனைகளிலிருந்து பல்வேறு வகையான பணிகளைச் செய்து பழக்கமான பின்னர், தாமே அரசாட்சி செய்ய வேண்டுமென்ற ஆசை உண்டாகி, வயினாடு என்ற மலையும் காடுமான நாட்டுக்குட்பட்ட காடுகளை அழித்துக் கொடிய மிருகங்களையெல்லாம் கொன்று, அவ்விடத்தில் கோட்டை கட்டி அறிப்ப வேடன் என்பவன் தொடர்ந்து சந்ததி வரிசையாக அரிபரர் என்ற பெயருடன் அரசாண்டு வந்தான்.

5. இவர்கள் மலையாளத்துக் கோட்டையன் அரசன் ஆளுகை வரை யிலும் தனியாக வாழ்ந்தனர். பின்னர் மலையாள மக்களுடன் ஏற்பட்ட பகையின் காரணமாகத் தனியரசு அழிந்துபோய் மலை யாளத்துடன் இவர்கள் சேர்த்துக்கொள்ளப்பட்டனர். எனினும் கொடிய விலங்குகளைக் கொன்றழித்துக் காட்டை நாடாக்கியதில் வேடர்கள் உதவியதில் சந்தேகமில்லை.

வேடர் ஏனாதி இருளர் வில்லியர் குறவர்
இவர்கள் கைபீயத்து (டி.3082) வேடர்

1. வலைகள், கண்ணிகள் முதலானவற்றையும், வேட்டை நாயையும் வைத்துக்கொண்டு கரடி, பன்றி, முயல், வரையாடு, உடும்பு, கடமை போன்ற சிறு விலங்குகளை வேட்டையாடிக் கொண்டு வந்து, தாங்கள் உண்டதுபோக எஞ்சியவற்றை விற்றுக்கொள்வார்கள்.
2. வேட்டையாடுவதோடு புற்றுகளில் ஈசல் பிடித்துத் தாங்கள் உண்டது போக மற்றவற்றை விற்றுக்கொள்வார்கள்.

3. சிலர் பாளையக்காரர்களாக இருந்து ஆட்சி நடத்துவதும் உண்டு.

4. சிலர் பயிர்த்தொழில் செய்வதுண்டு. சிலர் நாள் கூலிக்கு வேலை செய்வதுமுண்டு.

5. திருவள்ளூருக்கு வடமேற்கில் அல்லிக்குழி மலையைச் சுற்றி மோடியப்ப நாயக்கன் பாளையம், சேணிப்பாளையம், கிருட்டிணப்ப நாயக்கன் பாளையம், தம்பா நாயக்கன் பாளையம் என்று எட்டுப் பாயைப்பட்டுக்களைத் தாயாதி முறைமையாய் ஆட்சி புரிந்து வந்தார்கள்.

6. நவாபு ஆட்சிக் காலத்தில் அவர்களிடமிருந்து அந்த எட்டுப் பாளையப் பட்டுகளும் பறிக்கப்பட்டன.

7. இவர்கள் அத்தையினுடைய அல்லது மாமனுடைய பெண்ணைத் திருமணம் செய்துகொள்கிறார்கள். உடனடியாகத் திருமணம் செய்துகொள்ள வசதி இல்லையென்றால் தாலி மட்டும் கட்டிக் கொண்டு தனியாகக் குடும்பம் நடத்துவார்கள். இரண்டு அல்லது மூன்று குழந்தைகளைப் பெற்றுக்கொண்ட பிறகோ அதற் கிடையிலோ வசதி வந்தால் வசதிக்கேற்ப அவர்கள் திருமணத்தை நடத்திக்கொள்வார்கள். திருமணத்திற்கு நாள் நட்சத்திரம் பார்ப்ப தில்லை. திருமண நாளன்று வாசலில் அம்பை நட்டுவைத்து அதற்குச் சரியாக சூரியன் வந்தவுடன் தாலி கட்டுவார்கள். பாளையக்காரர் களாக இருக்கிற வேடர்கள் தங்கள் வீட்டுத் திருமணத்தைப் பார்ப்பனர்களை வைத்து நடத்திக் கொள்வார்கள். மற்றவர்கள் தங்கள் வழக்கப்படி பார்ப்பனர் இல்லாமலே திருமணம் நடத்திக் கொள்வார்கள்.

8. கணவன் இறந்துபோனால் பெண்கள் மறுமணம் செய்துகொள் வார்கள்.

9. இவர்களில் பெரும்பாலோர் காடுகளிலும், மலைகளிலும், சிலர் ஊர்களிலும் குடியிருப்பார்கள்.

10. விறகுக் கட்டைகளைக் கொண்டு வந்து ஊர்களில் இவர்கள் விற்பார்கள். சிலர் பாளையக்காரர்களிடமிருந்து பணிபுரிவார்கள். சிலர் ஊர்க்காவல்காரராக வேலை செய்வார்கள். அதற்கென்று ஊர்களில் அவர்களுக்கு நிலம் கொடுக்கப்பட்டது.

11. இவர்கள் முருகன் மனைவி வள்ளியை வழிபடுவார்கள்.

12. இவர்கள் காடு, மலைகளிலே தேன் எடுப்பதும் உண்டு. காடு மலைகளிலே கவலைக்கிழங்கு முதலான கிழங்குகளை எடுத்து வந்து பலகாரம் செய்து உண்பதோடு விற்பதும் உண்டு. மேலும் ஏரி, குளங்களிலிருந்து தாமரைக்கிழங்கு, அல்லிக்கிழங்கு, கொட்டிக்

கிழங்கு, சிட்டிக்கிழங்கு முதலானவற்றை எடுத்துக்கொண்டு வந்து விற்பதும் பலகாரம் செய்வதும் உண்டு.

இருளர்

1. இவர்கள் காடு, மலைகளிலும் ஊர்களிலும் குடியிருப்பார்கள்.
2. சிலர் காடு மலைகளிலே இருக்கிற கவலைக் கிழங்கு, வள்ளிக் கிழங்கு, ஏரி, குளங்களிலேயிருக்கிற தாமரைக்கிழங்கு, அல்லிக் கிழங்கு, கொட்டிக் கிழங்கு, சிட்டிக்கிழங்கு, உருளைக்கிழங்கு ஆகியவற்றையும் எடுத்து வந்து வேகவைத்து உண்பார்கள்.
3. இவர்கள் அத்தை அல்லது மாமன் மகளைத் திருமணம் செய்து கொள்வார்கள். திருமணத்திற்குப் பார்ப்பனர் தேவையில்லை.
4. ஓரிடத்தில் நிலையாய்க் குடியிருக்காமல் உணவு கிடைக்கும் இடங்களை நோக்கி அடிக்கடித் தங்கள் குடியிருப்பை மாற்றிக் கொள்வார்கள்.
5. முருகனின் மனைவி வள்ளியம்மையை இவர்கள் கொண்டாடு வார்கள்.

வில்லியர்

1. காடு, மலைகள் தவிர ஊருக்குள் குடியிருப்பதில்லை.
2. மயில், குயில், காடை, கௌதாரி போன்ற பறவைகளைப் பிடித்து உண்பதோடு சந்தைகளில் சென்று விற்றுக்கொள்வார்கள்.
3. அத்தை அல்லது மாமன் மகளைத் திருமணம் செய்துகொள் வார்கள். இவர்கள் திருமணத்திற்குப் பார்ப்பனர்கள் வைத்துக் கொள்வதில்லை.

குறவர்

கூடை கட்டிக் குறவர், பொதி மாட்டுக் குறவர், திருட்டுக் குறவர் என்று குறவரில் மூவகையினர் உள்ளனர்.

கூடை கட்டிக் குறவர்

1. ஊருக்குப் புறத்தே குடியிருந்து கொண்டு கூடைகள், மரக்கால், படி, தொம்பைக் கூண்டு முதலியவற்றை ஈச்சங் கசங்கு, பிரம்பு ஆகிய வற்றினால் கட்டிவிற்று வாழ்க்கை நடத்துவார்கள்.
2. இவர்கள் அத்தை அல்லது மாமன் மகளைத் திருமணம் செய்து கொள்வார்கள்.

3. இவர்கள் திருமணத்திற்குப் பார்ப்பனரை வைத்துக் கொள்வதில்லை.
4. ஒவ்வொருவருக்கும் நான்கு அல்லது ஐந்து கழுதைகள் சொத்தாக இருக்கும்.
5. இவர்களில் பெண்கள் பச்சை குத்துதல், குறி சொல்லுதல் ஆகிய தொழில்களிலும் ஈடுபடுவார்கள்.
6. இவர்கள் பூனையை உண்பார்கள்.

பொதிமாட்டுக் குறவர்

1. இவர்கள் மாட்டின்மீதும், கழுதைகள் மீதும் அரிசி, நெல், புளி, வெல்லம், பயறு, சோளம் முதலானவற்றை விலை குறைவாகக் கிடைக்கிற இடங்களிலிருந்து வாங்கி வந்து விலை அதிகமாக உள்ள இடங்களில் விற்பார்கள்.
2. இவர்கள் திருமணத்தின்போது பெண்ணுடைய பெற்றோருக்கு இரண்டு அல்லது மூன்று கழுதைகளைக் கொடுத்துப் பெண்ணை எடுத்துக்கொள்வார்கள்.
3. ஒவ்வொரு ஆணும் நான்கு அல்லது ஐந்து பெண்களைத் திருமணம் செய்துகொள்வார்கள்.
4. இவர்கள் திருமணத்திற்குப் பார்ப்பனரை வைத்துக்கொள்வதில்லை.
5. இவர்களில் பெண்கள் கைகளிலே பித்தளை வளையல்கள் போட்டுக்கொள்வார்கள். காதிலே பித்தளைக் கம்மல் போட்டுக் கொள்வார்கள்.

திருட்டுக் குறவர் சாதி

1. மலைகள், காட்டோடை, மலையோரங்கள் ஆகியவற்றிலே நூறு பேர், இருநூறு பேர் அளவில் மனைவி மக்களுடன் குடியிருப்பார்கள்.
2. அவ்வழியே செல்பவர்களை அடித்து வழிப்பறி செய்வார்கள்.
3. நகரங்களில் இரவில் சென்று கன்னக்கோல் வைத்து, சுவரைச் சந்து செய்து உள்ளே நுழைந்து திருடிக் கொண்டு போவார்கள். கால்களை உள்ளே வைத்து நுழைகிறபோது அவன் அகப்பட்டுக் கொண்டால் வெளியில் அவனுடைய தலையைக் கொண்டு போய்விடுவார்கள்.
4. இவர்கள் திருமணத்திற்குப் பார்ப்பனரை வைத்துக்கொள்வதில்லை.
5. இந்த மூன்று சாதிகளிலும் ஒருவன் மனைவியை ஒருவன் அழைத்துக் கொண்டதற்குச் சாட்சி இருந்தால் அவர்களுடைய தலைவர்களும் அந்த ஊராரும் கூடி ஊருக்குப் புறத்தே மரத்தின் கீழே

பாய்போட்டுக்கொண்டு உட்கார்ந்து அவனையும் அவளையும் அழைத்து வந்து அவனிடம் திருமணத்திற்காகச் செலவை வாங்கி, பாதிக்கப்பட்ட கணவனுக்குக் கொடுப்பார்கள். மேலும் தண்டத் தொகையாக வாங்குவதை நியாயம் பேசுகிறவர்கள் எடுத்துக் கொள்வார்கள். அன்றைக்குச் சாப்பாட்டுச் செலவும் வெற்றிலை பாக்குச் செலவும் அவன் கொடுக்க வேண்டும்.

சொந்த சாதியில் சோரம் போனால் இத்தண்டனைக்குப்பின் அவர்களுடனேயே அவள் வாழ முடியும். பிற சாதியாரிடத்துச் சோரம் போனால் தூர விலக்கி வைத்து விடுவார்கள்.

இலம்பாடி

இலம்பாடி என்று குறிப்பிடப்பட்டுள்ளதே தவிர விவரங்கள் எழுதப் பெறவில்லை.

செம்படவர், கரையர், பட்டணவர்

1. செம்படவர் திருமணத்தில் பெண் வீட்டாருக்கு மாப்பிள்ளை வீட்டார் நான்கு வராகன் கொடுப்பார்கள்.
2. பார்ப்பனரை வைத்துத் திருமணம் செய்துகொள்வார்கள். அதற்காகப் பார்ப்பனருக்கு ஒரு படி அரிசி கொடுப்பார்கள்.
3. இவர்களுக்குப் பெரிய தனக்காரர்கள் எண்ணூரில் வசிக்கும் சாமி செட்டி, சின்னப்ப செட்டி ஆவார்கள்.
4. தவறு செய்தால் பெரிய தனக்காரர்கள் விசாரித்து அபராதம் விதிப்பார்கள்.
5. இவர்களில் திருமணமாகி இறந்து போகிறவர்களை எரிப்பதும் மற்றவர்களைப் புதைப்பதும் வழக்கமாகும்.
6. பட்டணவர், கரையாரை விடவும் செம்படவர் மேல் சாதியாவார்கள்.
7. கரையாருக்கு முதலியென்றும் பட்டணவருக்குச் செட்டியென்றும் செம்படவருக்கு நாயக்கன் என்றும் பட்டப் பெயர்கள் உள்ளன.

வேடர் தவிர வில்லியர், இருளர், மலையரசர் எனப்பட்டவர்கள் சரித்திரம் (டி.2865)

1. யுகப் பிரளயத்திற்குப் பின்னர், இருளர், மலையரசர், வேடர் என்று கூறப்படும் மக்கள் காட்டில் வசிப்பவர்களாய் இருக்கிறார்கள்.
2. இவர்கள் சாபம் பெற்ற ஒருமுனிவரின் குழந்தைகள் என்று சொல்லப்பட்டார்கள்.

3. இவர்கள் முன்பு ஆடை உடுத்தாமல் இருந்தார்கள். இப்போது ஆண்கள் விலங்கின் தோலையும், பெண்கள் தைத்த இலைகளையும் உடுத்திக் கொண்டிருக்கிறார்கள்.
4. இவர்களின் உணவு, காட்டுக்கிழங்குகளும், பழங்களும், தேனுமாகும்.
5. இவர்களுக்கு அரிசிச் சோற்றை வற்புறுத்திக் கொடுத்தாலும் உண்பதில்லை.
6. இவர்களுக்குத் திருமணம் என்று தனியாகச் சடங்கு ஏதும் இல்லை. அதனால் அவரவர்கள் தகுதிக்கும் திறமைக்கும் ஏற்பப் பெண்களைச் சேர்த்துக்கொள்கிறார்கள்.
7. இவர்களுக்குக் கடவுள் உண்டென்ற ஞானம் இல்லை.
8. இவர்கள் காடுகளில் கிடைக்கும் ஒருவித அரிசியினால் கன்னிகா என்ற தெய்வத்திற்குப் பொங்கலிட்டு வருகிறார்கள். ஆனால் இவ் வழிபாடு சிறிது காலமாகவே நடந்து வருகிறது. கொடிய விலங்குகள் காட்டில் வாழும் இவர்களை அடித்துப் போட்டுக் கொண்டிருந்தன. அப்போது மாலாரிஷி என்னும் ஒரு பெரிய முனிவர் இவர்களுடன் வாழ்ந்து இவர்களில் அழகானப் பெண்களைப் புணர்ந்து சில குழந்தைகள் பிறந்தன. அக்குழந்தைகளும் அவ்வாறு கொடிய விலங்குகளால் கொலையாவதைக் கண்டு மனதுருகி, முனிவர் கன்னிகா என்ற பெண் தெய்வத்திற்குப் பொங்கலிட அறிவுரை கூறினார். ஆனால் இவர்கள் ஊரில் வழங்கும் அரிசியில் தங்களுக்கு விருப்பமில்லை என்று கூறவே காட்டரிசியைக் கொண்டு பொங்கலிடக் கற்பித்தார்.
9. மாலாரிஷி போன்றே மற்ற சில முனிவர்களும் அங்குள்ள பெண் களைப் புணர்ந்து குழந்தைகள் பிறந்ததால் வில்லியரிடமிருந்து மேலும் பல சாதிகள் பிறந்தன. அவற்றுள் ஏனாதியும் ஒரு பிரிவினராவர்.
10. ஏனாதிகள் வேலைகளுக்காக நகரங்களுக்கு வந்து தங்கி உணவு, உடை போன்ற பழக்க வழக்கங்களில் மாறுதல்களை ஏற்றுக் கொண்டனர். இவர்கள் இப்போது நாட்டு வழக்கப்படி நடந்து வருகிறார்கள்.
11. காட்டில் வாழும் இவர்களை இப்போது கொடிய விலங்குகள் துன்புறுத்துவதில்லை.
12. நகரங்களில் வேலைக்காகச் சென்று மாறியவர்களை இப்போதும் காட்டிலேயே இருப்பவர்கள் 'ஊருக்குழைத்த பசங்கள் போறார்கள்' என்று திட்டுகிறார்கள்.
13. மலையரசர் என்போர் மலைகளில் வசிக்கிறார்கள்.

14. மழை, வெயில் எதற்கும் குடியிருப்பை மாற்றிக்கொள்ளாமல் மரத்தின் கீழேயே வாழ்ந்து வருகிறார்கள்.
15. சிலர் இவர்களைச் சித்தர்களுக்குப் பிறந்தவர்கள் என்று கூறுகிறார்கள்.
16. இவர்களைப் பார்க்கிறவர்கள் அச்சம் அடைகின்றனர். ஆனால் இவர்கள் அவர்களை ஒன்றும் செய்வதில்லை.
17. இதுவரை இவர்களில் யாரும் ஆட்சி செலுத்தி வந்ததாகத் தெரிய வில்லை. ஆனால் பாலக்காட்டு அரசன் ஒருவன் மலையின்மேல் இவர்களில் அழகாயிருந்த ஒருத்தியைப் புணர்ந்ததால் சாதியிலிருந்து விலக்கப்பட்டு, மலையன் என்று அழைக்கப்பட்டான் என்றும் அதுவே தொடர்ந்து வருகிறது என்றும் கூறப்படுகின்றன.

பன்றிமலை விருப்பாட்சிப் பாளையப்பட்டுக் குன்னுவர் வரலாறு

சுவடி தெலுங்கு மொழியில் எட்டு பக்கங்களை உடையதாக உள்ளது. சுவடியில் இடம் பெற்றுள்ள செய்திகளின் விவரம் பின்வருமாறு:

திண்டுக்கல் பகுதியைச் சேர்ந்த விருப்பாட்சி வட்டத்தில் மலையின் மேலிருக்கும் கிராமங்களில் குன்னுவர் இன மக்கள் வசிக்கிறார்கள்.

விருப்பாட்சியைச் சேர்ந்த மலைமீது பாச்சலூர், பெரியூர் (பெரியலூர்), கண்ணனூர், வெண்ணலை, வடகாடு எனும் பெயர் களில் ஐந்து கிராமங்கள் உள்ளன. வடகாடு கிராமத்தில் ஒரு வீடு உள்ளது. ஐந்து கிராமங்களிலும் குன்னுவர்கள் உள்ளனர்.

குன்னுவர்களுள் பாச்சலூரைச் சேர்ந்த ய.... மன்னாடி, நீலமன்னாடி, பழனியாண்டி, நேபறையன் ஆகியோரையும் பெரியூரைச் சேர்ந்த புலவர் இன மக்களாகிய பெரிய பையன், கடவன், முக்கலன், முட்டியன் ஆகியோரையும் அழைத்து விசாரித்து விவரங்கள் தொகுக்கப் பட்டன.

நானூறு அல்லது எழுநுறு ஆண்டுகளுக்கு முன்பு உயர்ந்த இன வெள்ளாளர்கள் வடக்கேயிருந்து மலையில் குடியேறினார்கள். குன்றில் குடியேறி வசித்ததால் குன்றவர், குன்னவர், குன்னுவர் என்று பெயர் பெற்றார்கள்.

அவர்களினத்தில் பெண்கள் வெள்ளை நிறத்தில் துணிகள் அணிதல் கூடாது. கை கால்களுக்குப் பித்தளை காப்புகள் அணிவர். காதுக்குக் காதோலை அணிவர். இவை அவர்களுக்கு உரிய வழக்கமாகும்.

பெண்ணின் விருப்பத்திற்கேற்ப இனத்தவர்கள் பத்து பேர் கூடி, பொன்னால் குன்றிமணி அளவில் பொட்டு செய்து கருப்பு

மணிகளிடையே வைத்துக் கட்டிய மணியைப் பெண்ணின் கழுத்தில் கட்டச் செய்வார்கள். இது அவர்களின் திருமண முறையாகும்.

திருமணம் செய்து கொண்ட பின்னர் மனைவிக்குக் கணவனுடன் வாழ விருப்பமில்லையென்றால் அவர்களுக்கு இரண்டொரு குழந்தைகள் பிறந்திருந்தாலும் பிரிந்து விடுவார்கள். குழந்தைகள் கணவனுடன் இருக்க வேண்டும். அவள் பின்னர் தான் விரும்பியவனைத் திருமணம் செய்துகொள்ளலாம். அவள், கணவன் இறந்து போனாலும் மறுமணம் செய்துகொள்ளலாம். அவ்வாறு நான்கு முதல் ஐந்து முறை கூட ஒரு பெண் திருமணம் செய்துகொள்ளலாம்.

அவர்களினத்தை விட்டு மற்றவர்களிடத்தில், சோரம் போன பெண்கள் விபச்சாரிகளாகக் கருதப்பட்டு மலை மீதிருந்து தள்ளிவிடப்படுவார்கள். அவள் அதன் பின்னர் புலையர்களுடன் கலந்து வாழ்ந்து வருவாள்.

அந்தக் கிராமங்களில் உள்ளவர்கள் அந்தந்தக் கிராமங்களிலேயே பெண் எடுத்துக்கொள்வார்கள். மற்ற கிராமங்களுடன் மணவினைத் தொடர்பு வைத்துக்கொள்வதில்லை. ஆனால், நாகரிகம் வளர்ந்த பின்னர் அந்த நான்கு கிராமங்களுக்குள்ளும் மணவினைத் தொடர்புகளை ஏற்படுத்திக் கொண்டார்கள். ஆனால், தலைவர்களாக இருப்பவர்கள் அவ்வாறு மாற்றங்களை ஏற்றுக்கொள்வதில்லை.

அவர்களின் தலைவர்கள் மன்னாடி என்று அழைக்கப்படுகின்றனர். அவர் ஆணையை அடப்பன் என்பவன் கேட்டுத் தண்டல்காரன் என்பவனால் செயற்படுத்துவான். இந்த மூன்று பேர்களும் நிருவாகத்தை நடத்துபவர்களாவார்கள். மன்னாடி ஆணையை ஏற்று மற்றவர்கள் நடப்பார்கள். மன்னாடி ஒருவனைக் கொன்று போட்டாலும் அவர்கள் அதுபற்றி ஏன் என்று கேட்கமாட்டார்கள். அவ்வாறு அவரவர்கள் தங்களுடைய கிராம எல்லைகளுக்குள்ளே வசித்து வருகிறார்கள்.

இயற்கையாகப் பெண்கள் இறந்து போனால் கோழிச் சண்டை நடத்தி இறுதியில் அவற்றை அடித்துச் சாப்பிடுவதும் ஆண்கள் இறந்து போனால் ஆட்டுக் கடாச் சண்டை நடத்தி அவற்றை அடித்துச் சாப்பிடுவதும் அவர்களிடம் உள்ள வழக்கமாகும்.

இறந்தவர்களைக் குழி வெட்டிப் புதைப்பது அல்லது விறகிட்டுக் கொளுத்துவது அவர்களின் முறையாகும்.

குன்னுவர்களின் ஆடு மாடுகளைப் பராமரிக்கும் வேலைகளில் அங்குள்ள புலையர்கள் ஈடுபட்டுள்ளனர். குன்னுவர் புலையருடன் ஒன்றாயமர்ந்து உண்பதில்லை. புலையர்கள் இறந்தவர்களைப் புதைப்பார்களே தவிர எரிக்கமாட்டார்கள்.

மலையில் பலா, நார்த்தம், கித்தளி (சாத்துக்குடி), எலுமிச்சை, சின்னக் கித்தளி (ஆரஞ்சு), சண்முகம், சம்பங்கி, விஷங்கி, விஸிங்கி, இலுப்பை மஞ்சள், நெல், மொச்சை, வெந்தயம், கடுகு, வாழை ஆகியவை விளைகின்றன.

அவர்கள் தேன் எடுக்கின்றனர். மூங்கில் வெட்டுகின்றனர். அந்த மலையில் பெரிய காடு உள்ளது. அதற்கு வராக கிரி என்றும் தமிழில் பன்றி மலை என்றும் பெயராகும்.

அங்குக் காராறு, அமராவதியாறு, விருபாட்சியாறு, சண்முக நதி என்று பல ஆறுகள் உள்ளன. அவற்றுள் வெவ்வேறான ஆறு இடங்களில் தோன்றிய ஆறு ஆறுகளும் ஓரிடத்தில் ஒன்றாகி வருவதால் சண்முக நதி எனும் பெயர் பெற்றது. கொன்றையாறு, பச்சையாறு, குழலியாறு, பொருத்தலாறு, கல்லாறு, வறட்டாறு என்பவை ஆறு ஆறுகளின் பெயர்களாகும்.

கொளுமம் எனுமிடத்தில் முன்பிருந்த கோட்டைக்கு நடுவே ஓடி வருவதால் குதிரையாறு என்று ஓர் ஆறு அழைக்கப்படுகிறது.

அந்த ஆறுகள் பன்றி மலையில் உற்பத்தியாகிப் பழனி மலைப் பகுதி முழுவதும் வட கங்கை எனும் பெயரில் ஓடிக் கொண்டிருக்கின்றன.

பழனி விருப்பாட்சி மலையில் விவசாயம் செய்து வரும் வெள்ளாளர்களை மற்ற மக்கள் தொடுதல் கூடாது.

அங்கு வாழ்கிறவர்கள் ஓர் ஊரைச் சேர்ந்தவர்கள். மற்ற ஊரைச் சேர்ந்தவர்களிடம் சொத்துகளை விற்பதோ வாங்குவதோ கிடையாது. அப்படி நேர்ந்தால் இறந்து விடுவதாகக் கூறுகின்றனர்.

பின்னிணைப்பு
சுவடிப் பகுதிகள்

சன்யாசி குறும்பர் சரித்திரம் (டி 2862)

ஒரு சன்னியாசி குறும்பர் சரித்திரமென்று பேரையுடைய பொஸ்தகத்தைக் கண்டு வாசித்தவர் சொன்னதாவது:

யாதொண்டை சக்கிரவர்த்தி நாளில் குறும்பரினம் சயின மதத்துக் குட்பட்டிருந்தார்கள். அவாள் தங்கள் மதமும் பிறவுத் தவமும் புராதீனமாய் தங்களுக்குடையதென்று கிறோதம் பண்ணிக்கொண்டிருந்தார்கள். இவாள் மகாபிலமான கோட்டைப் பொளலிலே கட்டி ஆண்டார்கள். இவாள் ஆளுகைக் குள்ளாக காஞ்சிபுரம், சென்னப் பட்டணம், மாவலிபுரம், வடப்பட்டனம், கோட்டை வரை சத்தேரக் குறைய ஆற்காட்டு சுபா முழுதும் அடக்க மாயிருந்தது. இவளுடைய பெத்தரிக்க மாத்தரிக்கப் படாததாயிருந்தது.

இவாள் பிறும் கைவிரல்

அவாள் மதத்துக்குள்பட்டிருந்த சூத்திராளையும் பிறக்கணித்துக் கொடுமைப் படுத்தினாள். இதை வெகுராசாக்களறிந்து படையெடுத்து இவாள் பேரில் வந்து உயித்தம் பண்ணினார்கள். ஆனால் யிவாளுட பலாத்காரத்தினாலே அவாளை முறியடித்து வெத்தி சிறந்த வெகு பேரெடுப்பாய் வாழ்ந்தார்கள். இவாள் பேரை முதலாய் சொல்ல யாவரும் பயந்திருந்தார்கள். அப்போ பிறாமனாள் ஒன்றிலும் கைகூடி வராதென்று கண்டு அன்னாள்களிலிருந்த சோளராசாவி லொருத்தன் கிட்ட முறைப்பட்டுக்கொள்ள அவன் வந்து இவாளுடன் உயித்தம் பண்ணி முறியடிக்கப்பட்டு சயிவ பிறாமணாருடைய மந்திரோ பிலத்தினாலே சுவாமி தரிசனத்தில் வந்து திடகாத்திரஞ் சொல்லவதின் பேரில் ராசா திடாதிகாரத்துடன் எதிர்க்கொண்டு படையெடுத்து வெகு உயித்தங்களெல்லாம் பண்ணி வெகுபடை முழுகிப்போய் கடையாந்திரங் கோட்டையைக் கட்டிக்கொண்டு அதை முழுதும் யிடித்துப் போட்டான். அப்போ பிறிந்திருந்து ராச்சிய பரிபாலனம் பண்ணின குறும்பர் திராவிடதேச முழுதும் சிதறி மாவலிபுரத்துக்கு சமீபத்தில் கட்டப்பட்டிருந்த கோட்டையை மிலக்கா பண்ணி வரவர அதில் குறும்பர் பிலத்துவ போனார்கள். அப்போ மயிலாப்பூரிலிருந்த

கந்தப்ப ராசா அவாளுடன் உயித்தம் பண்ணினாராம். கந்தப்ப ராசவுட சரித்திரம் மயிலாப்பூர் றோமன் கத்தோலிக்கர் தாங்கலிவிடம் வந்த தோமையரால் கிறிஸ்துவர்களாக்கப் பட்டவர்கள் என்கிறவர் களிடத்தில் இருக்குது. இவாள் மாவலிபுரத்திலும் அதற்குச் சமீபமான வடபக்கங்களிலுலேயும் சயினர்கள் அதில் ஒரு சயின விக்கினம் யிப்போ எரிப்பினாலே பிறாமணாளாலே நொண்டியாக்கப்பட்டிருக்குது. சோழியப் பொய்கையிலே ஒரு பஸ்திருக்குது. இன்னம் யிருபக்கங் களிலே சிலதுகள் தவிர்ந்து போடப்பட்டதுகள் தவிர மத்ததுகளிருக்குது. இப்படி யிவாள் வெகுனாள் ராச்சியம்பண்ணி சிலருட ஏவுதலினாலும் பலராசாக்களுட பகையுண்டாயிருப்பதனாலும் வயிஸ்ட்டுனுவ மதத்திலுளப்பட்டார்களாம். அப்பிறம் யிவாள் கிஷ்ட்ண சுவாமி அனுபோதிபடி விபசாரத்துவம் குறும்பிடையர் என்ற பேருண்டாச்சுது. இவாள் தங்கள் சந்ததியாரை உயித்தியத்துக்கு பெலபந்தப்படுத்தி ராணாக்களாக்கினார்கள். இதினாலே யிவாள் வரவரச்ச சொரவினாடு தங்கள் ராச்சியத்தை விரிவாக்கி ஏறக்குறைய 25 கோட்டைகள் மண்ணினாலுங் கட்டி அதிலே வொருத்தர் தங்களுக்குண்டாயிருந்த தளங்களுடன் ராச்சியம் பண்ணி சந்ததி வரிசையாய்த் துடந்து வந்தார்கள். அவாளுட பரிபாலனம் கிஷ்ட்னராய துரைத்தனம் வரைக்கும் ஆஷ்டிசிலருந்ததுக்கு யாதொரு சந்தேகமுமில்லை. அப்புறம் யிவாள்.. பெருமையினாலே வெள்ளாளரையும் விசேஷமாய் முதலியாரையும் தங்களை வணங்கிக் கொள்ளச் சொல்லிக் கொடுமை பண்ணிய திலதிகம் யிறந்ததும் அம்பட்டரால் சிலர் கொல்லப் பட்டார்கள். மத்த சில பலவீனப்பட்டவர்களும் கிருஷ்ணராயருட தண்டுடன்... வர்களும் சிதைக்கப்பட்டார்கள். இவாளுட ஆயுதம் மத்ததுகளும் கோட்டைச் சாமான்களும் உயிலார் பாளையத்திலேயும் இருக்குதென்று சொல்லப்படுது.

KYFIETH OF KOOROOMPER'S FORT AT MANIMEDOO IN PATTEEBULAM

பட்டிப்புல மென்றிருந்த கிராமத்து பேருண்டான வயணமென்றால் முன்னாளி லிவ்விடத்தி லதிகமா குறும்பர் ஆதீக பிறைபலியமாயிருந்து தங்கள் சாதித் தொழிலாகிய ஆடுமாடுகள் மேய்த்துக் கொண்டிருப்பதில் யிந்த கிறாமத்து பட்டி கோளாகிய ஆடுமாடுகள் தீகமாய் பலுகிப் பெருகினத்தினாலே பட்டிப்புல மென்ற பேர் வந்தது.

இதுவன்றி இவாளுடைய ஆடுமாடுகளில் துஷ்டமிருகங்கள் வந்து அதிகெமான.. பாதகங்கள் பண்ணினதினாலே இப்போ சாணார் குடியிருக்கிறபடியினாலே சாணான் குப்பம் அல்லது சாளாங்குப்ப மென்கிற யிடத்திலிருக்கிற யிடையன் படலென்று கூப்பிடப்பட்ட

பிறமாண்டமான கல் குறும்பரால் உண்டுபண்ணப்பட்டு அதன் சிகரத்திலிருக்கிற அவளாளால் பண்ணப்பட்ட பொத்தல்களிலே படிவழியாய் ஏறிப்போய் தீபங்களை வைத்து அந்த வெளிச்சத்தினாலே தங்கள் மந்தைகளை கார்த்துக் கொண்டார்கள். ஆகச்சே குறும்பர் என்னப்பட்டராலே யிந்த கல் செப்பனிடப்பட்ட படியினாலே யிது யித்தியில் வரைக்கும் யிடையன் படல் என்னப்படுகுது. இங்கே யிந்த யிடையர் தங்கள் மந்தை வைத்திருந்த யிடம் மந்தைவெளி என்று யின்னம் அறியப்பட்டிருக்குது.இவ்விடத்திலொரு பெரிய வாலகிஸ்ன விக்கிறகம் பூர்வீகம் கண்டதாயிருக்குது. அது கொஞ்சம் பழுதுபட்டிருக்குது. இது அவாள் சயினமதத்திலிருந்து யாதொண்டைன்னாளிலே வயிஸ்ட்டுணுவ மதத்துக்குள்பட்டு துட்பட்டபோது அந்த குறும்பர் யிந்த பாலகிருஷ்ண விக்கிறகத்தை யுண்டாக்கி தங்கள் மூவைத்து பூசைபண்ணி யிருந்தார்கள்.

இங்கே பட்டிப்புலத்துக்கு கிழக்கிலே மணிமேடு என்னப்பட்ட யிடத்திலே குறும்பர் தங்கள் கோட்டையை கட்டினார்கள். அந்தக் கோட்டையிலிருந்து மேற்கத்தியாருடன் வியாபாரம் பண்ணினார்கள். மாவலிபுர மென்ற பட்டணதில் அகப்படுகிற பழ னாணையமான காசுகள் பணங்களி வாளால் கம்மட்டம் போடப்பட்டதென்று போது மானபடி அறியப்படுகுது. இவாளுட றோமா வியாபாரம் பண்றெ செப்பமாய் தோணப்படுகுது. இப்போ யிவளால் கட்டப்பட்டிருந்த கோட்டை - சா(6) - காணி பிறமாணம் நாற்சித்திர பாங்காய் காணப்படுது. அந்தக் கோட்டை திஷ்டாந்திரமாய்த் தெரியுது. இந்தக் கோட்டை மேட்டில் பூற்வத்துக் கல்லுகளும் சில்லுகளும் ஓடுகளும் மிகுதமாய்க் கிடக்குது. மாரி காலத்திலிந்த கோட்ட அஸ்திவாரங் களிலே பழ னாணையமான காசுகளும் பணங்களும் றோமன் காசு களும் அகப்படுகுது. இதல்லாமல் இந்த கோட்டை பிரபலியமாகும் படியாய் யிந்தக் கோட்டையின் அஸ்த்திவாரத்துக்குள்ளே எழு சாடி திரவியம் புதைக்கப்பட்டிருக்கு மென்பதாய் புராதனமாய் அறிந்திருக்கிற கிராமத்துக்கு ஆதினக்காரரான ஒரு கிராமணி நிற்செயிக்கிறான். இந்தக் கோட்டை குறும்பர் கட்டி ஆண்டதெண்டும் காசுகள் குறும்பர் கம்மிட்டம் போட்டதென்றும் யிவாள் வியாபாரத்துக்காக வேண்டி யிந்தக் கோட்டையை கடற்கரை யோரத்தில் கட்டினார்களென்றுஞ் சொல்லப்படுகுது. இங்கே கலனிட்டதிலே யிந்தக் கோட்டை பிரபலியமாயிருந்ததா யறியப்படுகுது. இங்கேயொரு பிலந்த கல் சாசனமிருக்குது. யிது குறும்ப்பரால் பண்ணப்பட்தாயறியப்படுது. ஆனாலிந்த எழுத்தை வேடர் யறிய யிடமில்லை. சிறீவற்மன் ஒத்தாசை பண்ணிணால் அதின் உள வயணமறிய யிடமாயிருக்கும்.

இங்கேயிருக்கிற குடிகள் சொல்லுகிற படிக்கு கொஞ்சனாளைக்கு முன்னமே யிவ்விடத்தில் பெகு பிரமாண்டமான பானைகள் மதமக்கசால் என்றழைக்கப்பட்டிருந்தது. தவிர அந்த குறும்பக் கோட்டைக்குச் சமீபத்திலே யிருந்துதாம். அதில் மனுஷ எலும்பு களும் சட்டி பானைகளும் யிருந்துதாம். அது குறும்ப பிரபுக்களுடைய சமாதி என்றறியப்பட்டுதாம். அதுவும் சில நாட்களுக்கு முன்னமே சமுத்திரத்திலே தள்ளப்பட்டு போச்சுதாம்.

படுவூர் பாண்டுக்குழி வரலாறு

பூர்வத்தில் யிந்த வூரில் கொண்ட கட்டிகளும் குறும்பர்களும் யின்ன வெகுபேரும் சயின மதத்துக்குள் பட்டவர்களும் இவ்விடத்தில் குடியிருந்தார்கள். இவாளே யிந்த வூருக்கு புராதீனமான குடிகளா யிருந்தார்கள். இந்த பிராந்தியங்கள் பூர்வம் பூர்வமாய் சயின ராசாக் களாலே ஆளப்பட்டது. இந்தவூர் பாண்டிதேவர் என்ற சயின ராசாவால் இவ்விடத்தி லவரால் கட்டப்பட்ட சயின பஸ்திக்கு சுவாதீன சறுவ மானியமாய் குடுக்கப்பட்டது. இதற்கத்தாட்சியாக யிங்கே சயினபஸ்தி யிருந்த விடத்தி லதின் மூலஸ்தானமாகி சயினேபுர விக்கிறகமிருக்குது. அதற்கடுத்தாப் போலே மேலச் சொல்லிய சறுவமானியத்துக்கத்தாட்சி யாக ஒரு சிலாசாசன மிருக்குது அதிலெழுதி யிருக்கிற விபரம் என்ன மென்றால் ஸ்வஸ்திஸ்ரீ உலகாளுடைய நாயனார் தேவதானம் படுவூரும் இவ்வூர் கம்பபற்று பட்டம் கற்றறிக்கை சர்வ சாமானியம் என்றெழுதி யிருக்குது. இந்த சறுவமானி அனேக காலமாய் யிச்த சயின பஸ்த்திக்குச் சேர்ந்து வந்தது. அப்பிறம் யாதொண்டச் சோளன் னாளிலே சயினாளை பிறாமணாள் போதினைப் படிக்கு அதம் பண்ணுகிறபோது தீவானத்தில் சேர்க்கப் பட்டுது.

இந்த வூரில் முற்காலத்தில் வாழ்ந்து தளந்து வருகிற மனுஷாளை அவாள் சாகிறவரைக்கும் வையாமல் காலம்வருகிறதை யறிந்து பெலத்த பானைகளிலே அவாளை வைத்து அவாளுக்குச் செல்லும் தீனிகளுடனே யிந்தப் படுவூரிலே வைப்பார்கள். அவாள் சிலனாளதிலே யிருந்து அவதிப்பட்டு கடைசியில் சீவித்துப் போவார்கள். இப்டியா பொலொத்த பானைகள் மதமகச் சாலென்றழைக்கப்படுகிறது. இதுகள் முக்காலத்தில் வைக்கப்பட்டு இக்காலத்திலேகூட வெகுசால்கள் காணப்பட்டுது. அதுகளிலே வைக்கப்பட்ட மனுஷாளுடைய எலும்புகளும் ஏன் பிணங்களும் எடுக்கப்பட்டு புதைக்கப்பட்டுது.

இப்படிக்கு முக்காலத்திலே வசந்தையா யிருக்கிறதில் யிந்தப் படுவூருக்குச் சுத்துப்புறம் முழுதும் பட்டணமா யிருந்தபடியினாலே யிந்த படுவூரை பட்டணத்தார்கள் யிடுகாடாக்கி யிதிலந்த மதமகா

சால்களை வைத்து வந்தார்கள். பாண்டுதேவ வமுசஸ்தாளும் இன்னம் சில பாக்கியவந்தரும் தாங்கள் தங்கள் பேரையும் பிரபலியத்தையும் பெகுனாள் நினைப்பூட்ட யிந்த யிடங்களிலே கல்லறைகளை கட்டியதிலே தங்கள் வமுசத்தாரை வைத்து வந்தார்கள்.

இந்தக் கல்லறைகள் பாண்டு தேவர் வமுசஸ்தாரை வைத்தபடி யினாலேயும் மேலும் பழமையாய் சமாதி வைக்கிற வழக்கமாகியதாலும் பாண்டுக்குழி என்னபட்டுது. சிலர் உயிரோடே வைக்கப்படுகிற படியினாலேயும் அவாளதிலே பாடுபடுகிற படியினாலேயும் யிது பாடுகுடி பாடைகுடி என நீண்டு நாமதேயங்களினாலே யழைக்கப் பட்டது.

இப்படிக்கொத்த பாடுகுடி யிவடத்தில் பூற்வமாயிருந்த படியினாலே யிது படுவூர் என்றழைக்கப்பட்டது. யாதொண்டைச் சோளன்னாளிலே யிவ்விடத்திலிரண்டு சிவாலிங்கம் பிறதிஷ்டை பண்ணப்பட்டு சயின மீசுரத்தை யடக்கப்பட்டுது. மேல் கிஷ்ண ராயர்னாளிலே யிவ்விடத்தில் ஒரு விஷ்ணு தேவஸ்தானம் பிறதிட்டை பண்ணப்பட்டது.

இந்தப் படுவூரில் முன் பாண்டுகுழிக்கு சமீபத்திலிருந்த ஒரு சிலையில் ஒரு சாசனமிருக்குது. ஆனால் பூரங்கடைத்தானதால் பித்தியுங் காணவில்லை.

படுவூருக்கு கிழக்லே எழுபத்தஞ்சு பாண்டு குழிகளிருக்குது.

படுவூருக்குத் தெற்கு காளம்பாக்கத்துக்கு வடக்கு அறுபது பாண்டு குழிகளிருக்குது.

குறும்பர் கைபீது (டி 2867)

குறும்பர்களுக்கு (64) கோட்டைகளுடைத்தாயிருந்தது. அதில் இருபத்துனாலு கோட்டைகளதீக விசேஷித்த கீறிதிகளை பெற்றது. இந்த யிருபத்துனாளுக்கும் புழல்க்கோட்டை ராசதானி என்னப் பட்டிருக்குது. இந்தக் குறும்பர் பஞ்சபாண்டவாளின் யுத்தத்தில் ராணாக்களாக்கப்பட்டு படுகளத்தி லதீகமாய் தொண்டுப்பட்டதினால் யுத்தத்துக்கு அதீக புண்பட்டவர்களானார்கள். ஆனாலிவாளந்த யுத்தத்தில் முறியடிக்கப்பட்டு எங்கு பரவ சிதறியடிக்கப்பட்டிருந்தார்கள். இவாளும் புராதீனமான செனைபூமி, தொதனாடு என்னப்பட்டி ருக்குது. இவர்கள் முழுதும் சயின மதத்துக்குள்பட்டவாளாயிருந்து மதவத்தில் யிளக்கியத்திலெ சந்தித்து நின்றார்கள். இவாள் முன்னெழுதிய விரண்டு கயிபேதுகள் படிக்கு தங்கள் குறூரத்தினால் திக்குவிசெயம் பண்ணி தேசங்களைக் கட்டிக்கொண்டார்கள்.

இவாளாளுகையிலெ கொஞ்சம் இடப்புத்தி புடாரியிலெ என்கிற பழமொழிக் குடையவாளா யிருந்தபோதைக்கும் சீமாமூலங்களை செவ்வையாக நடைப்பித்துக்கொண்டு வந்தார்கள்.

பழமொழி விவரம்: இந்தக் குறும்பர்கள் ஆட்டுமந்தைகள் மிச்சமா யிருந்து வெகு கிராமங்களிலெ மந்தை மறித்துக் கொண்டிருந்தார்கள். ஒருனாள் ஒரு குறும்பனானவன் தன் தோளில் ஒரு ஆட்டுக்குட்டியை சுமந்துகொண்டு தன் தோளை கவனிக்காமல் குட்டியை காணாமல் போச்சுதென்று வெகுயிடங்களில் தேடியலைந்து கடைசியில் ஒரு கிணத்தை எட்டிபாத்து தன்னிழலை எட்டிப்பார்த்து அங்கே கிணத் திலொரு ஆட்டுகுட்டி யிருக்குதென்கிறதாய் தன்னுட வந்தவாளோட சொல்லி கிணத்தில் குதிக்கப்போற சமயத்தில் ஒரு வெள்ளாளனானவன் வந்து ஆட்டுகுட்டியை காண்பித்து இடப்புத்தி பிடாரியில் என்று சொன்னான். அன்று முதலது பழமொழியாய் வழங்கிக் கொண்டு வருகுது. இவாளில் யாதாமொருவன் விழுந்துபொனால் யிழவுக்கு வந்த யிவர்களும் தலை ஏக சவரம் பண்ணிக்கொள்ளுகிறது. இது முன்னிலை யிலெ உயிரத்தினாலெ ஒரு யிழவு சடங்கில் வெகுநூறு பேர்கள் அம்பட்டர்களால்க் கொல்லப்பட்டார்கள். இவாள் கொல்லப்பட்ட யிடம் நெரும்பூரில் அந்தயிடம் யின்றும் குறும்பரைக் கொன்றயிட மென்று சொல்லப்படுது.

குறும்பருக்குண்டான கோட்டைகளின் விவரம்

பொழல்	புலியூர்
சாலப்பாக்கம்	நயிசீகுளம்
நெரும்பூர்	களத்தூர்
அணைக்கட்டு	செம்பூர்
பட்டீபுலம்	தமூனூர்
ஆமூர்	யீக்காடு

குறும்பர் வரலாறு

குறும்பருடைய விசேஷித்த கைபீயத்து

அவர்கள் மார்க்கம், தொழில், ஆசாரம், வாடிக்கைகளைப் பற்றினது.

திருவண்ணாமலை துக்குடியிற் சேர்ந்த சோவாசிப்பாடியில் சின்னமுக குறும்பக் கவுண்டன் சொன்னப்படிக்குத் திம்மண்ணக் குறும்பக் கவுண்டன், சின்னான் குறும்பன், சடையப்பகுறும்பன் சொல்லி எழுதி வைத்த குறும்பர் கைபியத்து மார்க்கம்.

குறும்பர் யாதவ வமிசத்தைப் பத்தினவர்கள் என்று சொல்லிக் 'குறும்ப இடையர்' என்று அழைக்கப்படுகிறார்கள். அவர்கள் சைவ மதத்திலாவது வைஷ்ணவ மத்திலாவது சேர்ந்தவர்கள்.

அவாள் தெய்வத்தைக் கும்பிடுகிறார்கள் அங்கே தெய்வீகமாக அழைக்கும் படிக்கு குறும்பர் கும்பிடுகிறார்கள். யிருந்தும் பிர தெய்வங்களும் கும்பிடப்பட்டு பூசை யிடிளிர்ந்து என்று பேர் இவாள் அந்தபடிக்கு ஒரு தீரத்தையும் உண்டு பண்ணினார். அதுக்கு ஒரு வீடு என்றும் அதுசுத்தமாய் காணப்பட்டதென்றும் சொல்லிவந்தாள்.

அப்படி காணப்படுவதை மிக அமாவாசையில் பூசை பிடித்தோகிர போது குறும்பரெல்லாம் கட்டிதந்து வீட்டுக்குள் போய் யெப்படி யிவை நிருரும் சீரபத்திர தெய்சத்தை எப்படியோடெடு வெளியென்டுனுக் கொண்டு வரும் பூசை பிடிக்கா நிம்மதியாயிருக்கப்பட்டத்தில் வைத்து இப்பெட்டியை பக்தியுடனே திறந்து அதிலே தாமரையினாலே ஒரு சாணில் செய்யும். யிப்படி யிருக்கிற சுவாமியை எடுத்து புளியிலிட்டு துலக்கி நன்கு நீரில் இட்டு சுத்தம் செய்து பாவாடை விரித்து அதன்மேல் சுவாமியை நிறுத்தி சருமாலையை அர்ச்சனைபண்ணி பட்டினாலே வஸ்திரஞ் சாத்தி சிர அன்னம் வைத்து சாம்பிராணி தூபம் போடப் படுகிறது. புதுப் பானையை அடுப்பிலே நல்ல தண்ணீரை விட்டு பச்சரிசி பொங்கலிட்டு அவர் மத்தியில் யிலை போட்டு நெய் வைக்கிறது இதன்றி தேங்காய் உடைத்து பழம் பாக்கு வெற்றிலை முதலானதுகளும் நெய்வேத்தியம் வைக்கிறது. இதுகள் முடிந்த உடனே சுவாமியைப் பெட்டியில் எடுத்து வைத்து தேவனு வீட்டில் கொண்டுபோய் சேர்த்து போட்டு சந்தோஷப் படுகிறது.

சுவாமிக்கு திருநாள் பண்ணுகிற வரனென்ற வருஷத்தில் மூன்று நாளை திருநாள் பண்ணுகிறது. அப்போ குரும்பர் திருநாளின்னம் எட்டு நாளிருக்கையில் எண்ணை தெய்வீகமும் கூறுகிறது. பாளு பெண்சாதி கட்டப்பட்டு திணிடாடப் படுகிறது. எந்த காலமும் படைக்காது. கவுச்சு முதலானது தள்ளுபடி பண்ணினாள். தெரிஸனம் பண்ணிக்கொண்டு சுகமாயிருக்கிறது. எப்போவாவது திருனாள் பண்ணுகிற அன்று இப்படி திருமனுடனிக்கிறேன். அப்போது என்னை தெரிசனம் பண்ணறது. சாமிக்கு ஏற்றபடி நடக்கறிது. மேல் எழுதிய பிரகாரம் சுரமான பூசை பிடிக்கையில் யிப்படி அருளுகிற தெய்வீக சுவாமி சன்னதியில் உளுகார வைத்து தூபம் போட்டு அதுக்கு பிறத்தி களை பண்ணிக்கொண்டு உளுகார்ந்து யிருக்கிற கிழவன் தலைபானை பேரிலே தேங்காய் உடைக்கிறது. உடைத்ததை விண்டு மடியிலே போடுகிறது. நடை பூசாரிக் கொண்டவன் கையிலே உடைத்த தேங்காய்

குடுக்கிறது. இப்படி தேங்காயை கொடுக்கையில் சில விசை அவன் தலை நசுங்கி செத்தால் கூடையில் அவன் தீட்டுக் கலந்தவனென்று மறுக்காலும் செனம் பண்ணி வைத்தீர்களாகையால் மறக்காமலும். தேவரு வீட்டிலே விளங்கி வந்திருக்கிற முனீஸ்வரனிடம் வைசுனை குறும்பர்கள் கட்டிக்கொண்டு ஆடுகிறது. தவில் முழங்க வானம் இரண்டாக அவர்கள் மகிழ்ச்சியில் சேர்ந்து கொண்டிருந்தனர். அப்புறம் மூன்று மாதம் கழித்து புருஷன் பெண்சாதி யிசன் போன்றவர்களின் முறைமை. குறும்பர் வலியரென்னுகிற வயண புருஷனுக்கு கோடி கோடி காட்டுகிறது. இது காட்டும் முன் பெண்ணும் பிள்ளைகளும் முன்னை மஞ்சள் தெய்த்துக் குளிப்பர். இவ்விதம் சொல்லபட மாட்டவை கட்டி வலது பிற நாகியது குடியென்று உளது யிந்த பெண்சாதி விட்டுப் போட்டு வைத்து வெறுப் படங்கும் படி குறும்பரில் பெரிய தனகாரன் பத்துப்பேர் பந்தக்காளுடனே யிருக்கிறது. அந்த பெரிய தனகாரன் அப்போ சபையை விட்டெழுந்து மாப்பிள்ளை பெண்ணும் உளுகாரராயிருக்கிறார்கள். அப்படிப்பட்டது. தேங்காய் மேல் மூடியில் பெண்ணால் செயித சொற்படியிலே கோர்த்திருக்கிற பெட்டை பிள்ளைகளுடனே சுமங்கலி என்று கூறி மாப்பிள்ளை கை பிடிக்குறது. பெண்ணுக்கு காப்பிடச் சொல்லுகிறது. அவன் தெய்வநாயகி (அ) விராவேயென்று காட்டுவான். தாலியுங் கட்டிய வுடனே அங்கே வாங்கி வரப்பட்ட பந்தகால் யிங்கும் வெறும் பச்சரியைக் கொண்டு பெண்ணாலே மாப்பிள்ளைக்கு எதிரியிலே என்று சொல்லப்படுகிறது. அதன் பிறகு பெண்ணும் மாப்பிள்ளையும் வந்து சேருவது. மேலும் இப்படிப்பட்ட பெருமையுடையவனா யிருக்கப் படுகிறது. ஒரு நால் சாதமும் மாக விருந்து பண்ணி வைப்பவரும் சாராயம் குடிக்கிறது முன்னே மாவிலை போட்டவுடனே கங்கணப்படி பச்ச மூங்கில் அச்சாணி யிட்டு வாசி காட்டுகிறது. தாலி கட்டின ரெண்டானாள் மாப்பிள்ளையும் பெண்ணையும் உளுகார வைத்து சேவித்து வணங்குகிறது. அன்றைய தினம் ஆடு அடித்து விருந்து பண்ணி எல்லோருக்கும் சாப்பாடு போட்டு குடிக்கிறது.

மூன்றானாள் அந்தப்படி சேஷையிட்டு அடித்து வந்த விருந்து பண்ணி சாப்பிட்டு குடிக்கிறது. நாளானாலும் சறுஞ் பதம் விருந்து பண்ணுகிறது. அஞ்சாநாள் சாறுஞ் சாதம் விருந்து பண்ணி காலமே மாப்பிள்ளை கையும் பெண்ணையும் பெண்ணுக்கு தாயார் வீட்டுக்கு அழைத்துக்கொண்டு போவார். அஞ்சானாள் பலகாரம் சாப்பிட்ட வுடனே விருந்து பண்ணுகிறது. அஞ்சானாள் மாப்பிள்ளை வீட்டி லிருந்து ரெண்டு பேர் ஆண்பிள்ளைகள் வெறுங்கையோடே போய் விருந்து சாப்பிட்டு சாராயங் குடித்து மாப்பிள்ளையும் பெண்ணையும்

அழைத்துக் கொண்டு மாப்பிள்ளை வீட்டுக்கு வந்து விடுகிறது. பெண்டுகள் மாதாமாதம் தூரமானால் விண்ணான்கு அஞ்சுனாள் பிறத்தியேக குடிசையில் வைத்து அஞ்சானாள் ஸ்நானம் பண்ணி ஏழாம் நாள் வீட்டில் தீபம் சேர்த்துக் கொள்ளுகிறது. அதன் பின் யிச்சையினாலோ புருஷன் பெண்சாதி கட்டுகிறது. பெண்டுகள் பிறவிச்ச புத்தியினை யுடையவளானால் சர்விபிந்த தேம் பண்ணி வைக்கிறது. பிறவீச்சு அன்னயிற் தினம் சாளயங்கி விடுகிறது. மறுனாள் கடை நிலவு காகம் கூவுகிறது. மூன்றானாள் அதம் போடுகிறது. பதியினிடம் நாள் ஜெனம் பண்ணியி வந்து வீட்டிலே சேந்து கொள்ளுகிறது.

குறும்பர் செத்தால் புதைக்கிறது. தேச வழக்கப்படி யிப்போ சிலர் புதைக்கிறது. புருஷன் செத்தால் மத்த சாதிகளைப் போல் குறும்பர் தாலி அறுப்பதில்லை. தாலியோட தானே இருக்கிறது. ஆனால் வேரே புருஷனை கல்லியாணம் பண்ணிக் கொள்கிறதால் அந்த தாலியை அவிழ்த்து செத்துப் போன புருஷன் வீட்டில் வைத்துப் போட்டு வேறே புருஷனிடத்தில் தாலி கட்டிக் கொள்ளுகிறது. அவனும் செத்தால் அவளுக்கு சக்கியமுள்ள மட்டும் எத்தனை புருஷன் வேணுமோ அத்தனை புருஷனை கட்டிக் கொள்ளலாம்.

குறும்பர் என்னும் இடைச் சாதியினர் வரலாறு

குறும்பர் என்ற இடைய வமிசஸ்தர்களுடைய சரித்ரம். இராயர் சமஸ்தானத்திலெ 'குறும்பர்' என்ற இடைச் சாதியர்கள் வெகு இடங்களிலெ இராச்சியாபாரம் பண்ணினார்கள். அவர்கள் நெடுமரம், அணைக்கட்டு, சாப்பாக்கம், நெறும்பூர் என்ற இடங்களிலெயும் இன்னும் மற்ற இடங்களிலெயும் (பல) கோட்டைகள் கட்டிக் கொண்டு பிரபல்யமாய் வாழ்ந்தார்கள். அந்நாட்களிலெ குறும்பக் குடிகள் முதலிக் குடிகளையும் (வெள்) லாளர் குடிகளையும் தங்களை வணங்கும் படியான பிரயத்தினம் பண்ணினார்கள். ஆனால் முதலி களும் வேளாளரும் அதற்கு சம்மதி கொடுக்கவில்லை. அப்போது குறும்பர்கள் அவர்களுக்கு வெகு இடுக்கண்கள் பண்ணினார்கள். ஆனால் முதலிகளும் வேளாளரும் அதற்கு சம்மதி தரவில்லை. அதன் பேரில் அவர்கள் தெருவிலும் முச்சந்திகளிலும் வெற்றிலைத் தோட்டங் களிலும் இன்னும் வெகு இடங்களிலேயும் திட்டி வாசல் போலவே கட்டி அதற்கு எதிராகக் குறும்பர்கள் உட்கார்ந்து கொள்ளும் சருவத்திராளும் அதிற்றலை குனிந்து நுழையும் படியாகவும் அதினாலே தங்களுக்கு வணக்கங்கள் நடக்கவும் யத்தினம் பண்ணினார்கள். ஆனால் முதலிகளும் வேளாளர்களும் அதற்கு சம்மதிக் கொடுக்க

வில்லை. அப்போ குறும்பர்கள் பொறுத்துக் கொண்டிருந்தார்கள். ஆனால் வாழ்வதற்கு சம்மதிக்கவில்லை. அதன் பேரில் அவர்கள் மேற்சொன்ன இடங்களில் வாழ்ந்து வந்தார்கள். குறும்பர் உட்கார்ந்து கொண்டு சறுவத்திராளும் அதில். அப்போ முதலியார்களும் வேளாளர் களும் குனிந்து நுழைகிறது. முதலியார்களும் வேளாளர்களும் அகங்காரம் பண்ணினார்கள் என்று மேதைகளும் அவாள் திரவியங்களான படியினால் யிவாலெள்லோரும் பேசிப் பண்ணி முடியாமல் கடைசி யிலே அமயனிடத்திலே சமாதானம் பண்ணிப் பார்த்தார்கள். இதனாலே குறும்பர் யோசனை பேரில் அப்போ சமாதானம் மறுபடியும் செய்கிறேன் என்று அவனை தன் வீட்டிற்கு அனுப்பி நான் வந்ததற்கு அவன் தன்மை யடைந்தார். உதவி செய்ய வேணுமென்று கேட்டுக் கொண்டான். அந்தபடியே அவர்களெல்லோரும் உதவி செய்கிறோமென்று வந்திருந் தார்கள். ஒரு குறும்பர் சாதியர் வேளாளருடன் சென்றார்கள். அப்படிச் சென்றவர்களிடம் வருகிற அவர் தங்களிடம் பண்ணப் போகும் தலையோச்சவம் பண்ணுகிறது வழக்கமாக இருக்கிறது. அப்படி ஒரு நாள் வீட்டு வாயிலே குறும்பர்க்குள்ளே மூப்பாயிருக்கிற ஒருவன் விழுந்து போனான். அப்போது குறும்பர்கள் எல்லோரும் ஏகோபித்து கூடியிருந்து அவனிழவு சடங்கு நடப்பித்து வைத்தனர். எல்லோரும் மாலைகள் போட்டு சேரையரை பண்ணி வைத்தார்கள். அப்போயிந்த குறும்பானவன் நினைத்து கட்டாயப் பண்ணியிருந்தான். மேலும் பலவிநோதங்களையும் தொழுகின்றதையும் பண்ணினான். அவாளவாள் சிலரை மநுஷா அவாளவாள் கொன்று போட கறமிருந்தால் அந்தப் படியே அவாளவாள் சிரை மனுஷாளை அவனவன் தலையைச் சிரைத்து கழுத்தன்டையில் வருகிறபோது குரல் வலைகளை அறுத்துக் கொண்டார். குறும்பர்கள் அப்போ யிந்த வண்டுயே குறும்பருடைய ஸ்ரீகளெல்லாம் வந்து அதில் குதித்து குறும்பன் சேதம் பண்ணிக் கொண்டான். அப்போது ஸ்ரீகள் நெரும்பூரில் முப்பேர் சகலங்களையும் உண்டாக்க தாக்கப் படாமல் முப்போகுவேள சாபமிட்டார்கள். ஆம் விழுந்தாலும் குறும்பரால் கட்டப்பட்ட கோட்டைகளின் அகலம் இன்னும் மேல் சொல்லப்பட்ட இடங்களிலெ முழுதும் யிடித்து விழுந்து மண் மேடாய்க் கிடக்கிறது. அதைப் போய்ப் பார்த்தவர்கள் இருக்கிறார்கள். அவர்களால் கட்டப்பட்ட கோரிகள் அந்தந்த இடங்களிலே பாழாய்ப் போய்க் கிடக்கின்றது. அந்தக் கற்கள் பூருவங் கண்ட வெகு நாளையின் கல்லுகளாய் இருக்கின்றன.

கூத்த நாச்சித் தோப்பில் சந்தை கூடிய வரலாறு

கம்பத்துக்குத் தென்கிழக்கு சுரபி நதிக்குக் கிழக்குக் கூத்தாச்சித் தோப்பில் சந்தை கூடின வரலாறு.

முன் ஆதியில் பாண்டிப் பட்டத்தும்போது ஷை தானத்தில் மனோக்கியமான யிடத்தில் சந்தை கூடும்படி செய்து அந்தச் சந்தை வேடிக்கை பார்க்க வேண்டியதைப் பற்றி ஷை தோப்புக்குச் சமீபத்தில் யிருக்கிற கறட்டின் பேரில் ஒரு அரண்மனையும் உண்டாக்கி அப்பால் சந்தையைப் பிறபலப்படுத்துகிறபோது ஷை சந்தையில் அனேக யாபாரங்களும் நடந்து வருகிறது. அப்படியிருக்கும் நாளையில் சிவகிரி யிலிருந்து ஒரு யிடைப்பெண் மலைவழியாய் மேல்ப்படி சந்தையில் மோர் கொண்டு வந்து வித்துக்கொண்டே வருவாள். அவள் பேர் கூத்த நாச்சி. யிப்படி கொஞ்ச நாள் சந்தை சந்தைக்கி மோருவித்துக் கொண்டு வரும் நாளையில் ஒரு சந்தைக்கி வந்த முன்னுக்கு அவள் பேரில் ஷை தேசத்து ராசாவானவன் இச்சித்ததாகவும் அதைப்பற்றி அவள் துர்மரணமடைந்து போய்விட்டாள். அப்போது அவள் சாபஞ் செய்து போனபடியினாலெ ஷை அச்சந்தையும் சீரணித்துப் போச்சிது. ஷையாள் வருகிற மலை வழியிலும் தூர்ந்து பேச்சுது. இப்போது அதனுடைய அடையாளமாவது ஷை கறட்டின் மேலெ முன் கட்டின மேடையிருக்குது. அதின் பேர் கூத்தனாச்சி மேடையென்று வசந்தை யாகச் சொல்லிக் கொள்ளுகிறது. இப்படியான வர்த்தமானம்.

வேடர் சரித்திரம் (டி.2681)

இந்த வேடர் எனப்பட்ட சாதியார் சகல காடுகளிலும் வாசம் பண்ணி, ஆண்பிள்ளைகளும், பெண் பிள்ளைகளும் நிறுவாணிகளாய் இருந்து சீவனம் பண்ணினது. இவாள் யுகாந்த பிறளத்துக்குப் பிற்பாடு அதிகமாய் பிரபலித்து மனுஷாளை அதிகமாக பிறவு குளப்படுத்திய துஷ்ட மிருகங் களைச் சம்மாரம் பண்ணி அதினாலே அவர்கள் ஆசாரங் கொண்டி ருந்தார்கள். நிளகன் என்ற ஒரு வேடன் அந்த பிறாந்தியங்களில் அதிகமாய் விகாசைப்பட்ட படியினாலே முகராலதி வறுவறிள்ளும் அவனைப் புகழ்ந்து கொண்டிருந்தார்கள். இந்த வேடர்களுக்குத் தெய்வமுண்டென்கிற அறிவு கட்டோடேயில்லை. யிவாளிப்போ வெகுகாலங்களுக்கு பிற்பாடு 7 கன்னியாப் பொண்களென்ற தேவதை களை வணங்கி அதுகளுக்கு அவாளுக்கு கிடைக்கிற காட்டரிசி களினாலே பொங்கலிட்டு படைத்து அதினாலே தங்கள் சஞ்சாரம் பண்ணுகிற காட்டிலிருக்கிற துஷ்டமிருகங்கள் தங்களைத் தீண்டா தென்றும் அதுகளுக்கு வாயடைக்கப்பட்டிருக்குதென்றும் சொல்லு கிறார்கள். இவாளிந்த ·நாடுகளிலே வெகுகாலம் வாசம்பண்ணி அப்போ யிப்பிறாந்தியங்களிலிருக்கிற ராசாக்களுட கவடத்தனத்துனால் அவாள் துஷ்ட மிறுகங்களுக்கு மேலதை சம்மாரம் பண்ணி வம்பண்ண முந்திக்கொள்ளுறவர்களாயிருக்கிறதாலும் இவாள் பேரிலதீக சந்துஷ்டப் பட்டு யிவாளைப் பிடித்து வஸ்திரங்களுடுத்தி சாப்பிட பழக்கிவித்து

இவாள் சீர்பட்டபிறகு ராணாக்களாக்கி வைத்து இவர்களையே கொண்டு சறுவ காரிங்களையும் வரிசைப்படுத்தி வந்தது. இவாள் காட்டு சஞ்சாரிகளான படியினால் யிவாளையே வேட்டைக்கு கூட்டிக் கொண்டு போவார். (இது – இவாள் பிறும் கைவிரல்) யிந்துப்படி யிவர்கள் வெகு ராசாவின் சமஸ்தானங்களை யறிந்து அதீக யோக்கிதைப் பட்டு யிவர்களுக்கு பிறவுத்வம் பண்ணுகிற பேராசையுண்டாகி வயினாடு என்ற மலையுங்காடுமான தேசங்குள்ப்பட்டு காடுகளை யழித்து துஷ்ட மிறுகங்களையெல்லாம் சம்மாரம் பண்ணி அவ்விடத்தில் புறமாணமான கோட்டை கொம்மைகள் எல்லாங் கட்டி, அதில் யோக்கியதி யுள்ளவனான அறிப்பவேடன் என்னப்பட்டவன் பிறபுத்வம் பண்ணி வெகு பேரெடுப்பாயிருந்து சந்ததி வரிசையாய் சொல்லப்பட்ட அரிபரர் என்ற நாமதேயத்துடன் ஆண்டு வந்தான் இவர்கள் மலையாளத்து கோட்டையன் ராசா ஆளுகை வரைக்கும் வந்து அப்பிறம் மலையாளத்து மக்களுட பகையினாலே யழிபட்டு மலையாளத்துடன் சேர்ந்துக் கொள்ளப்பட்டுது.

ஆனால் வேடர் யிந்த பூர்வத்தை வெளியாக்கவும் சகல துஷ்ட மிருகங்களை யழிக்கவும் காலங்களிலெ மிகவும் உதவியாயிருந்தார்கள். இவாளுடை யரசை யாதிகாலங்களிலெ உதவியாயிருந்தது. என் (இது இவாள் பிறும் கைவிரல்) பது சந்தேகமில்லை.

வேடர் ஏனாதி இருளர் வில்லியர் குறவர் யிவர்கள் கைப்பியத்து

1. பழவேற்காட்டுப் பகுதியில் வாழ்ந்த தொல் பழங்குடியினர் பற்றிய செய்திகள் சுவடியில் இப்பகுதியில் இடம் பெற்றுள்ளன.

வெடர் வலைகள் கன்னிகள் முதலாவதுங் கொண்டு பொய் வெட்டை நாயும் வைத்துக் கொண்டு கறடி, பன்றி, மான், முசல், வரையாடு, உடும்பு, கடமை யிதுகளும் பின்னையும் சிறுது மிருகங் களை வெட்டையாடிக் கொண்டு வந்து தாங்கள் தின்கிறது பொக மற்றது விற்றுக் கொள்ளுவார்கள். கறடி திங்கிறது முண்டு. யிதுகளை வெட்டை யாடுகிறது மல்லாமல் புத்துகளிலெ யீசல் பிடித்து தாங்கள் திங்கிறது பொக மற்றது வித்துக் கொள்ளுவார்கள். யிதுவல்லாமல் சிறுது பெர் பாளையப்பட்டுகளாயிருந்து சிறுது பெர் துரத்தினம் பண்ணுகிறது முண்டு. சிறுது பெர் பயிரிடுகிறது முண்டு. சிறுது பெர் குடிகளிடத்திலெ படிக்குச் செல்கிறது முண்டு.

திருவளுருக்கு வடமேற்கே அல்லிக் குழி மலையைச் சுற்றி மொடியப்ப னாயகன் பாளையமென்றும் செணிப்பாளையமென்றும் கிருஷ்ணப்ப னாயகன் பாளையமென்றும் தம்பா னாயகன் பாளைய

மென்றும் எட்டுப் பாளையப்பட்டு தாயாதி முறையாய்த் துரத்தினம் பண்ணினார்கள். நபாபு நாளையிலே அதுகளைப் பிடிங்கிக் கொண்டார்கள்.

யிவர்கள் கலியாணம் பண்ணுகிற விதம். அத்தை பெண் அம்மான் பெண்ணைக் கலியாணம் பண்ணுகிறது. அப்பொ கலியாணம் பண்ணு கிறதுக்கு நிறுவாக மில்லாதெ பொனால் தாலிமாத்திரங் கட்டி வைத்துக் கொள்ளுகிறது. ரெண்டு மூணு பிள்ளைகள் பெற்ற பிற்பாடாகிலும் அதுக்கு முன்னெயாகிலும் உள்ளவன் கலியாணம் பண்ணுகிற பொது தங்களுக் குண்டான யிதாசத்திக்குத் தக்கதாய் கலியாணம் பண்ணிக் கொள்ளுகிறது.

யிவர்கள் கலியாணம் பண்ணுகிற போது வாசலிலெ அம்பை நட்டு அதுக்குச் சரியாய்ச் சூரியன் வந்தால் தாலிகட்டுகிறது. மற்றபடி நாளு நக்ஷத்திரமும் பார்க்கிறதில்லை.

பாளையப்பட்டாயிருக்கிறவர்கள் மாத்திரமெ பாப்பாரை வைத்துக் கொண்டு கலியாணம் பண்ணுவார்கள். மற்றவர்கள் தங்கள் சாதி முறைப்படிக்குக் கலியாணம் பண்ணிக் கொள்ளுவர். பார்ப்பார் தேவையில்லை.

யிவர்கள் புருஷன் விழுந்து பொனால் மறுபடி ஒரு புருஷனைக் கலியாணம் பண்ணிக் கொள்கிறது முண்டு.

யிவர்கள் காடுமாலைகளிலெ மிகுதியாய்க் குடியிருப்பார்கள் கொஞ்சம் பெர் ஊருகளிலெயும் குடியிருப்பார்கள். விறகு கட்டுகள் கொண்டு வந்து ஊருகளிலும் விற்கிறதுமுண்டு. சிறிது பெர் பாளையக் காரரண்டை செவகத்தினமாயுமிருப்பார்கள். சிறுது பெர் காவல் காறரா யிருக்கிறது முண்டு. அவர்களுக்கு வருகளிலெ காவல் மிராசுகளு முண்டு.

யிவர்கள் தெய்வம் சுப்பிறமணியசுவாமி பெண்சாதி வள்ளியம்மை யைப் பூசிப்பார்கள்.

யிவர்கள் காடுமலைகளிலெ தென்கூடு அழிக்கிறது முண்டு. காடு மலைகளிலெ கவலைக் கிளங்கு முதலான கிளங்குகள் யெடுத்து வந்து பக்ஷணம் பண்ணுகிறது முண்டு. விற்றுக் கொள்ளுகிறது முண்டு.

யிதுவல்லாமல் ஏரி, குளங்களிலெ தாமைரைக் கிளங்கு, அல்லிக் கிளங்கு, கொட்டிக் கிளங்கு, சிட்டிக் கிளங்கு முதலானதுகள் யெடுத்துக் கொண்டு வந்து விற்றுக் கொள்ளுகிறது முண்டு. பக்ஷணம் பண்ணுகிறது முண்டு.

வேடர், ஏனாதி, இருளர், வில்லியர், குறவர், லம்பாடி, கொம்பறவர் இவர்கள் கைப்பியத்து

வேடர் வலைகள் கண்ணிகள் முதலானதுங் கொண்டு பொய் காடு மலைகளிலெ மிருகங்களை வெட்டையாடிக் கொண்டு வந்து தாங்கள் தின்றது பொக மற்றது விற்றுக் கொள்ளுவார்கள். கறடி தின்பார்கள். பன்றி, கறடி, மான், முயல், வரையாடு, உடும்பு, கடமையிதுகள் வெட்டையாடுவது மல்லாமல் பாளையப்பட்டுகளா யிருந்து துரத்தினமும் பண்ணுவார்கள். பயிருமிடுவார்கள். குடிகளிடத்திலெ பள்ளிகளைப் போல படிக்குஞ் செய்வார்கள். அல்லக்குழி மலையைச் சுற்றி மொடியப்ப னாயகன் பாளையமென்றும் செணிப்பாளைய மென்றும் கிருஷ்ண னாயகன் பாளைய மென்றும் தம்பா னாயகன் பாளையமென்றும் எட்டுப் பாளையப்பட்டு தாயாதி முறையாய்த் துரத்தினம் பண்ணினார்கள். நபாபு நாளையிலே அதுகளைப் பிடிங்கிக் கொண்டார்கள். அவர்கள் கலியாணம் பண்ணுகிற விதம் அத்தை பெண் அம்மான் பெண்ணைக் கலியாணம் பண்ணுகிறது. அப்பொ கலியாணம் பண்ணுகிறதுக்கு நிறுவாக மில்லாதெ பொனால் தாலிமாத்திரங் கட்டி வைத்துக் கொள்ளுகிறது. பிள்ளையும் ரெண்டு மூன்று பெற்ற பிற்பாடு உள்ளவன் கலியாணம் பண்ணுகிற பொது அவர்களுக் குண்டான யிதாசத்திக்கித் தக்கதாய் கலியாணம் பண்ணிக் கொள்ளுகிறது. சிறுதுபெர் பார்ப்பார் இல்லாதேயுங் கலியாணம் பண்ணிக் கொள்ளுவார்கள். சிறுது பெர் பார்ப்பார் வைத்துக் கொண்டு தங்கள் சாதி முறைப்படிக்குக் கலியாணம் பண்ணிக் கொள்கிறது முண்டு. யிவர்கள் தெய்வம் சுப்பிறமணியசுவாமி பெண்சாதி வள்ளியம்மையைப் பூசிக்கிறது. யிவர்கள் புருஷன் விழுந்து பொனால் மறுபடி ஒரு புருஷனைக் கலியாணம் பண்ணிக் கொள்கிறதுண்டு. யிவர்கள் காடுமாலைகளிலெ குடியிருக்கிறது. கொஞ்சம் பெர் ஊருகளிலெயும் குடியிருக்கிறது முண்டு. பெண்டுகள் விறகு கட்டுகள் கொண்டு வந்து ஊருகளிலும் விற்கிறதுமுண்டு. கலியாணம் பண்ணுகிற பெர் அம்பை வாசலிலெ நட்டு அதுக்கும் சரியாய்ச் சூரியன் வந்தால் தாலி கட்டுவார்கள். மற்றபடி நாளு நக்ஷத்திரமும் பார்க்கிறதில்லை. சிறிது பெர் பாளையக் காரரண்டை செவகத்தினமாயுமிருப்பார்கள். சிறுது பெர் காவல் காறரா யிருக்கிறது முண்டு. மிராசு முண்டு.

ஏனாதிகள்

காடு மலைகளிலெ குடியிருக்கிறது. ஆண் பிள்ளைகள் பெண் பிள்ளைகள் கட்டை விறகுகள் கொண்டு பொய் ஊருகளிலெ விற்கிறது மல்லாமல் படிக்கும் கூலிக்கும் வெலை செய்கிறது முண்டு. சிறுது

பெர் பாளையப்பட்டா யிருக்கிறது முண்டு. இவர்கள் கலியாணம் பண்ணினால் பார்ப்பார் யில்லாதெ கலியாணம் பண்ணுவார்கள். மற்ற பாளையப்பட்டா யிருக்கிறவர்கள் மாத்திரம் பார்ப்பாரை வைச்சுக் கொண்டு கலியாணம் பண்ணுவார்கள். சிறுது பெர் மிருக வெட்டையு மாடுவார்கள். அத்தை பெண் அம்மான் பெண்ணைக் கலியாணம் பண்ணுவார்கள். வூரிலெயுங் குடியிருப்பார்கள்.

இருளர்

காடு மலைகளிலெ குடியிருக்கிறது மல்லாமல் வூருகளிலெயும் மிகுதியாய் குடியிருப்பார்கள். கொஞ்சம் பெர் காடு மலைகளிலெ யிருக்கிற கவலைக் கிழங்கு, வள்ளிக் கிழங்கு, குளங் குட்டை ஏரி யிதுகளிலே யிருக்கிற தாமரைக் கிழங்கு, அல்லிக் கிழங்கு, கொட்டிக் கிழங்கு, சிட்டிக் கிழங்கு, உருளைக் கிழங்கு யிதுகளை யெடுத்து வெகவைத்துத் தின்பார்கள். உடும்பு, முசல் முதலிய மிருகங்களையும் பிடித்துத் தின்பார்கள். யிவர்கள் கலியாணம் பண்ணினால் அத்தை பெண் அம்மான் பெண்ணைக் கலியாணம் பண்ணுவார்கள். யிவர்களுக்கு பார்ப்பார் தெவையில்லை. இவர்கள் குடியிருப்பு ஓரிடத்தில் நிலையாயிரார்கள். ஆகாரமுள்ள விடத்திலெ யிருப்பார்கள். யிவர்கள் சுப்பிரமணிய சுவாமி பெண் சாதி வள்ளியம்மையைக் கொண்டாடுவார்கள்.

வில்லியர்

காடு மலைகளிலெ குடியிருக்கிறதெ யல்லாமல் வூரிலெ குடியிருக்கிற தில்லை. மயில், குயில், காடை, கவுதாரி முதலான பட்சிகளைப் பிடித்துத் தின்கிறதுமல்லாமல் பெட்டை ஸ்தளங்களிலெ கொண்டு போய் விற்றுக் கொள்ளுவார்கள். கலியாணம் பண்ணுகிற பொது அத்தை பெண் அம்மான் பெண்ணைக் கலியாணம் பண்ணுவார்கள். இவர்களுக்குப் பார்ப்பார் சுத்தமாய்த் தெவையில்லை.

குறவர் சாதி

கூடை கட்டிக் குறவர், பொதி மாட்டுக் குறவர், திருட்டுக் குறவர் யிப்படி குறவர் சாதி மூணு பெதமுண்டு. கூடை கட்டிக் குறவர் வூருக்குப் புறத்தியிலெ குடியிருந்து கொண்டு கூடைகள், மரக்கால், படி, தொம்பைக் கூண்டு முதலானதும் யிச்சங் கசங்கு பிரம்பு யிதுகளினாலெ கட்டி விற்றுச் சீவனம் பண்ணுறார்கள். யிவர்களுக்கு பார்ப்பார் தேவையில்லை. யிவர்களுக்கு ஒவ்வொருத்தருக்கு னாலஞ்சு கழுதை களுமிருக்கும். இவர்கள் பெண்டுகள் பச்சை குத்துவார்கள். மற்ற பெண்டுகளுக்கு குறி சொல்லுவார்கள். இவர்கள் பூனை தின்கிறது முண்டு.

பொதி மாட்டுக் குறவர்

மாட்டின் பெரிலெயும் கழுதைகள் பெரிலெயும் அரிசி, நெல்லு, புளி, வெல்லம், பயறு, சோளம் முதலானதும் பொதிகளிலெ யெற நயமான விடத்திலெ கொண்டு றிக் கொண்டு பொய் குறைச்சான விடங்களிலெ விற்றுக் கொள்ளுவார்கள். இவர்கள் கலியாணம் பண்ணினால் ரெண்டு மூணு கழுதைகள் குடுத்து பெண்ணைக் கொள்ளுவார்கள். ஒவ்வொருத்தனுக்கு நாலு பெர் அஞ்சு பெரைக் கலியாணம் பண்ணுவான். யிவர்கள் கலியாணம் பண்ணுகிறபோது பார்ப்பார் தெவையில்லை. யிவர்கள் பெண்டுகள் பித்தளை வளையல் கையிலெ விஸ்தாரமாய்ப் பொடுவார்கள். காதிலே பித்தளைக் கம்மல் பொடுவார்கள்.

திருட்டுக் குறவர் சாதி

மலைகள், காட்டொடை, மலையாரங்கள் யிதுகளிலெ நூறு பெர் பெண் சாதி பிள்ளைகளுடன் குடியிருந்து கொண்டு வழிமுன் பாட்டைகளிலெ அடிச்சுப் பொடுகிறதுமுண்டு. பட்டணமா யிருக்கிற விடத்திலெ றாத்திரியிலெ பொய்க் கன்னக் கொல் வைத்து சுவரை சந்தைப் பண்ணி ஒருத்தன் உள்ளெ நுழைகிறபொது அகப்பட்டுக் கொண்டால் அவனைத் தலையை வெட்டிக் கொண்டு பொறதுமுண்டு. யிவர்கள் கலியாணத்துக்கும் பார்ப்பார் தெவையில்லை.

லம்பாடி

சமுத்திரத்திலெ போடுகுற வலைப்பெயர்

பெருவலை, தூரிவலை, மரவலை, கண்ணிவலை, சிறுவலை

ஆற்றுக்கழியிலெ போடுகிற வலைப்பெயர்

பெருவலை, கொண்டை வலை, சிறு வலை, கல்லு வலை, பறடா வலை, ஓலை வலை

இந்த மூணு சாதியிலெயும் ஒருத்தன் பெண்டாட்டியை ஒருத்தன் யெடுத்துக் கொண்டால் அதுக்கு ருசு அத்தாச்சி வந்தால் அந்தச் சாதி பெரிய தினக் காறரும், அந்த ஊராரும் கூடி, அந்த ஊருக்குப் புறத்திலெ மரத்தின் கீளெ பாய் பொட்டுக் கொண்டு வுளுக்காந்து, அவனையும் அவளையும் அழைப்பித்து அவனுக்கும் அவளுக்கும் காரியகாறனாய் பெரியவனா யிருக்கிறவனையும் அழைப்பித்து அவன் கிட்ட கலியாணச் சிலவு வாங்கி பெண்டாட்டிக் கறனுக்குக் குடுத்து அபராதம் வாங்கித் தாங்கள் யெடுத்துக் கொள்ளுவார்கள். அன்றைய தினம் சாப்பாடு சிலவும் வெற்றிலை பாக்குச் சிலவும் அவன் குடுக்கிறது. புறத்தியிலெ

யானால் கிட்ட வைக்கிறதில்லை அடக்குற மட்டுக்கு மடக்குவார்கள். அடங்கா தெபொனால் விபசாரத்துவம் பண்ணினால் தூரத் துரத்தி விடுவார்கள்.

கரையார் பட்டணவர் செம்மடவர்

கலியாணம் பண்ணினால் பெண் வீட்டுக்காறருக்கு நாலு வறாகன் குடுக்கிறது. கல்லியாணம் பண்ணவெணுமென்றால் அம்மான் பெண்ணைக் கொள்ளுகிறது. பார்ப்பார் வந்து கலியாணம் பண்ணி விக்கிறது. அந்தப் பார்ப்பானுக்கு ஒரு பெரிய பணம் ஒருபடி அரிசியுங் குடுக்கிறது. இவர்களுக்குப் பெரிய தினக்காரர் எண்ணூர் மகத்துவாரண்டையிருக்கிறது. சாமிசெட்டி, சின்னப்ப செட்டி யிவர்கள் சாதியிலெ தப்பிதம் பண்ணினால் அதை சிச்சு அபராதம் வாங்குறது. யிவர்களிலெ செற்றுப் பொனால் கலியாணம் பண்ணவர்களுக்கு தகனம் பண்ணுகிறது யில்லை யென்றால்..க்குறது.

பட்டனவர் கரையாரைப் பார்கிருலும் செம்மடவர் சாதியிலெ கொஞ்சம் ஒசத்தியா யிருப்பார்கள்.

கரையாருக்கு முதலியென்றும் பட்டணவருக்கு செட்டியென்று பெர் செம்படவருக்கு ந...க்கனென்று பெர்.

வேடர் தவிர வில்லியர் யிருளர் மலையரசர் எனப்பட்டவர்கள் சரித்திரம்

யுகாந்தா பிறளையத்துக்கு பிற்காலம் வில்லியர் என்றும் யிருளரென்றும் மலையரசென்றும் வெடரென்றும் சொல்லப்பட்ட சாதிகள் வனவாசி களா யிருக்கிறார்கள். இவாள் மகா சாபம் பெத்த ஒரு ரிஷியினுடைய பிள்ளைகளென்று சொல்லப்பட்டார்கள். இவாள் முன்னம் முழுதும் நிறுமானிகளாயிருந்தார்கள். இப்போ ஆண் பிள்ளைகள் மிருகத் தோலும் பெண் பிள்ளைகள் தைத்த யிலையும் உடுத்திக் கொண்டிருக் கிறார்கள்.

இவாளுக்கு ஆகாரம் காட்டு கிழங்குகளும் பழ வகைகளும் தேனுமாயிருக்குது. இவாளுக்கு சாதம் வலிய குடுக்கப்பட்டாலும் சாப்பிடாமல் அல்ல தட்டுகிறார்கள். இவாளுக்கு கலியாணமென்கிற சடங்குகளில்லை. ஆனால் அவனவன் சாமாற்றத்தியத்துக்குத் தக்கதாய் பெண்களை நேமித்து வைத்துக் கொள்கிறார்கள். இவாளுக்கு சுவாமி யுண்டென்கிற நியமனமில்லை. இவர்கள் காடுகளில் ஒருவிதமான அரிசியிலிருந்து அதை எடுத்து சமையல் கன்னிகா என்ற தெய்வத்துக்கு பொங்கலிட்டு வருகிறார்களாம். ஆனாலிது கொஞ்சனளாய் நடந்து வருது. இதில் முகாந்திர மென்ன மென்றால் துஷ்ட மிறுகங்க ளிவாளை

பீறிப் போடுகிற நடத்தையா யிருக்கையில் மாலாரிஷி எனப்பட்ட ஒரு பெரியவர் வந்து இவாளுடன் சஞ்சாரம் பண்ணி இவாளுட பெண்களில் சிலர் எவ்வற்ணமா யிருக்கிறவர்களை புணர்ந்து சில பிள்ளைகளுண்டாகையால் இவாள் மிறுகங்களினால் பீறிப் போடுகிறத்தைக் கண்டு மனதுருகி இவாள் துஷ்ட மிறுகங்களுக்கு கார்க்கப் படும்படிக்கு கன்னிகா பொங்கலிட யோசினை சொன்னார். அவர்கள் தாங்கள் ஊரரிசிக்கு சம்பந்தப்பட்டவர்களல்ல வென்றதின் பேரில் காட்டரிசி காணமிது அதை வழங்கும் படிக்கு கற்பித்தார். இதுவன்றி யின்னஞ் சில சன்னாசிகள் அவாளுடன் சேர்ந்து புணருதலினாலே யிந்த வில்லியரிலிருந்து சில சாதிகள் பிறந்தது. அதில் ஏனாதிகள் எனப் பட்டவர்கள் பட்டணங்களிலெ வந்து சேர்ந்து சாப்பாடு முதலானது உண்க பஷித்து வேலைக் கேதுவாக்கப் பட்டிருக்கிறார். இவாள் யிப்போ தேசாசாரப்படிக்கி நடக்காது வருகிறார்கள். இவாள் பிலி, கறடி, யின்னமதும் துஷ்ட மிறுகங்களின் நடுவில் வாசம் பண்ணுகிறார்கள். அதுகள் யிவாளை யொரு சேதமும் பண்ண வில்லை என்று பிறசித்த மாயிருக்குது. அவாள் தேசத்து பண்பட்ட வாளை காணும் போது, ஊருக்குழைத்த பசகள் போறார்களென்று வைகிறார்கள். வில்லி, யிருளர் என்ற இரண்டு சாதிகள் காடுகளில் வாசம் பண்ணுகிறார்கள். மலையரசர் என்னப்பட்டவர்கள் மலைகளின் பேரில் வாசம் பண்ணுகிறார்கள். இவாளடிக்கிற மழைக்கும் யிழைக்கிற கானலுக்கும் மரத்தின் கீழேயே குடித்தனம் பண்ணுகிறார்கள். இப்போ தேச வழிகளில் சஞ்சாரம் பண்ணுகிறவர்கள் சித்தருக்குப் பிறந்தவாளென்று பிறசித்தி யாயிருக்கிறது. இவாளை காணுகிறவர்கள் பயப் படுகிறார்கள். ஆனாலிவர்கள் ஒரு சேதமும் பண்ன துணிகிறதில்லை. இவாளிதுவரைக்கும் யாதொரு புறபுத்துவம் பண்ணினார்களென்று காணப்படுகிறதில்லை. ஆனால் பாலக்காட்டு ராசாவானவன் ஒரு எவ்வற்ணமா யிருந்த மலச்சியை பாலைக்காட்டு கமலையின் பேரில் மோகித்து புணர்ந்து அவனுக்கு சாதியீனம் வந்து சத்திரிக்கு பிறம்பா காட்டப்பட்டு பிறித்து மலையன் என்று அழைக்கப் பட்டாள். அந்த பட்டம் இது வரைக்கும் தொந்தாரசினையாய் நடந்து வருகிறது.

வராஹகிரி அனே பர்வதம்லோ விருபாஷி கிசேரின கொண்ட கிராமால கைபீது

கைபீது திண்டுக்கல் வகையரா விருபாஷி தாலுகாகுசேரின கொண்ட பைனி வுண்டே கிராமாலகை பட்டுள வுண்டே குண்ணுவ பூதி விவரமுலு

விருபாஷி சீமகு சேரின கொண்ட மீதி கிராமலு 5கி பாச்சலூரு 1 பெரியலூரு 1 கண்ணூரு 1 வெள்ளலை 1 வடகாடு 1 ஏக இல்லு வுண்டேதி ஈ ஐ து லோன்னு குண்ணுவ பூதி அனே கொண்ட வாஸத்துல வுண்டே தனிவனபடு துன்னதி குண்ணுவ பதிலோ பச்சலூரு துன்னிய மண்ணடி, நீல மண்ணடி, பழனீ ஆண்டி, நேபரை, பெரியலூருலோ பொலயபூதிலோ, பெரிய பேயன் (பைய்யன்), கதபன், ஸப்ப முக்கலன், முட்டியன், வீர்லனு பிலிபிஞ்சி தர்யாப்து சேஸின விவரமுலு.

குண்ணுவ பூதி உத்பத்தி ஏமண்டே பூர்வம் நன்னூறு ஏனூரு 5 ஸம்வத்ஸரமுலு முன்பு கெக்கு வேள்ளால பூதிலோ உத்தரமான னுஞ்சி கொந்தரு போயி கொண்டனு சேரி அசடனே வாசக்துலயிரி கனுக, பர்வத வாஸுலைனவாரைரி ஆகுன்றன குண்ணுவரு அள பேரு கல்கினதி.

ஈ பூதிலோ ஸ்தாலு தெல்ல குட்ட கட்டமுலைன ஆபூதி தர்மம் கட் கூடது மயிலகா கேவலம் மஷ்டுதோ குட்டலு கட்டேதின்னி சேதகின்னி காலிகின்னி பித்தளி காஜுலு வேஸேதின்னி செவ்விகி தாடாகு பெட்டேதின்னி வாண்ட்லகு வாசாரம் அனபடு துண்ணி.

ஸ்திரி புருஷுலு விவாஹம் சேஸே கிரமமு ஏமண்டே ஸ்திரீ ஸம்மதி மீதனு குலஸ்துலு பதிஜுபூனு கூடின பங்காருதோ சூரிகிஞ்ஜவலெனே பொட்டுசேஸி நல்ல பூஸலலோ குச்சி கட்டேதி பிரதம விவாஹம் சேஸினவாரு ஆஸ்த்ரீகி ஸம்மதிலேகனு போயிவாடுவொகரு இந்தரு பட்டெலு கல்கனப்பபடிகின்ன, ஆ பிட்டெலு வாடிதின்னி தானஸம்மமத மயின வாண்ணி விவாஹம் சேஸுகொனேதி பெனமிடி சனிபோயினாகாளி ஆடதி நால்கு ஐது விவாஹாலு சேஸுகொனே மரியாத, வாண்டல குலஸதுலு கலக அன்ய பூதிலோசஞ் சரிஸ்தே வியபிசார தோஷம் கத்து அனி தான்னி கொண்ட கிந்திகி தோஸி வேஸேதி அடுவண்டி ஸ்த்ரி பொலய வண்ட்லலோ கலிசிவுண்டேதி.

ஆ ஆள்ளோ வுண்டி ஸ்திருபுருஷுலு ஆ ஆள்ளோ வொகரு வொகரு விவாஹலு சேஸு கொனேதிகானி பராயிவூள்ளோகி இச்சேதின்னி லேது ஆடங்குலனுன்னு தெச்சேதின்னிலேது. அதவா வொகவேள மக்கிலின்னி விஹிதமுலு ஜரிகி விருபாகஷி இலாகாகு சேரின நால்கு கிராமாலலோனுன்னு ஆடங்கலுன்னு இவ்வடம் தீய்யடம் இடுவென நாகரிகம் மிஞ்சி ஸம்மந்தமுலு பாந்தவ்யமுலு அனிதெலிஸின பிரவர்துலு ஜரகடமு கானி பூர்வம் வொக வூரிவாண்லு வொகவூரிகி போவடமுலேது.

விருபாக்ஷிகி சேரின நால்கு கிராமாலலோ வுண்டே குண்ணுவரு நடதலு ஏமண்டே கிராம பிரதிகிராம முல்லோனுன்னு மண்ணடி அனேவாடு வகடு வாடி உத்தரவு பிரகாரானது வினக.. டப்பன் அனேவாடு வகடு வாடி உத்தரவு பிரகாரம் வினகல தண்டகாரன் அனேவாடு வகடு யிட்லர் முக்குரு ஆதீனஸ்துலுகா பாருபத்யமுகா வுண்டே தி மன்னாடி சேப்பே பிரகாரம் லோதக்குவ வாண்ட்லு அந்தருன்னு வினி.

நகண்ட கல மர்யாதனுன்னு லோதக்குவ குண்ணுவ பூதிலோ கல ஸ்திரீலகு காளி புருஷுலு கானி மண்ணாடி வுத்தரவு சிவாயிலோ தக்குவ ராஜுதி ராஜுலு ஹுக்குமத்து அயினாகானி வாண்டூலு விடைமுன்னு லேது. வாண்டலகு தெலியது மண்ணடி அனேவாடு வொகரின்ன சம்பி வேளினாகானி (யி) யதராதுலதோ பரிஹரிஞ்ச நேரரு ஈ சொப்புன வாரு வாருவுண்டே கிராமலலோ வாரி வாரி ஹத்து சொப்புன கொண்டலோ வாசங்கா வுண்டேதி.

வொகவேள கொண்டலோனே கன்னவாடி பாளயப்பட்டுகு சேரின கொண்டலோகானி யிச்சினாகானி அதித்வரகா வாண்ட்லு சனி போவடம் அணிசெப்புதுன்னாரு.

அட்லா சனிபோவடம் வல்லனு வொக ஆள்ளோ வாண்ட்லு வொக ஆள்ளோ ஸ்திரீலு யவ்வடம் கானி தீய்யடம் கானலேது.

விருபாஷி யிலாகாலோ வுண்டே கொண்ட கிராமாலு நாலு குலோனுன்னு தெய்வகதி சாதனு ஆடதி சனிபோதே வொக கோடிவல்லனு சாத்ரல நடிபிஞ்சேதி அனி நல்குருன்னு சேரி வொக கோடினி ஹிம்ஸிஞ்சி கூடுதினி வேசி பொய்யேதி மொகவாடு சனிபோதே ரெண்டுவ்யாலு போதுலதோ சாத்தல நடிபிஞ்சேதி அனி நல்குருன்னு ரெண்டுவ்யாலுலுன்னு ஹிம்ஸிஞ்சி நலுகுரு சேரி கூடுதினேதி பைன ஸ்ராஸன குண்ணுவருலலோ சனிபோதே பல்லம் த்தொவ்வி பூட்சேதின்னி கத்து கட்டெலு வேஸி கால்சேதின்னி கத்து பைன ஸ்வராளி குண்ணுவரு மனுஷ்யகா வுண்டே பொலயவாண்டுலு பூதி ஆ ஆவூரிவாண்ட்லு ஆ ஆவூருலோ செப்பி நட்டு விண்டு வுண்டெடி வாண்ட்லு வேரே லேது மாலாவாதிகலலோ வொகரி வொகரு கூடுதினரு. சனி போதே பூடிசிவே ஸேதிகானி காலி சேதிலேது கொண்ட லோகல விருக்ஷால பேள்ள பலஜ்ய காலு மொதலயின அய்யே தினுஸ்ஸுலே பேள்ளு.

பனஸ - நாரத - கித்தளி - நிம்ம - சின்னகித்தளி - புலிகுத்து கொண்டலோ - டேகு - துரபவ்யாப - ஷண்முக - சப்பெங்கி - விஷங்கி

- விசிங்கி - கானுக - பஸுப - ஈ தினுஸ்ஸுலு அய்யேதனி செப்புதுன்னாரு.

வட்லு - அபை - மெத்தி - ஆவாலு - அரிடி - ஈ தினஸுலு அய்யேதி தேனேவிஸ்தாரு - வெதுரு பொதலு விஸ்தாரு ஈ கொண்டலலோ விஸ்தார மயின அரண்யங்கா முன்னு வராககிரி அனின்னி அரவான பன்றிமல அனின்னி பேரு கல்கி ஆ கொண்டலே நுஞ்சி ஈ பழனி விருபாக்ஷி சீமலலே ப்ரவஹிஞ்சே காவேரி ஆம்ரா நதிலோ ஸங்கமம் அய்யே நதுல பேள்ளு ஏமண்டே.

நுக்ஜுகாபு ஆறு அனே நதி விருபாக்ஷி தலகுத்து வந்த நுண்டி பிரவஹிஞ்சேதி ஷண்முக நதி அனே ஆறு நதுலு வுத்பத்தி அயிவொகடிகா சேரி பளி வந்தசேரே நதுல பேள்ளு

கொன்றயாறு - 1 பாச்சயாறு - 1 கொளவியாறு - 1

பொருத்தலாறு - 1 கல்லாறு - 1 வரத்தாறு - 1

ஈ ஆறு நதுலு சேரி பழனிகி படமர கடியலுருலோ ஸங்கம மயி தாராபுரம் சீமலோ ஆலிங்கேயம் அனேவூரி வத்தனு ஆம்ரா நதிலோ ஸங் (ச) (ஸங்) கம மவுதுன்னதி.

ஈ குதிரயாரு ரெட்டயர் நாடிலோ பிரவஹிஞ்சி கொளுமுவந்தனு பூர்வம் குபுசராஜு கொடகு ஸ்வரண்கம் (வுந்தி) வுண்டகா ஆகோடனு சேதிஞ்சு கொனி அம்ராநதி ஸங்கமு அயிநந்தன சூதரயாறு அளின்னி அச்வநதி அனிபேரு ரானை னதி.

ஈ பைன வ்ராசின மூடு நதுலு பிரசித்தி பட்டதனி செப்படு துன்னதி.

ஈ பைன வ்ராசின நதுலு வராககிரிலோ ஜனிஞ்சி ஈபபழனி சீமலோ உத்தரவாஹினிகா பிரவஹிச் சேதி வொகடி தெளியடமு கானி வராககிரி கொண்ட மீதி நுஞ்சி உத்பத்தி அளி கொண்டலோ வாஸஸ்துலுகா வுண்டே வான்னி அடககானி கொண்ட பஹுதூரான தூரங்கானு உத்பத்தி மேமு சூட லேதரி செப்புதுன்னாரு.

ஈ வராககிரிலோ ஈ பழனி விருபாக்ஷிலோ சேரின கொண்டலோ கிராமமாலலோ காபுலுகா வுண்டேவாரு சேரி முன்னூறு சம்வத்ஸர முலு அயனதி அனின்னி வெள்ளான பூதி அனின்னி மிக்ரிலி ஆயிர்சலு கல்கி வுண்டேதிலே தனின்ன செப்புதுன்னாரு.

கொண்ட வாஸஸ்துலு வொகவூரி வாண்ட்லு வொகவூருலோ ஆடங்குலுன்னு தீய்யடம் இய்யடம் அயிநதிலேதனின்னி அதவா

யிச்சினா ஆபூமி பட்டகனு அதேவிசாரம்தோ சனி பொய்யெதரனி செப்புதுன்னாரு.

ஈ அகீத்து குரிஞ்சி யிங்காவிசாரிணீய்யம் க்ராஹிகுலலோ ஸவிஸ்தரங்கா விசதமுவ்ராய படுதுன்னதி.